GIẢI MÃ αLPHA

GIẢI MÃ ALPHA
Biến đổi cuộc sống, sức khỏe và kinh doanh
Tác giả: **Lan Bercu**
Bản quyền © Lan Bercu, 2024

Sách được xuất bản theo hợp đồng chuyển giao bản quyền với Tác giả và Công ty Cổ phần Văn hóa Sách Sài Gòn – Saigon Books. Bản quyền tác phẩm đã được bảo hộ. Mọi hình thức xuất bản, sao chụp, phân phối dưới dạng văn bản in ấn hoặc văn bản điện tử, đặc biệt là hành vi phát tán hơn 10% nội dung ấn phẩm trên mạng Internet mà không có sự cho phép bằng văn bản của Công ty Cổ phần Văn hóa Sách Sài Gòn đều vi phạm pháp luật và tổn hại đến quyền lợi Công ty.

Thiết kế bìa: Nguyên Phúc
Trình bày: Võ Thị Thanh Tuyến
Biên tập viên Saigon Books: Thảo Chi
Sửa bản in: Chơn Linh

CÔNG TY CỔ PHẦN VĂN HÓA SÁCH SÀI GÒN
Trụ sở: Tầng 7, Tòa nhà Circo, 222 Điện Biên Phủ, Quận 3, TP.HCM
Điện thoại: (028) 6281.5516
Email: info@saigonbooks.com.vn
Fanpage: www.facebook.com/saigonbooks
Website: www.saigonbooks.vn

LAN BERCU

GIẢI MÃ αLPHA

BIẾN ĐỔI CUỘC SỐNG
SỨC KHỎE & KINH DOANH

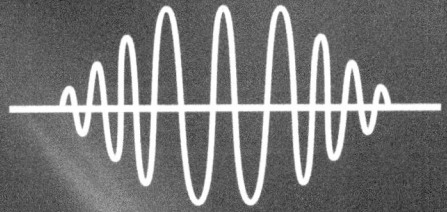

 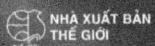

"Con muốn gửi mẹ ngàn lời yêu thương, vạn lời xin lỗi... Vì có bao nhiêu điều con muốn nói với mẹ, bao nhiêu việc con muốn làm cho mẹ.

Con xin tặng mẹ quyển sách này để mẹ luôn hiện diện trong mỗi trang sách và mỗi dòng chữ cùng con."

— **Lan Bercu**

LỜI TRI ÂN

Tôi xin gửi lời cảm ơn chân thành đến em gái Ivy La, người đã luôn ở bên chăm sóc mẹ cùng tôi, tạo điều kiện cho tôi có những khoảnh khắc tĩnh lặng để tập trung viết nên quyển sách này. Những cuộc trò chuyện về thiền định và sóng não với Ivy, người đã gắn bó với trường phái Tây Tạng hơn 15 năm, đã trở thành nguồn cảm hứng sâu sắc cho tôi. Con biết ơn dì Mai T Phan đã cho con hiểu thế nào là tình yêu và sự hy sinh vô điều kiện.

Cảm ơn em Giang Nguyễn, người đã không ngại khó khăn, luôn kề vai chỉnh sửa từng trang sách này. Tôi đặc biệt cảm kích em đã tin tưởng tôi ngay từ những ngày đầu tiên, bay từ Hà Nội vào Sài Gòn chỉ để có cơ hội được dẫn dắt và trải nghiệm thực hành vào "thế giới Alpha" cùng tôi tại quê hương Sài Gòn, Việt Nam.

Gửi ngàn lời cảm ơn đến đội ngũ tuyệt vời của Lan Bercu University, gồm Trung Ngô, Thành Nguyễn và Khanh Nguyễn, những người đã không ngừng đồng hành cùng tôi trong suốt hành trình này, từ thiết kế, tiếp thị, đến phản hồi và nhiều hơn thế nữa.

Tôi muốn gửi tình yêu vô bờ đến hai con trai Joshua và Levi, những người đã luôn kiên trì luyện tập và là nguồn cảm hứng vô tận cho mẹ trong từng tác phẩm. Cảm ơn ông xã Douglas, người đã không chỉ là tấm gương sáng cho hai con mà còn đồng hành cùng tôi trong việc chia sẻ những giá trị sống và sứ mệnh mà quyển sách này mang đến.

Xin chân thành cảm ơn anh Nguyễn Tuấn Quỳnh, nhà sáng lập Saigon Books, cùng toàn thể đội ngũ của anh đã làm việc hết mình để những trang sách này được hoàn thiện xuất sắc và đến tay bạn đọc một cách nhanh chóng nhất.

Tôi cũng xin gửi lời tri ân sâu sắc đến tất cả độc giả và khán giả thân yêu, những người đã dành thời gian quý báu để đón nhận và lắng nghe từng dòng chữ trong quyển sách này. Sự ủng hộ và những phản hồi chân thành từ các bạn đã trở thành nguồn động lực mạnh mẽ, tiếp thêm sức mạnh cho tôi trên hành trình sáng tạo và chia sẻ tri thức.

Con xin kính dâng lòng biết ơn sâu sắc đến Ơn Trên Nguồn Năng Lượng Diệu Kỳ, đã luôn soi sáng và dẫn dắt con trên con đường đầy thách thức, giúp con tìm thấy ý nghĩa và sự bình an trong từng bước chân.

Con xin dành ngàn lời yêu thương và triệu lời tri ân cuối cùng đến mẹ, người đã dạy con về sự kiên cường và dũng cảm từ ngày con chào đời cho đến những ngày mẹ chuẩn bị rời xa mãi mãi.

– **Lan Bercu**

Mục lục

Lời tri ân.. 5
Lời giới thiệu 9

Chương 1

Bức tranh đầy màu sắc của sóng não 15

Chương 2

Dọn dẹp tâm trí – vệ sinh tinh thần 27

Chương 3

Bí mật của giấc ngủ và kỹ thuật điều khiển giấc mơ ...59

Chương 4

Chiến lược quản lý căng thẳng 87

Chương 5

Quản lý cảm xúc và tự chữa lành 115

Chương 6
Hiện thực hóa tình yêu và nuôi dưỡng mối quan hệ ...151

Chương 7
Giải quyết bài toán quản trị kinh doanh 183

Chương 8
Tạo dòng tiền hạnh phúc 203

Chương 9
Lão hóa ngược – sống trẻ, khỏe, vui vẻ 227

Chương 10
Phát triển trực giác & khả năng ngoại cảm 273

Chương 11
Đánh thức khả năng thiên tài bên trong bạn 301

Đôi nét về tác giả 313
Tài liệu tham khảo 315

LỜI GIỚI THIỆU

Ulrika, cô bạn học cùng lớp Silva for Instructor, thì thầm vào tai tôi như thể bạn ấy vừa khám phá ra bí mật đạt đến tuổi trẻ vĩnh cửu.

"Nè Lan, biết đâu được chúng ta có thể sống tới 200 tuổi."

Lời bạn ấy vang lên như một lời tiên tri. Phản ứng đầu tiên của tôi là Ulrika đã xem quá nhiều phim khoa học viễn tưởng.

"Không đùa đâu", cô ấy tiếp tục. "Nếu chúng ta tận dụng hết những khả năng kỳ diệu của trí não. Bạn hiểu rằng tôi đang nói về sóng não Alpha, Theta, Delta – những thứ mà chúng ta đang luyện tập!"

"Chúng ta dành một phần ba cuộc đời để ngủ, phải không?", cô ấy tiếp tục hùng biện. "Đó là gần ba thập kỷ trong xứ sở mộng mơ. Nếu như chúng ta có thể sử dụng thời gian đó cho nhiều thứ khác nữa thì sao nào? Tái tạo tế bào, tăng cường trí nhớ, hiện thực hóa những giấc mơ điên rồ nhất... và chúng ta có thêm 100 năm tuyệt vời nữa cho cuộc đời mình!".

Tôi bắt đầu cảm thấy lâng lâng bay bổng như thể rằng cô ấy vừa đưa tôi một tấm vé đến Narnia – một xứ sở thần tiên đầy những điều kỳ diệu mà trẻ con hay tưởng tượng ra để chơi trốn tìm. Và bạn biết không? Tôi sẵn sàng tham gia. Tại sao không chứ, vì tôi đâu có gì để mất?

Vậy là chúng tôi bắt đầu cuộc hành trình "hack cuộc sống" của mình. Mỗi đêm, chúng tôi dành 15 phút "chuẩn bị tâm trí trước khi ngủ", từ sự bận rộn hối hả hằng ngày (Beta), lập trình tâm trí chúng tôi bước vào khu vườn tĩnh lặng Zen (Alpha). Kế đến, chúng tôi dần bước vào thế giới sáng tạo đa chiều (Theta), và chìm vào giấc ngủ trong phòng tập thể dục tinh thần huyền diệu (Delta) suốt 8 tiếng đồng hồ – nơi mà mọi thứ tuyệt vời diễn ra: từ hồi phục và tái tạo tế bào, sắp xếp và đưa ra hướng giải quyết vấn đề tồn đọng, cho đến khám phá thế giới sáng tạo vô biên.

Nhưng không dừng lại ở đó, chúng tôi thực hiện những khoảng nghỉ "Alpha" xuyên suốt trong ngày của mình – đặc biệt là sau bữa trưa, khi hầu hết mọi người lơ đãng hoặc ngủ gục. Chỉ 15 phút thở và đi vào bên trong, và *voilà*! Chúng tôi trở lại, đương đầu với trách nhiệm và thách thức, tràn đầy năng lượng và sẵn sàng chinh phục mọi thứ.

Tuy tôi chưa đạt đến 200 tuổi nhưng bạn biết không, tôi cảm thấy sống động và tràn đầy năng lượng hơn bao giờ hết! Ngày của tôi giờ đây đầy ắp những khoảnh khắc "eureka", và vào ban đêm – hãy tin tôi – tôi như đang sống một cuộc đời khác, nơi mà tôi vẽ lên bức tranh đầy màu sắc theo như mong muốn của mình. Và khi thức dậy, tôi tiếp tục đem những năng lượng đó để bắt đầu một ngày mới.

Cuộc trò chuyện sôi nổi đó với Ulrika đã mở ra cánh cửa đến một cuộc sống phi thường – một cuộc sống không chỉ dài hơn mà còn chất lượng hơn. Bạn biết không, một cuộc sống kéo dài 200 năm chất lượng phi thường không còn là câu chuyện cổ tích nữa; nó giờ đây trở thành lộ trình cho tôi và những học trò của tôi.

Mỗi bước chân trong hành trình này không chỉ là một bước tiến trong việc kéo dài tuổi thọ, mà còn là việc mở rộng hiểu biết về chính mình và khám phá những khả năng tưởng chừng như không thể. Chúng tôi học được cách lắng nghe cơ thể, điều chỉnh tâm trạng và năng lượng của mình một cách ý thức hơn, và hơn hết là nhận ra rằng mỗi ngày đều có thể trở thành một cuộc phiêu lưu đầy phấn khích và nhiều khám phá.

Bây giờ, tôi nhìn mọi thứ với một cảm giác trân trọng sâu sắc. Mỗi bình minh không chỉ là bắt đầu của một ngày mới, mà còn là một cơ hội để tiếp tục cuộc hành trình tuyệt vời này, đầy ắp những điều thú vị và niềm vui. Cuộc sống, dưới ánh sáng mới này, không chỉ là để tồn tại, mà còn là để tỏa sáng rực rỡ với sức sống cũng như khả năng vô tận của tâm trí con người.

***

Chào mừng bạn đến với *Giải mã Alpha – Biến đổi cuộc sống, sức khỏe và kinh doanh*. Cuốn sách này không chỉ là kho tàng kiến thức, mà nó là ngọn hải đăng dẫn đường cho những ai đang trải qua những thách thức đa dạng của cảm xúc, các mối quan hệ và phải tìm hướng giải quyết và ra quyết định trong thế giới hiện đại phức tạp, đầy áp lực và căng thẳng.

Trong những trang sách này, bạn sẽ bắt đầu một hành trình khai sáng, khám phá những câu chuyện thực tế và những kiến thức có thể áp dụng để mở ra một cuộc sống tràn đầy hạnh phúc an yên, cải thiện sức khỏe và vươn đến thành công. Mỗi chương đều có lời hướng dẫn tỉ mỉ để bạn có thể khai phá toàn bộ tiềm năng của tâm trí, làm chủ cảm xúc, nuôi dưỡng mối quan hệ phong phú và đưa ra quyết định rõ ràng, tự tin.

Cuốn sách này vượt qua kiến thức lý thuyết hàn lâm, cung cấp các ứng dụng thực tế cho cuộc sống hằng ngày. Bạn sẽ học cách khai thác suy nghĩ tích cực, xây dựng khả năng chống chọi trước những trở ngại của cuộc sống và đạt được sự tinh thông trong quyết định của bạn. Cuốn sách này cũng khám phá nghệ thuật cân bằng giữa sự ổn định về tinh thần và thành công nghề nghiệp, đảm bảo rằng thành tựu của bạn được nâng cao mà không làm giảm đi hay phải hy sinh chất lượng cuộc sống cá nhân.

Hãy bắt đầu hành trình biến đổi này để:

Kiểm soát cảm xúc: Giải mã sự phức tạp của cảm xúc và quản lý chúng hiệu quả, biến thách thức thành cơ hội cho sự phát triển.

Khai phá tiềm năng não bộ: Đào sâu vào những lãnh thổ chưa được khám phá của tâm trí, giúp bạn nâng cao trí nhớ, sáng tạo và tăng cường khả năng nhận thức để trở nên vượt trội trong nhiều khía cạnh của cuộc sống.

Nuôi dưỡng mối quan hệ: Khám phá bí mật tạo lập và duy trì những mối quan hệ hỗ trợ và làm giàu cho cả cuộc sống cá nhân lẫn sự nghiệp của bạn.

Phát triển trực giác: Học cách tiếp cận và tin tưởng vào trực giác của bạn, một công cụ mạnh mẽ cho việc đưa ra quyết định, dựa trên cơ sở thông tin và phản ánh trí tuệ nội tại của bạn.

Ra quyết định sáng suốt: Đạt được cái nhìn sâu sắc thông qua việc đưa ra quyết định không chỉ thông suốt và rõ ràng, mà còn phù hợp với giá trị và mục tiêu cuộc sống của bạn.

Tạo dòng tiền hạnh phúc: Thu hút tiền bạc và tạo ra một mối quan hệ lành mạnh và hạnh phúc với tiền.

Sống trẻ, khỏe và vui vẻ: Ứng dụng những thành tựu của khoa học hiện đại nhất kết hợp với trí tuệ phương Đông để làm chậm quá trình lão hóa cả thể chất lẫn tinh thần, chống lại bệnh tật, giúp lão hóa ngược!

Và hơn thế nữa...

Qua từng trang sách, bạn không chỉ được trang bị những kiến thức quý giá, mà còn được truyền cảm hứng để thay đổi từ sâu bên trong. Mỗi câu chuyện, mỗi bài học, mỗi ví dụ trong cuốn sách này đều là những câu chuyện về người thật việc thật được chọn lọc kỹ lưỡng giúp mang lại cái nhìn sâu sắc nhất về cách chúng ta có thể tối ưu hóa cuộc sống của mình.

Từ việc học cách thư giãn và tập trung tâm trí, đến việc khám phá và phát triển các kỹ năng cá nhân, cuốn sách cung cấp một lộ trình toàn diện để nâng cấp bản thân và cuộc sống của bạn. Nó không chỉ là về việc sống lâu hơn mà còn về việc sống trọn vẹn, khai thác từng phút giây của cuộc sống một cách hiệu quả nhất.

Giải mã Alpha – Biến đổi cuộc sống, sức khỏe và kinh doanh không chỉ là một cuốn sách, nó là người đồng hành cùng bạn trong hành trình khám phá bản thân và thế giới, biến mỗi ngày trở thành một ngày đầy ý nghĩa và hạnh phúc, để cuối cùng bạn có thể đạt được một cuộc sống đầy niềm vui, sức khỏe và thành công. Hãy cùng chúng tôi bắt đầu hành trình biến đổi này.

CHƯƠNG 1

BỨC TRANH ĐẦY MÀU SẮC CỦA SÓNG NÃO

Bình minh nở rộ, cùng với đó, hành trình một ngày mới của bạn bắt đầu. Những tia nắng đầu tiên len lỏi qua khe cửa, xua tan màn đêm tĩnh lặng, đánh thức bạn từ giấc ngủ sâu êm ái. Lúc này, não bộ của bạn đang chuyển từ trạng thái sóng Delta không mộng mị sang trạng thái sóng Theta mơ màng. Với tiếng gà gáy vang vọng, sóng Alpha nhẹ nhàng đưa bạn trở về thực tại, đón chào ngày mới với những âm thanh sôi động xung quanh. Sóng Beta với nhịp điệu nhanh và tần suất cao, như một luồng điện năng mạnh mẽ, thắp sáng trí óc bạn, chuẩn bị năng lượng sẵn sàng cho một ngày dài đầy ắp thử thách với sự tập trung cao độ, tư duy sắc sảo, nhận thức tinh tường và những quyết định sáng suốt.

Và rồi, không cần phải chờ đợi lâu, bạn đã phải đối mặt với thử thách đầu tiên: Vào đầu giờ sáng, một khách hàng quan trọng nhưng đặc biệt khó tính gọi điện phàn nàn, la mắng và tỏ ý không muốn hợp tác với bạn nữa. Giọng nói gay gắt cùng những lời lẽ khó nghe của họ như những đợt sóng dữ dội ập đến, khiến bạn bối rối. Lúc này, não bộ bạn đang hoạt động ở sóng Beta, giống như những vận động viên chạy nước rút, vừa phải đương đầu với sự phức tạp của việc giải quyết xung đột đồng thời cảm thông, thấu hiểu khách hàng và đưa ra những giải pháp hợp lý. Nó giống như màn trình diễn của một diễn viên xiếc trí tuệ, đòi hỏi sự cân bằng giữa sự bình tĩnh và khả năng suy nghĩ nhanh nhạy, chiến lược và kiểm soát tâm lý để không làm mất đi sự chuyên nghiệp trong giao tiếp với khách hàng.

Vượt qua thử thách này, bạn dành vài phút để học một ngôn ngữ mới. Não bộ của bạn chuyển sang trạng thái sóng Beta và Alpha tầm trung, giống như một bản giao hưởng hòa quyện giúp bạn tiếp thu âm thanh, từ vựng và ngữ pháp một cách hiệu quả, nơi sự tỉnh táo và sự đắm chìm gặp nhau trong thế giới ngôn ngữ mới.

Khi đồng hồ điểm qua buổi trưa, sau giờ nghỉ, bạn thưởng thức một khoảnh khắc bình yên với tách trà ấm áp. Sóng Alpha giờ đây bao trùm tâm trí bạn, mang lại cảm giác thanh bình và tự ngẫm. Đây là thời khắc nhẹ nhàng giữa ngày, khi bạn có thể thư giãn mà vẫn duy trì được sự nhận thức sâu sắc về mọi thứ xung quanh.

Tuy nhiên, cuộc sống vốn là một bức tranh đa màu của cảm xúc. Khi nhớ về một ký niệm không vui trong quá khứ, cơn giận dữ và bực bội lại trỗi dậy, sóng Beta trào dâng mạnh mẽ như những cơn bão hỗn loạn của biển cả suy nghĩ. Nhưng khi con bạn chạy về nhà sau giờ học, ôm bạn thật chặt và đặt lên má bạn những nụ hôn ấm áp, lòng bạn lại ngập tràn sự yêu thương và an ủi. Sóng Alpha trở lại như một bản nhạc êm đềm, làm dịu đi bão tố trong tâm hồn và bao bọc tâm trí bạn trong chiếc chăn ấm áp của sự bình yên.

Buổi tối len lỏi đến, vương quốc huyền bí của sóng Theta bắt đầu mở ra. Đó là thế giới của trí tưởng tượng, nơi suy nghĩ của bạn trở thành những tác phẩm nghệ thuật rực rỡ. Sóng Theta như những nghệ nhân dệt nên câu chuyện và hình ảnh, đưa bạn qua những cảnh quan sống động trong tiềm thức.

Khi màn đêm buông xuống, thế giới trở nên yên tĩnh hơn. Bạn đắm mình trong vòng tay của giấc ngủ, và sóng Delta chậm rãi nắm lấy quyền làm chủ. Trong giấc ngủ sâu này, cơ thể bạn được chữa lành, từng tế bào một được tái sinh và tâm trí lặng lẽ lạc vào chiều sâu của vô thức.

Một ngày của bạn là một bức tranh sống động, được vẽ nên bởi bảng màu đa dạng của các loại sóng não. Sóng Beta năng động, sắc bén, đánh thức bạn vào ban ngày. Sóng Alpha dịu êm, đưa bạn vào trạng thái thư giãn. Sóng Theta huyền bí, nơi trí tưởng tượng bay xa. Cuối cùng, sóng Delta sâu, phục hồi, ôm bạn trong vòng tay. Mỗi loại sóng đều mang đến một gam màu riêng biệt và độc đáo cho cuộc sống hằng ngày của bạn.

Dù là những phút giây bận rộn hay những khoảnh khắc yên bình, mỗi trạng thái sóng não đều mang lại cho bạn những trải nghiệm khác nhau, giúp bạn hiểu rõ hơn về chính mình và cách bạn tương tác với thế giới xung quanh. Cuộc sống qua lăng kính của sóng não trở thành một hành trình khám phá không ngừng, một cuộc phiêu lưu liên tục trong việc hiểu và phát triển bản thân.

Vậy hãy cùng bước vào thế giới kỳ diệu này, nơi mỗi ngày là một cơ hội mới để khám phá sức mạnh và vẻ đẹp của tâm trí bạn, cùng với sự đa dạng của sóng não, làm phong phú thêm cho cuộc sống của bạn.

Các loại sóng não và sự phát triển con người

Sóng Beta

- Tần suất: 14-30 Hz.

- Đặc điểm: Tần suất cao, biên độ thấp.

- Thường thấy trong: Giải quyết vấn đề, ra quyết định và các nhiệm vụ tư duy khác.

- Ở người lớn, sóng Beta chiếm ưu thế khi chúng ta tỉnh táo, chú ý và tham gia vào các hoạt động tinh thần. Sóng Beta cũng xuất hiện ở trẻ em và thanh thiếu niên, đặc biệt trong quá trình học tập và chơi đùa năng động. Khi chúng ta trưởng thành, não bộ trở nên linh hoạt hơn trong việc chuyển sang sóng Beta cho những nhiệm vụ đòi hỏi sự tập trung và suy nghĩ phân tích.

Sóng Alpha

- Tần suất: 7-14 Hz.

- Đặc điểm: Tần suất thấp hơn, biên độ cao hơn Beta.

- Thường thấy trong: Trạng thái tinh thần thư giãn, chánh niệm, mơ màng.

- Sóng Alpha phổ biến trong giai đoạn cuối của thai kỳ và suốt quá trình sơ sinh, tạo điều kiện cho việc học nhanh và phát triển thần kinh. Sóng này trở nên ít chiếm ưu thế khi chúng ta già đi nhưng có thể được truy cập một cách có chủ đích để thư giãn, tư duy sáng tạo và cân bằng cảm xúc.

Sóng Theta

- Tần suất: 4-7 Hz.
- Đặc điểm: Tần suất thấp hơn nữa, biên độ cao hơn Alpha.
- Thường thấy trong: Giấc ngủ nhẹ, thiền sâu, quá trình tiềm thức.
- Sóng Theta phong phú ở trẻ sơ sinh và đóng vai trò chính trong trạng thái mơ của giấc ngủ REM, quan trọng cho việc củng cố trí nhớ và xử lý cảm xúc. Khi chúng ta lớn lên, chúng ta dành ít thời gian ở Theta hơn, nhưng nó vẫn cần thiết cho việc chữa lành và tái tạo.

Sóng Delta

- Tần suất: 0,5-4 Hz.
- Đặc điểm: Tần suất thấp nhất, biên độ cao nhất.
- Thường thấy trong: Giấc ngủ sâu, phục hồi.
- Sóng Delta xuất hiện trong giai đoạn sớm của thai kỳ và chiếm ưu thế trong các chu kỳ giấc ngủ sâu của trẻ sơ sinh. Ở người lớn, sóng Delta liên quan đến giấc ngủ sâu không mơ và chữa lành thể chất. Sóng Delta giảm theo tuổi tác,

liên quan đến nhu cầu giấc ngủ giảm và khả năng phục hồi thể chất cũng giảm.

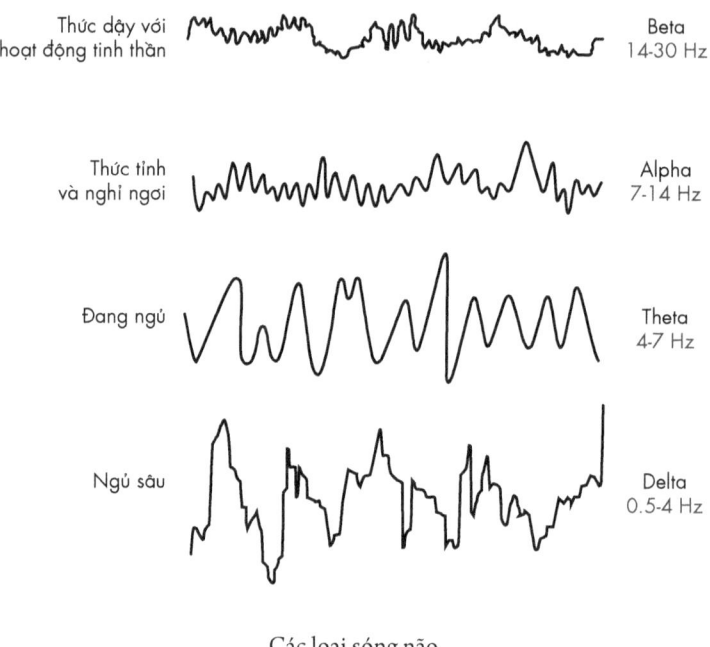

Các loại sóng não

Tại sao lại là trạng thái Alpha?

Hãy tưởng tượng bạn đang ngồi trên bãi biển, cảm nhận sự ấm áp của cát dưới chân, lắng nghe tiếng sóng vỗ bờ rì rào. Làn gió mặn nhẹ nhàng lướt qua khuôn mặt bạn khi bạn hít một hơi thật sâu, hít vào không khí biển trong lành và thở ra mọi lo âu. Hoặc hãy tưởng tượng vào một buổi sáng se lạnh, bạn cuộn mình trong chiếc chăn ấm áp và cầm tách trà nóng hổi yêu thích. Mỗi ngụm trà dường như xóa tan đi căng thẳng, để lại cho bạn cảm giác bình yên và hài lòng.

Bây giờ, hãy nhớ lại một thời điểm khi bạn đắm chìm hoàn toàn trong một hoạt động đầy ý nghĩa – có thể là vẽ, viết, hoặc thậm chí giải quyết một vấn đề khó khăn – đến nỗi bạn quên hết thời gian, không gian và địa điểm. Thời gian như tan chảy, thế giới xung quanh bạn mờ dần, và tất cả những gì tồn tại chỉ là niềm vui từ công việc trước mắt.

Điểm chung của những trải nghiệm này là gì? Chúng đều mở ra một trạng thái tâm trí độc đáo, một loại "điểm chạm ngọt ngào" tinh thần khi bạn cảm thấy thư giãn nhưng vẫn tỉnh táo, bình yên nhưng vẫn đầy sức sống. Hầu hết chúng ta đều trải qua cảm giác bình yên thoáng qua này trong những khoảnh khắc đặc biệt như thế, nhưng điều gì sẽ xảy ra nếu tôi nói rằng bạn có thể nắm bắt hoặc tạo ra cảm giác này bất kỳ lúc nào bạn muốn? Hay hơn nữa, nếu việc truy cập vào trạng thái tâm trí này có thể mở cánh cửa đến một cuộc sống trọn vẹn, tươi đẹp, đầy màu sắc và lâu dài hơn?

Chào mừng bạn đến với thế giới thú vị của các trạng thái sóng não, cụ thể là trạng thái Alpha – một cấp độ ý thức trong tâm trí – là chìa khóa để biến đổi cuộc sống của bạn theo cách mà bạn mong muốn. Trong cuốn sách này, chúng ta sẽ khám phá sâu hơn về trạng thái Alpha, cách nó ảnh hưởng đến các giai đoạn khác nhau của cuộc sống, từ khi còn trong bụng mẹ cho đến khi trưởng thành, và cách khai thác sức mạnh của trạng thái này để có thể kéo dài tuổi thọ của bạn. Hãy chuẩn bị cho một hành trình biến đổi, bắt đầu từ sâu trong tâm trí bạn.

Trạng thái Alpha thường được mô tả như một trạng thái tỉnh táo nhưng thư giãn, tạo ra một sự cân bằng lý tưởng giữa việc hoàn toàn tỉnh táo (như trong trạng thái Beta) và sự thư giãn sâu hoặc thiền định (như trong trạng thái Theta và Delta). Lợi ích của trạng thái trung gian này bao gồm:

Giảm stress: Một trong những lợi ích quan trọng nhất của trạng thái Alpha là khả năng giảm stress. Trong thế giới hiện đại bận rộn và đầy kích thích chung quanh, chúng ta thường sống trong trạng thái Beta. Sóng Beta có ích cho giải quyết vấn đề và ra quyết định nhưng cũng có thể dẫn đến tăng stress, căng thẳng và lo âu. Chuyển sang trạng thái Alpha sẽ cung cấp một khoảng nghỉ cần thiết, cho phép tâm trí và cơ thể thư giãn hơn và giảm bớt lượng cortisol, adrenaline và các hormone khác liên quan đến stress.

Tăng cường sự sáng tạo và giải quyết vấn đề: Trạng thái Alpha thường liên quan đến việc gia tăng ý tưởng sáng tạo. Khi ở trong trạng thái này, tâm trí chúng ta mở rộng, dễ dàng tiếp nhận những ý tưởng mới lạ và phi thường hơn, không bị hạn chế bởi các mô hình suy nghĩ cứng nhắc điển hình của trạng thái Beta trong cuộc sống cơm áo gạo tiền hằng ngày. Sự mở cửa này có thể dẫn đến những giải pháp sáng tạo hơn và khả năng nhìn nhận vấn đề từ nhiều góc độ khác nhau.

Cải thiện học tập và trí nhớ: Trạng thái Alpha thuận lợi cho quá trình học tập và ghi nhớ. Trong trạng thái này, não bộ thư giãn nhưng vẫn tỉnh táo, giúp hấp thu và xử lý thông tin mới hiệu quả hơn. Điều này đặc biệt có ích cho người đang đi học hoặc chuyên gia cần tiếp thu lượng lớn kiến thức trong một thời gian ngắn.

Chữa lành tâm lý và cảm xúc: Trạng thái Alpha thường được sử dụng trong thiền định và thực hành chánh niệm, thúc đẩy quá trình chữa lành tâm lý và cảm xúc. Bằng cách cho phép tâm trí lắng đọng trong trạng thái tỉnh táo nhưng bình yên, cá nhân có thể xử lý cảm xúc một cách hiệu quả hơn, dẫn đến sức khỏe tinh thần và điều tiết cảm xúc tốt hơn.

Tăng cường sức khỏe thể chất: Sự thư giãn đạt được trong trạng thái Alpha có thể có tác động tích cực đến sức khỏe thể chất. Nó có thể giảm huyết áp, giảm nhịp tim và cải thiện hệ thống miễn dịch. Những lợi ích này đặc biệt hữu ích cho những người đang đối mặt với stress, căng thẳng hoặc lo âu mãn tính.

Kết nối tâm trí và cơ thể: Trạng thái Alpha tăng cường kết nối giữa tâm trí và cơ thể. Trong trạng thái này, mọi người thường nhận thức rõ ràng hơn về cảm giác cơ thể của mình và có thể sử dụng nhận thức này cho các hoạt động như yoga, thiền định, thiền động,... hoặc thậm chí các bài tập hiệu quả khác, dẫn đến sức khỏe tinh thần và thể chất tốt hơn.

Tăng cường chánh niệm và nhận thức: Trong trạng thái Alpha, cá nhân có thể trải nghiệm sự chánh niệm và nhận thức cao hơn. Điều này dẫn đến việc trân trọng khoảnh khắc hiện tại hơn, tăng cảm giác biết ơn và kết nối sâu sắc hơn với con người, với môi trường xung quanh.

Tóm lại, trạng thái Alpha không chỉ cung cấp một khoảng nghỉ ngơi từ nhịp độ cuộc sống hiện đại hối hả mà còn nâng cao chức năng nhận thức, sự sáng tạo và tổng thể sức khỏe.

5 bước đơn giản đi vào trạng thái Alpha

Tin vui là bạn không cần phải có bằng tiến sĩ khoa học thần kinh hay dành cả đời để thiền định mới có thể đạt được trạng thái Alpha. Nó đơn giản hơn bạn nghĩ và có nhiều cách để đi vào trạng thái Alpha mà tôi sẽ chia sẻ với bạn xuyên suốt cuốn sách này. Dưới đây là các bước dẫn dắt để bạn có thể kết nối với sóng não mang lại sự tập trung, sáng tạo và bình an nội tâm.

Bước 1: Tìm một không gian yên tĩnh

Đầu tiên, tìm một không gian yên tĩnh để bạn không bị làm phiền hoặc phân tâm. Có thể là phòng ngủ, một góc của công viên, hoặc thậm chí trong xe hơi của bạn. Quan trọng là không gian đó phải giúp bạn tránh xa những điều gây xao nhãng từ bên ngoài. Bạn ngồi hoặc nằm ở tư thế thoải mái. Mặc quần áo thoải mái và bỏ bớt phụ kiện có thể gây cảm giác khó chịu. Đặt tay lên đùi hoặc xuôi theo hai bên cơ thể. Buông lỏng cơ thể.

Bước 2: Hít thở sâu

Hít thở sâu qua mũi, giữ trong 3 giây, sau đó thở ra hoàn toàn qua miệng. Hình dung stress và lo lắng rời khỏi cơ thể bạn với mỗi lần thở ra. Loại hít thở tập trung này đưa bạn tới trạng thái Alpha. Lặp lại chu trình này 5 lần để giúp cung cấp oxy cho não và thư giãn, buông lỏng các cơ bắp từ đầu đến chân.

Bước 3: Đếm ngược

Để giúp bạn đi sâu hơn vào trạng thái Alpha, theo Phương pháp Siêu Trí tuệ Silva, bạn hãy đếm ngược trong tâm thức từ 3 đến 1, sau đó tiếp tục đếm ngược từ 100 đến 1. Khi bạn thực hành nhuần nhuyễn, bạn có thể giảm dần từ 50 đến 1, từ 25 đến 1 rồi 10 đến 1. Trong lúc đó, bạn tự nói với bản thân rằng với mỗi con số giảm xuống, bạn đang chìm sâu hơn vào trạng thái thư giãn. Khi bạn đếm đến số 1, não của bạn được bao phủ bởi sóng Alpha, suy nghĩ của bạn trở nên rõ ràng và sự sáng tạo sẵn sàng trào dâng.

Bước 4: Nhắm mắt và hình dung

Trong khi tiếp tục hít thở sâu, hãy nhắm mắt và bắt đầu hình dung một cảnh quan yên bình, mang lại cho bạn cảm giác thư thái. Có thể là một bãi biển đầy nắng, một khu rừng yên tĩnh hoặc một đồng cỏ xanh mướt. Hãy tưởng tượng từng chi tiết – màu sắc, âm thanh và thậm chí mùi hương. Hình ảnh càng sinh động, bạn càng dễ dàng chuyển sang trạng thái Alpha.

Bước 5: Thoát ra

Bạn ở bước 5 bao lâu cũng rất tốt, tùy theo thời gian bạn có. Tôi luôn thực hành ít nhất 5 phút mỗi lần, 3 lần mỗi ngày, và nếu có nhiều thời gian, tôi đi vào trạng thái Alpha 15 phút mỗi lần.

Khi đã sẵn sàng, bạn tự đếm trong tâm thức từ 1 đến 5. Và đến số 5, bạn mở mắt ra. Khi mở mắt ra, bạn tự khẳng định với mình, mọi chuyện trở nên tốt đẹp hơn.

> **Lưu ý:**
> - Bạn có thể điều chỉnh thời gian và tần suất thực hành cho phù hợp với nhu cầu và sở thích của bản thân.
> - Khi bạn đã đi vào trạng thái Alpha, bạn có thể duy trì nó bằng cách tiếp tục thực hành hít thở tập trung và tưởng tượng. Bạn cũng có thể bắt đầu tạo ra những câu khẳng định tích cực hoặc tập trung vào giải quyết các vấn đề, lo lắng hay câu hỏi khi tâm trí đang ở trạng thái tối ưu này.
> - Nếu bạn gặp bất kỳ khó khăn nào trong việc thực hành đi vào trạng thái Alpha, bạn có thể đặt câu hỏi tại đây để được hỗ trợ:
>
> **Cộng đồng Silva Method Vietnam with Lan Bercu:**
> https://www.facebook.com groups/900425128546297/

Đây là một hướng dẫn nhanh chóng và dễ dàng để bước vào trạng thái Alpha như một chuyên gia. Trong một thế giới hiện đại, vội vàng và đầy ồn ào trên nhịp điệu Beta, hãy tự thưởng cho mình sự bình yên phục hồi của những rung động Alpha. Tin tôi đi, não bộ của bạn sẽ biết ơn bạn rất nhiều.

Với những bước đơn giản này, bạn có thể mở ra một không gian của sự tĩnh lặng và sức sáng tạo, giúp bạn không chỉ đối mặt với thách thức mà còn tận hưởng cuộc sống một cách trọn vẹn hơn. Sự chuyển đổi từ những lo lắng hằng ngày sang trạng thái Alpha không chỉ giúp tâm trí bạn thư giãn mà còn mở ra cánh cửa cho những khám phá và sáng tạo vô biên.

CHƯƠNG 2

DỌN DẸP TÂM TRÍ – VỆ SINH TINH THẦN

Mỗi ngày, chúng ta dành rất nhiều thời gian và và tiền bạc để bảo dưỡng cơ thể vật chất như: chăm sóc sức khỏe để đảm bảo cơ thể hoạt động tối ưu, chăm sóc da mặt để giữ cho làn da luôn tươi trẻ hay chỉ đơn giản là tắm rửa làm sạch cơ thể. Tuy nhiên, một khía cạnh vô cùng quan trọng khác mà chúng ta thường bỏ qua đó là việc "dọn dẹp tâm trí – vệ sinh tinh thần".

Trong một thế giới không bao giờ ngừng nghỉ, với nhịp sống vội vàng của đô thị, những tiếng "ping" không ngừng từ các thông báo trên mạng xã hội, áp lực kinh tế lan tỏa khắp nơi, tất cả thúc đẩy chúng ta phải đua theo tốc độ cạnh tranh ngày càng tăng. Bộ não của chúng ta phải xử lý một lượng lớn thông tin bao gồm cả thông tin có ích và cả những "thông tin rác", các quyết định khó khăn và cảm xúc đan xen, ngày này qua ngày khác, chồng chất lên nhau. Và giữa sự hỗn loạn này, chúng ta hiếm khi nào dừng lại để suy ngẫm và tự hỏi: Liệu chúng ta đã dành cho mình một khoảnh khắc để làm sạch tâm trí, để làm mới và phục hồi tinh thần hay chưa?

Thuật ngữ "vệ sinh tinh thần" không phải là một khái niệm tâm lý học chính thống, nhưng thường được sử dụng như một ẩn dụ để mô tả các phương pháp hoặc kỹ thuật nhằm làm sạch tâm trí, giảm stress, cải thiện sức khỏe và hạnh phúc tinh thần. Đây là một quá trình làm sạch vật lý, loại bỏ khỏi tâm trí những "rác" như nỗi lo lắng, suy nghĩ tiêu cực, rào cản tinh thần hoặc hạn chế niềm tin.

Việc dọn dẹp tâm trí, loại bỏ những dư âm mảnh vụn của stress, lớp bụi lo âu và dư lưu của những nỗi lo cũng giống như chúng ta không để bụi bẩn tích tụ trên da hay để các vấn đề sức khỏe tự do phát triển. Sự tích tụ "rác" tinh thần cũng cần được chú ý và dọn sạch đều đặn. Trong thế giới đầy áp lực và cạnh tranh, sự thành công được đánh giá dựa trên tốc độ, khối lượng, số lượng những gì bạn có và sở hữu, thì đã đến lúc chúng ta cần nhận ra sức mạnh của sự tĩnh lặng, suy ngẫm và thực hành vệ sinh tâm trí để duy trì trạng thái cân bằng nội tâm. Vì vậy, hiểu bức tranh tổng thể của cuộc sống, hiểu tâm quan trọng của sức khỏe tâm trí chính là chìa khóa cho một cuộc sống không chỉ để sống, mà sống trọn vẹn và thăng hoa.

Sau đây là một số phương pháp được xem như là một hình thức của việc "vệ sinh tâm trí – dọn dẹp tinh thần":

1. **Bước vào trạng thái Alpha**: Thực hành chánh niệm giúp bạn trở nên nhận thức hơn về suy nghĩ và cảm xúc của mình và dễ dàng quản lý chúng mà không bị choáng ngợp. Phương pháp này cũng giúp bạn tập trung vào hiện tại, quan sát suy nghĩ mà không đánh giá, phán xét.

2. ***Viết nhật ký chánh niệm***: Viết ra suy nghĩ và cảm xúc có thể giúp bạn biểu đạt và hiểu rõ ràng hơn về bản thân, mang lại cảm giác thoải mái, thư giãn và giảm stress.
3. ***"Detox" mạng xã hội***: Tạm dừng sử dụng thiết bị điện tử và mạng xã hội hoặc chỉ sử dụng trong một khung giờ cố định có thể giúp giảm bớt sự quá tải thông tin, giúp tâm trí không bị "nhiễu sóng" và cải thiện sự sáng suốt.
4. ***Kỹ thuật RCR (Nhận diện – Hủy bỏ – Thay thế)***: Phương pháp này giúp nhận diện, thay thế thói quen, suy nghĩ tiêu cực và định hình lại bằng ngôn ngữ tích cực hơn.
5. ***Vận động***: Hoạt động thể chất được biết đến là giúp giảm stress, lo âu và giúp tâm trí bỏ bớt những "cặn bã" tích tụ. Ngoài ra, lượng hormone truyền dẫn thần kinh endorphine cũng tăng mạnh khi bạn vận động, giúp chuyển đổi trạng thái từ trầm cảm sang hưng phấn hơn.
6. ***Vệ sinh giấc ngủ***: Đảm bảo bạn có giấc ngủ đủ, sâu và chất lượng là cần thiết cho chức năng nhận thức, trí nhớ, kiểm soát cảm xúc và sức khỏe tinh thần.
7. ***Dành thời gian ngoài trời***: Dành thời gian ngoài trời, đặc biệt là ở những không gian xanh, giúp cải thiện tâm trạng, giảm stress, lo âu và hồi phục tâm trí.
8. ***Hoạt động sáng tạo***: Tham gia vào các hoạt động sáng tạo như nghệ thuật, âm nhạc, hoặc khiêu vũ là một cách để biểu đạt cảm xúc và đạt được trạng thái "trôi và không

ý thức được không gian thời gian" (trạng thái dòng chảy – flow), điều này giúp làm mới tinh thần.

9. **Dọn dẹp không gian sống**: Mặc dù đây là việc làm mang tính chất vật lý, nhưng quá trình tổ chức và dọn dẹp không gian sống hoặc không gian làm việc có tác động tích cực đến trạng thái tâm lý.

10. **Hít thở có kiểm soát**: Các kỹ thuật hít thở có kiểm soát giúp tâm trí bình tĩnh, giảm stress, bồn chồn và bất an. Đây là một công cụ rất mạnh mẽ mà đa phần chúng ta đã bỏ qua hoặc chưa biết cách hít thở đúng để cơ thể và tâm trí đạt đến trạng thái đỉnh cao.

Vệ sinh tinh thần theo nghĩa rộng là việc tìm cách mang lại sự bình an tinh thần và trạng thái tâm trí tích cực, tập trung hơn. Hoặc đối với một số người thì đó là cách để cải thiện trạng thái và cảm xúc. Sức khỏe tinh thần là sự kết hợp phức tạp của nhiều yếu tố khác nhau, và mỗi người sẽ có những phương pháp phù hợp dựa trên hoàn cảnh và trải nghiệm cá nhân. Vì vậy, nếu bạn biết kết hợp các phương pháp trên một cách chuẩn xác, bạn sẽ đạt được hiệu quả tối đa và toàn diện nhất.

Bước vào trạng thái Alpha

Đạt đến "trạng thái Alpha" có nghĩa là đạt được trạng thái tâm trí liên quan đến sóng não Alpha, thường xuất hiện khi não bộ ở trạng thái thư giãn, bình tĩnh và tỉnh táo. Trạng thái này thường gắn liền với chánh niệm, thiền định và các kỹ thuật thư giãn khác.

Hoặc bạn có thể dễ dàng đạt được trạng thái Alpha ngay trước khi chìm vào giấc ngủ, vào buổi sáng khi bạn vừa thức giấc nhưng chưa bước ra khỏi giường, hoặc khi bạn đang thư giãn sau giờ ăn trưa.

Khoa học hiện đại chứng minh rằng trong trạng thái này, tâm trí có thể dễ dàng buông bỏ suy nghĩ tiêu cực, tham gia vào suy nghĩ tích cực và xây dựng những điều tốt đẹp hơn.

Sau khi bạn đã thực hành nhuần nhuyễn 5 bước cơ bản đi vào trạng thái Alpha ở Chương 1. Bài hướng dẫn dưới đây sẽ giúp bạn đi sâu hơn vào trạng thái Alpha để giải tỏa suy nghĩ tiêu cực:

Bước 1: Tìm một không gian yên tĩnh

Đầu tiên, tìm một không gian yên tĩnh để bạn không bị làm phiền hoặc phân tâm. Có thể là phòng ngủ, một góc của công viên, hoặc thậm chí trong xe hơi của bạn. Quan trọng là không gian đó phải giúp bạn tránh xa những điều gây xao nhãng từ bên ngoài. Bạn ngồi hoặc nằm ở tư thế thoải mái. Mặc quần áo thoải mái và bỏ bớt phụ kiện có thể gây cảm giác khó chịu. Đặt tay lên đùi hoặc xuôi theo hai bên cơ thể. Buông lỏng cơ thể.

Bước 2: Hít thở sâu

Hít thở sâu qua mũi, giữ trong 3 giây, sau đó thở ra hoàn toàn qua miệng. Hình dung stress và lo lắng rời khỏi cơ thể bạn với mỗi lần thở ra. Loại hít thở tập trung này đưa bạn tới trạng thái Alpha. Lặp lại chu trình này 5 lần để giúp cung cấp oxy cho não và thư giãn, buông lỏng các cơ bắp từ đầu đến chân.

Bước 3: Đếm ngược

Để giúp bạn đi sâu hơn vào trạng thái Alpha, theo Phương pháp Siêu trí tuệ Silva, bạn hãy đếm ngược trong tâm thức từ 3 đến 1, sau đó tiếp tục đếm ngược từ 100 đến 1. Khi bạn thực hành nhuần nhuyễn, bạn có thể giảm dần từ 50 đến 1, từ 25 đến 1 rồi 10 đến 1. Trong lúc đó, bạn tự nói với bản thân rằng với mỗi con số giảm xuống, bạn đang chìm sâu hơn vào trạng thái thư giãn. Khi bạn đếm đến số 1, não của bạn được bao phủ bởi sóng Alpha, suy nghĩ của bạn trở nên rõ ràng và sự sáng tạo sẵn sàng trào dâng.

Bước 4: Giải quyết suy nghĩ tiêu cực

- Quan sát: Ý thức về suy nghĩ tiêu cực mà bạn đang có nhưng không phản ứng với chúng. Tưởng tượng chúng như là những chiếc lá trôi xuống dòng suối, và bạn chỉ đơn giản là quan sát chúng trôi qua nhanh.

- Phóng thích: Mỗi khi suy nghĩ tiêu cực xuất hiện, hãy dùng tâm trí "đánh dấu" nó là "suy nghĩ tiêu cực" và để nó trôi đi nhanh. Đừng chống lại, chỉ cần nhận biết và nhẹ nhàng quay trở lại hít thở hoặc tưởng tượng.

- Khẳng định tích cực: Thay thế các suy nghĩ tiêu cực bằng khẳng định tích cực. Lặp lại các cụm từ như "Tôi bình tĩnh", "Tôi thư giãn", "Tôi tốt hơn ngày hôm qua" hoặc "Tôi đủ tốt" với bản thân.

- Hình ảnh tưởng tượng: Tưởng tượng những chiếc lá đang trôi xuôi theo dòng suối, dần nhỏ đi, trôi càng xa thì hình ánh càng mờ nhạt cho đến khi nó hoàn toàn biến mất với dòng nước chảy.

- Bây giờ, chuyển sự tập trung của bạn vào một tia nắng mặt trời xuyên qua tán lá, biến tia nắng đó thành một quả cầu năng lượng tích cực rực rỡ trong tâm trí bạn. Ánh sáng rạng rỡ này là suy nghĩ mới xây dựng của bạn. Nó lan rộng, phủ lên bạn ánh sáng ấm áp và xóa sạch mọi dấu vết của tiêu cực. Cảm nhận sự rực rỡ của nó thấm nhuần vào bạn. Và với một hơi thở sâu, thư giãn, hãy để sự tích cực rực rỡ này lan tỏa và neo đậm trong bạn khi bạn trở lại với thực tại đầy sinh lực.

Bước 5: Thoát ra

- Đếm ngược: Khi bạn sẵn sàng quay trở lại, đếm trong tâm thức từ 1 đến 5, nói với chính mình rằng bạn đang trở nên tỉnh táo và ý thức hơn với mỗi số.

- Cử động chậm: Bắt đầu cử động ngón tay và ngón chân, dần dần đánh thức cơ thể.

- Mở mắt: Khi bạn cảm thấy sẵn sàng, nhẹ nhàng mở mắt. Dành một khoảnh khắc trước khi đứng dậy để nói với chính mình "Tôi bình tĩnh", "Tôi thư giãn", "Tôi tốt hơn ngày hôm qua" hoặc "Tôi đủ tốt" với bản thân.

Bước 6: Chăm sóc sau đó

- Uống nước: Uống một ít nước để giúp cơ thể tái nạp năng lượng.

- Suy ngẫm: Dành một khoảnh khắc để suy ngẫm về trải nghiệm vừa qua, ghi chú xem bạn có cảm thấy thư giãn hơn hoặc quan điểm về suy nghĩ tiêu cực của bạn có thay đổi không.

Đạt đến trạng thái Alpha là một kỹ năng rất đơn giản, dễ làm nhưng cần thực hành thường xuyên. Thực hành thường xuyên giúp bạn đi vào trạng thái này dễ dàng hơn, giúp giảm suy nghĩ tiêu cực, tái tạo năng lượng và mang lại cảm giác an yên, hạnh phúc. Đồng thời, cũng rất quan trọng khi bạn kết hợp những thực hành này với các thói quen lành mạnh khác như tập thể dục thường xuyên, duy trì chế độ ăn uống hợp lý và tìm kiếm sự hỗ trợ xã hội hoặc chuyên nghiệp của các chuyên gia nếu tình trạng tâm trí tiêu cực của bạn không cải thiện.

Viết nhật ký chánh niệm

Một ngày nọ, trong lúc dọn dẹp phòng, tôi vô tình tìm thấy cuốn nhật ký của Levi. Trái tim tôi hồi hộp khi đứng trước cánh cửa của một thế giới mà mình không biết mình có nên bước vào hay không. Một phần của tôi sợ hãi rằng mình sẽ khám phá ra những bí mật, những suy tư sâu kín mà Levi chưa bao giờ muốn chia sẻ. Nhưng một phần khác lại thôi thúc tôi muốn hiểu con mình hơn, muốn biết những gì đang diễn ra trong tâm trí của con trai.

Khi tôi lật qua từng trang, từng trang, những dòng chữ dẫn dắt tôi qua một hành trình với nhiều cung bậc cảm xúc: từ hồi hộp, buồn bã, nghẹn ngào đến vỡ òa. Levi đã thổ lộ về trạng thái buồn bã, lạc lõng, cô đơn mỗi ngày từ khi anh trai Joshua rời nhà đi học xa. Những trang đầu tiên đượm buồn khi Levi mô tả cảm giác trống vắng như một phần của bản thân đã mất đi. Nhưng khi tôi đọc đến trang 15, tôi thấy một sự chuyển biến đáng kinh ngạc trong tâm trạng và tư duy của Levi. Con bắt đầu chia sẻ về việc mình đã học được cách chấp nhận nỗi buồn, tìm kiếm niềm vui trong cuộc sống hằng ngày và làm quen với sự vắng mặt của anh trai. Levi viết về những sở thích mới, những người bạn mới và thậm chí là cách con dùng việc luyện tập thể hình như một cách nối kết và thi thố với anh trai từ xa.

Cuốn nhật ký của Levi không chỉ là nơi lưu giữ những suy nghĩ, cảm xúc, mà còn là minh chứng cho việc viết nhật ký giống như một liệu pháp giúp Levi giải tỏa những muộn phiền, lo âu, xoa dịu những tổn thương trong tâm trí và đưa ra được những giải pháp sáng suốt hơn.

Vì vậy, viết nhật ký chánh niệm không chỉ là một phương pháp tự thể hiện mà còn là một cách vệ sinh tinh thần và thải độc tâm hồn cực kỳ hiệu quả. Quá trình này giống như việc bạn mở cửa sổ tâm hồn, để những làn gió mới thổi vào, mang theo sự trong lành và loại bỏ bụi bẩn, những nỗi lo âu, stress tích tụ hằng ngày.

Để viết nhật ký chánh niệm một cách hiệu quả, bước đầu tiên là hãy tạo ra một không gian yên tĩnh, thoải mái, nơi bạn có thể tập trung vào bản thân mà không bị phân tâm. Hãy bắt đầu bằng cách tập trung vào hơi thở của mình, nhận thức về từng hơi thở vào, hơi thở ra để giúp tâm trí bạn trở nên tĩnh lặng.

Khi tâm trí bạn đã sẵn sàng, hãy cầm bút và bắt đầu ghi chép mọi suy nghĩ, cảm xúc và trải nghiệm mà bạn trải qua trong ngày một cách trung thực mà không phán xét. Điều quan trọng không phải là bạn viết những gì, mà là thái độ và tinh thần bạn đặt vào quá trình viết. Đây là thời điểm để bạn được lắng nghe chính mình, hiểu rõ hơn về những gì đang diễn ra trong tâm trí bạn.

Quá trình viết như vậy không chỉ giúp bạn giải tỏa được stress, giảm bớt lo lắng mà còn phát hiện ra những mẫu nghĩ suy và hành động tiềm ẩn có thể bạn chưa từng nhận ra trước đây hoặc không dám thổ lộ với bất kỳ ai. Viết nhật ký chánh niệm giúp bạn nhận thức sâu sắc hơn về bản thân, từ đó phát triển khả năng tự chữa lành và tăng cường sức khỏe tinh thần.

Hãy nhớ rằng, viết nhật ký chánh niệm là một hành trình, không phải một điểm đến. Hãy kiên nhẫn và từ tốn với bản thân, và bạn sẽ thấy sự biến đổi mạnh mẽ trong tâm hồn, giống như việc thải độc và làm sạch một không gian sống không chỉ mang lại không khí trong lành mà còn mang lại sức sống mới.

"Detox" mạng xã hội

Trong thế giới hiện đại, nơi công nghệ len lỏi vào mọi khoảnh khắc cuộc sống, chúng ta dường như vô tình trao quyền kiểm soát cho những chiếc điện thoại thông minh. Thay vì cùng nhau chia sẻ ánh mắt, câu chuyện và sự quan tâm, các cặp đôi lại chìm đắm vào màn hình điện thoại, tìm kiếm sự kết nối ảo, và quên đi sự xúc chạm ấm áp từ bàn tay của nhau. Các sự kiện trở nên mờ nhạt khi mọi người quá bận rộn với việc chụp ảnh, phát livestream thay vì thực sự trải nghiệm. Điều này không chỉ là một biểu hiện của sự phụ thuộc vào công nghệ, mà còn là lời cảnh tỉnh về việc chúng ta đang mất dần khả năng tận hưởng từng khoảnh khắc cuộc sống bằng giác quan và trái tim của mình.

Là một chuyên gia về truyền thông xã hội, người đã xây dựng một cộng đồng toàn cầu dành cho việc học hỏi và chia sẻ kỹ năng để hoàn thiện bản thân thông qua các nền tảng xã hội như Facebook, Instagram và YouTube, tôi thấy mình đứng ở ngã tư giữa việc kết nối công nghệ số với việc duy trì sự cân bằng và đảm bảo sức khỏe cho tâm trí. Các kênh mạng xã hội của tôi không chỉ là nơi đưa ra những ý tưởng và cảm hứng cho sự phát triển cá nhân và kinh doanh thành công, mà còn là ngọn đèn hải đăng chỉ đường cho những ai đang tìm kiếm sự tiến bộ. Mặc dù không gian kết nối này tràn đầy sức sống và giá trị, tôi cũng nhận thấy sự cấp thiết của việc nghỉ ngơi, giảm thiểu sử dụng công nghệ số và "digital detox", thải độc mạng xã hội để phục hồi, cân bằng và tái tạo tâm trí.

"Digital detox", giảm thiểu sử dụng mạng xã hội và công nghệ, ám chỉ một khoảng thời gian trong đó cá nhân kiêng dùng các thiết bị số như điện thoại thông minh, máy tính và các nền tảng truyền thông xã hội. Hoạt động này ngày càng trở nên quan trọng trong thế giới hiện đại siêu kết nối ngày nay. Những dòng thông báo liên tục, cùng với áp lực phải liên tục gắn bó trực tuyến có thể dẫn đến hàng loạt hậu quả tiêu cực, đặc biệt là đối với thanh thiếu niên đang trong giai đoạn phát triển não bộ.

Ảnh hưởng tiêu cực của truyền thông xã hội đối với thanh thiếu niên

Thiếu tự tin và kém hài lòng về hình ảnh cơ thể: Các nền tảng truyền thông xã hội thường tôn vinh các tiêu chuẩn về vẻ đẹp và thành công một cách không thực tế. Đối với thanh thiếu niên, điều này có thể dẫn đến sự so sánh không ngừng với người khác, không hài lòng về hình ảnh bản thân, cảm thấy tự ti và trầm cảm.

Giảm khả năng tập trung: Sự chuyển đổi liên tục giữa các ứng dụng và thông báo trên ứng dụng và mạng xã hội có thể dẫn đến sự phân tán tập trung, khiến thanh thiếu niên khó tập trung vào học tập và công việc trong thời gian dài.

Gián đoạn giấc ngủ: Ánh sáng xanh phát ra từ màn hình có thể can thiệp vào chu kỳ giấc ngủ tự nhiên, và bản chất kích thích của những nội dung trực tuyến có thể làm cho thanh thiếu niên khó thư giãn và ảnh hưởng giấc ngủ ngon.

Tăng lo âu và trầm cảm: Các nghiên cứu đã tìm thấy mối liên hệ giữa thời gian dành cho mạng xã hội và việc gia tăng mức độ lo âu và trầm cảm ở thanh thiếu niên khi phải chịu áp lực tạo ra một cuộc sống hoàn hảo tươi đẹp như tranh vẽ trên mạng xã hội.

Bắt nạt trên mạng: Sự ẩn danh và không có giới hạn về khoảng cách địa lý dẫn đến gia tăng hành vi bắt nạt và quấy rối, đồng thời ảnh hưởng sâu sắc đến sức khỏe tinh thần của giới trẻ. Tình trạng này gần đây đang rất nổi trội trên các mạng xã hội, đặc biệt trong giới showbiz và những ngành nghề thường xuất hiện trước công chúng.

Tham gia vào việc "digital detox" có thể được coi như một hình thức làm sạch tinh thần. Cũng giống như không gian vật lý cần được dọn dẹp thường xuyên để duy trì sự thoải mái, thì không gian tinh thần cũng cần được dọn dẹp những bừa bộn tích tụ từ việc tiêu thụ quá mức thông tin trên mạng, để duy trì sức khỏe tâm lý và trí não.

Cách giảm thiểu sử dụng mạng xã hội

Đặt ranh giới thời gian: Quy định khung giờ cụ thể cho việc kiểm tra mạng xã hội và email. Ví dụ: 30 phút vào buổi sáng, 30 phút vào buổi tối. Sử dụng thêm các ứng dụng quản lý thời gian để theo dõi và hạn chế thời gian sử dụng điện thoại.

Tạo "vùng cấm" công nghệ: Thiết lập những khu vực trong nhà như phòng ngủ hoặc phòng ăn là nơi không sử dụng công nghệ, để khuyến khích sự tương tác trực tiếp và giảm bớt thời gian dán mắt vào màn hình, đặc biệt là trước khi đi ngủ.

Thay đổi "khẩu vị" giải trí: Tìm kiếm và tiêu thụ nội dung số một cách có ý thức, tập trung vào những nội dung chất lượng để giúp công việc và cuộc sống tốt hơn. Nếu không, bạn rất dễ mất hàng giờ lướt mạng xã hội một cách vô bổ.

Tăng cường các hoạt động ngoại tuyến: Lấp đầy thời gian rảnh rỗi với các hoạt động ngoại tuyến làm giàu tinh thần và thể chất như đọc sách, tập thể dục hoặc tham gia hoạt động phát triển nghề nghiệp bản thân,...

Tắt thông báo: Tắt thông báo không cần thiết để giảm bớt xao nhãng và ham muốn kiểm tra điện thoại liên tục.

Xóa ứng dụng: Xóa ứng dụng mạng xã hội khỏi điện thoại trong một khoảng thời gian nhất định để giảm thiểu sự phụ thuộc.

Nghỉ công nghệ số: Dành một khoảng thời gian để "detox", nghỉ các thiết bị công nghệ hoàn toàn, tắt nguồn các thiết bị điện tử để thư giãn và tái tạo năng lượng. Bắt đầu từ vài giờ mỗi tuần, sau đó tăng dần lên.

Tăng cường trách nhiệm của gia đình: Chia sẻ mục tiêu giảm thiểu sử dụng mạng xã hội với gia đình để nhận được sự hỗ trợ và động viên. Cùng nhau đặt ra những quy tắc chung về sử dụng mạng xã hội trong gia đình, đặc biệt là đối với trẻ em.

Làm gương: Cha mẹ hãy điều chỉnh thói quen sử dụng công nghệ của bản thân để trở thành tấm gương cho con cái. Cùng con tham gia các hoạt động ngoại tuyến, khuyến khích con phát triển các mối quan hệ thực tế ngoài đời thực thay vì mối quan hệ ảo.

Ghi nhận và khen thưởng: Sau mỗi giai đoạn "cai nghiện" thành công, hãy tự thưởng cho bản thân những món quà nhỏ để tiếp thêm động lực.

Ghi chép lại những thay đổi tích cực: Để củng cố niềm tin và quyết tâm "detox" mạng mã hội, bạn hãy viết lại những thay đổi tích cực xảy ra với bạn sau khi giảm thiểu sử dụng mạng xã hội như tâm trạng, khả năng tập trung, sức khỏe tổng thể,...

Việc giảm thiểu sử dụng công nghệ số và mạng xã hội mang lại sự nghỉ ngơi cho tâm trí, cho phép chúng ta ngắt kết nối khỏi áp lực của cuộc sống trực tuyến, kết nối lại với chính mình và thế giới hữu hình xung quanh. Giống như bất kỳ hình thức giảm thiểu nào khác, sự điều độ và nhất quán chính là chìa khóa. Mấu chốt không phải loại bỏ hoàn toàn thiết bị số khỏi cuộc sống của chúng ta mà là tìm ra một sự cân bằng hài hòa trong việc sử dụng chúng. Thực hành này có thể thúc đẩy sự cân bằng lành mạnh hơn với công nghệ, dẫn đến cải thiện sức khỏe tâm lý, tăng cường tương tác xã hội và xây dựng cảm giác tự tin.

Kỹ thuật RCR (Nhận biết – Hủy bỏ – Thay thế)

Bạn có bao giờ nói với mình rằng "mình không đủ giỏi", "mình không đủ tự tin", "người đó không thương yêu mình" hoặc "người ta luôn cư xử quá tệ với mình",…? Đó là những tiếng nói tiêu cực cần được thay thế.

Những suy nghĩ tiêu cực lặp đi lặp lại có thể dẫn đến các cảm xúc như lo âu, cáu kỉnh và stress. Stress kéo dài có thể dẫn đến các vấn đề sức khỏe tâm thần như trầm cảm và rối loạn lo âu. Về mặt thể chất, stress có thể gây ra các triệu chứng như đau đầu, căng cơ và rối loạn giấc ngủ. Tôi sẽ nói chi tiết về ảnh hưởng của cảm xúc tiêu cực này trong Chương 5: Quản lý cảm xúc và tự chữa lành.

Kỹ thuật RCR (Nhận biết – Hủy bỏ – Thay thế) là một cách dọn dẹp tâm trí, quản lý và thay đổi các thói quen, suy nghĩ tiêu cực rất hiệu quả. Kỹ thuật này giúp bạn nhận biết và chấp nhận các suy nghĩ tiêu cực ngay khi chúng xuất hiện. Sau đó, thông qua hành động có ý thức, bạn có thể ngắt quãng, hủy bỏ những suy nghĩ này và thay thế chúng bằng những khẳng định tích cực và mang tính xây dựng hơn. Kết quả là, phương pháp này giúp giảm thiểu tác động của suy nghĩ tiêu cực đến sức khỏe tinh thần và cảm xúc của bạn, đồng thời nuôi dưỡng một tâm trạng tích cực và tăng cường sức chịu đựng của tâm lý tổng thể. Phương pháp này đặc biệt hữu ích trong việc xây dựng thói quen chánh niệm và suy nghĩ tích cực, dẫn đến cải thiện sức khỏe tinh thần và cân bằng cảm xúc.

Kỹ thuật này bao gồm ba bước chính:

Bước 1: Nhận biết (Recognize)

- Xác định suy nghĩ tiêu cực: Khi một suy nghĩ tiêu cực xuất hiện, hãy nhận biết nó. Bạn càng sớm nhận ra nó, nó càng ít có khả năng phát triển. Suy nghĩ tiêu cực có thể là một suy nghĩ tự phê bình, một nỗi lo, một phán xét, hoặc bất kỳ quan điểm bi quan nào.

- Thừa nhận suy nghĩ tiêu cực: Đầu tiên, hãy thừa nhận rằng những suy nghĩ tiêu cực đang tồn tại. Điều này không có nghĩa là bạn chấp nhận chúng như một phần không thể thay đổi của bản thân, mà nhận thức rằng chúng đang hiện diện và ảnh hưởng đến bạn.

Bước 2: Hủy bỏ (Cancel)

Ngay khi bạn nhận biết mình có một suy nghĩ tiêu cực, hãy nói trong tâm trí (hoặc thậm chí nói lớn ra nếu có thể): "Hủy bỏ", "Xóa", "Xóa sạch", hoặc bất kỳ từ nào khác giúp bạn xóa bỏ suy nghĩ này. Đối với một số người, hình dung suy nghĩ tiêu cực bị gạch bỏ, bị xóa bằng tẩy, hoặc thậm chí biến mất trong không khí cũng rất hiệu quả. Đây là sự ngắt quãng có ý thức của quá trình suy nghĩ tiêu cực.

Bước 3: Thay thế (Replace)

- Đưa ra một khẳng định tích cực hoặc suy nghĩ xây dựng: Ngay sau khi bạn hủy bỏ, hãy thay thế bằng một phát ngôn tích cực hoặc một suy nghĩ xây dựng hơn. Nếu bạn có suy nghĩ tiêu cực là "Tôi không đủ giỏi để làm điều này" hãy thay thế nó bằng "Tôi có khả năng học hỏi, cải thiện và tôi tiến bộ mỗi ngày". Thay vì "người đó không thương yêu mình", hãy thay thế bằng "tôi xứng đáng được yêu thương và tôn trọng".

- Sử dụng bằng chứng cụ thể: Neo suy nghĩ tích cực của bạn vào thực tế bằng cách nhớ lại những thành công hoặc sức mạnh trước đây, "Tôi đã vượt qua thách thức trước đây và đã thành công", "Tôi là người kiên cường và có năng lực".

- Hình dung tưởng tượng: Tại đây, bạn có thể hình dung tưởng tượng một kết quả tích cực như hình ảnh của bạn khi đạt được thành công, cảm giác tự tin khi đạt được thành tựu.

Tình huống minh họa

Anh Bình làm việc trong một công ty lớn và gần đây anh ấy nhận thấy mình thường xuyên cảm thấy lo lắng về việc không hoàn thành được công việc đúng hạn. Suy nghĩ này khiến anh cảm thấy mất tự tin và ảnh hưởng đến chất lượng công việc.

Áp dụng kỹ thuật RCR cho trường hợp của anh Bình như sau:

Bước 1: Nhận biết (Recognize)

Anh Bình nhận biết rằng suy nghĩ "Tôi sẽ không bao giờ hoàn thành công việc này đúng hạn" là tiêu cực và không giúp ích được gì cho anh ấy.

Bước 2: Hủy bỏ (Cancel)

Mỗi khi suy nghĩ này xuất hiện, anh Bình tự nhủ: "Hủy bỏ suy nghĩ tiêu cực này". Anh cũng tưởng tượng ra việc mình xóa bỏ suy nghĩ tiêu cực như xóa một dòng chữ trên máy tính.

Bước 3: Thay thế (Replace)

Sau khi hủy bỏ suy nghĩ tiêu cực, anh Bình thay thế nó bằng một suy nghĩ tích cực và hữu ích hơn: "Tôi có thể quản lý thời gian và nhiệm vụ của mình một cách hiệu quả. Mỗi bước tiến nhỏ cũng là một thành công. Tôi sẽ tập trung vào công việc một cách lạc quan và tích cực".

Áp dụng kỹ thuật RCR, anh Bình có thể giảm bớt lo lắng, tăng cường sự tự tin và cải thiện hiệu quả công việc. Kỹ thuật này không chỉ giúp ích trong công việc mà còn có thể áp dụng trong nhiều tình huống khác trong cuộc sống hằng ngày.

Như mọi kỹ thuật, RCR trở nên hiệu quả hơn với việc thực hành thường xuyên. Càng thực hành nhiều, nó càng trở nên tự động. Theo thời gian, bạn sẽ thấy rằng suy nghĩ tiêu cực ít có cơ hội xuất hiện và những khẳng định tích cực tự nhiên hiện diện trong tâm trí bạn nhiều hơn.

Mẹo bổ sung		
Ghi chép	**Thực hành chánh niệm**	**Xây dựng môi trường hỗ trợ**
Viết ra suy nghĩ tiêu cực trên trang giấy và sau đó gạch bỏ chúng trước khi viết một điều tích cực có thể tăng cường hiệu quả của kỹ thuật RCR.	Kết hợp kỹ thuật này với chánh niệm có thể tăng cường nhận thức về mô hình suy nghĩ của bạn, giúp cho việc nhận ra suy nghĩ tiêu cực sớm trở nên dễ dàng hơn.	Hãy tạo dựng một môi trường tích cực xung quanh bạn. Tham gia vào đội nhóm những con người tích cực, môi trường lành mạnh giúp tăng cường sức khỏe tinh thần, xây dựng các mối quan hệ hỗ trợ.

Nhớ rằng kỹ thuật RCR là một công cụ để giúp bạn quản lý thói quen suy nghĩ tiêu cực và không phải là sự thay thế cho liệu pháp chuyên nghiệp hoặc tư vấn y tế. Nếu suy nghĩ tiêu cực quá mức hoặc kéo dài, bạn nên tìm sự giúp đỡ của một chuyên gia sức khỏe tâm thần hoặc nhà trị liệu tâm lý.

Vận động

Có những lúc tôi cũng cảm thấy cạn kiệt năng lượng hoặc đôi khi một vài sự việc xảy ra khiến tôi thấy khó chịu và bực bội. Trong những khoảnh khắc ấy, tôi đã tìm ra một cách hiệu quả để thay đổi trạng thái tinh thần của mình, đó chính là thông qua vận động. Việc đi bộ ngoài trời, hay tham gia vào lớp học múa, khiêu vũ không chỉ giúp tôi thư giãn, mà còn kích thích cơ thể sản xuất endorphin – "hormone hạnh phúc". Endorphin như một làn gió mới, xua tan đi những ý nghĩ tiêu cực và loại bỏ hormone độc tố như cortisol khỏi cơ thể.

Khi đó, tôi cảm nhận được sự thay đổi rõ rệt trong tâm trạng. Mọi căng thẳng, mệt mỏi như được gột rửa, thay vào đó là cảm giác nhẹ nhàng, yên bình. Đó không chỉ là sự thay đổi về mặt thể chất mà còn là một cách để gột rửa tinh thần thần, giúp tôi lấy lại sự cân bằng và hòa nhập trở lại với cuộc sống một cách tích cực hơn.

Qua thời gian, tôi nhận ra rằng, việc kết hợp giữa vận động và thiền định, lắng nghe bản thân không chỉ giúp cải thiện tình trạng sức khỏe mà còn là phương pháp tự chăm sóc tinh thần vô cùng hiệu quả. Mỗi bước chân trên con đường đi bộ, mỗi động tác múa duyên dáng không chỉ là sự vận động mà còn là quá trình tìm kiếm và phục hồi sức mạnh nội tâm. Đó là hành trình tôi chọn để nuôi dưỡng tâm hồn, giữ cho tinh thần luôn trong trạng thái tốt nhất, sẵn sàng đối mặt và vượt qua mọi thách thức của cuộc sống.

Vệ sinh giấc ngủ

Giấc ngủ không chỉ giúp cho tâm trí được nghỉ ngơi, tái tạo năng lượng, mà biết cách tận dụng sức mạnh tiềm thức trong lúc ngủ sẽ giúp bạn khai thác được những ý tưởng sáng tạo, tìm được giải pháp cho những vấn đề nan giải. Tôi dành hẳn một chương để viết chi tiết về cách vệ sinh giấc ngủ, rèn luyện để ngủ ngon và cách khai thác sức mạnh của giấc ngủ. Bạn có thể đọc chi tiết về phần này tại Chương 3: Bí mật của giấc ngủ và kỹ thuật điều khiển giấc mơ.

Dành thời gian ngoài trời

Trong những lúc tâm trạng không được tốt, tìm về với thiên nhiên luôn là lựa chọn tuyệt vời để tái tạo năng lượng cho tâm hồn. Dành thời gian ngoài trời, đặc biệt là ở những không gian xanh như làng quê, bờ biển hay công viên không chỉ giúp tôi cảm thấy thư thái mà còn tăng cường sức khỏe tinh thần.

Đắm mình trong không gian yên bình của làng quê, ngắm nhìn những cánh đồng xanh mướt, hít thở không khí trong lành giúp tâm trí tôi được hồi sinh. Hay những chuyến đi biển, lắng nghe tiếng sóng vỗ, hít hà hơi gió mặn mòi khơi dậy cảm giác tự do, khiến những lo âu, căng thẳng như được gột rửa.

Công viên cũng thường là nơi tôi thường xuyên tìm đến khi muốn thoát khỏi nhịp sống hối hả của thành phố. Việc dạo bộ dưới bóng cây rợp mát, ngồi thư giãn bên hồ nước hay thậm chí là đọc sách dưới ánh nắng nhẹ nhàng, mỗi hoạt động đều mang lại cho tôi sự bình yên, giúp tái tạo năng lượng tích cực.

Làm vườn cũng là một hoạt động giản dị nhưng đầy thú vị, nó giúp tôi cảm nhận được niềm vui từ việc chăm sóc và quan sát sự phát triển của thực vật. Làm vườn dưới ánh nắng mặt trời không chỉ giúp tôi cảm thấy gắn kết hơn với thiên nhiên mà còn cung cấp vitamin D – một yếu tố quan trọng trong việc tăng cường sản xuất hormone hạnh phúc như serotonin và endorphin, làm giảm bớt cảm giác stress và lo âu.

Thời gian dành cho việc ở ngoài trời, nhất là trong những không gian xanh, không chỉ giúp cải thiện tâm trạng mà còn là bí quyết giúp hồi phục tâm trí, mang lại sự cân bằng và bình yên cho cuộc sống. Thiên nhiên không chỉ là nguồn cảm hứng vô tận mà còn là nơi chữa lành tuyệt vời cho tâm hồn.

Hoạt động sáng tạo để buông và trôi

Bạn có biết rằng tựa đề và ý tưởng cho quyển sách ***Giải mã Alpha*** này đã xuất hiện với tôi vào một khoảnh khắc đầy xúc cảm. Khi tôi đang cố gắng tìm chút thư giãn sau một ngày làm việc đầy căng thẳng, và khi tâm hồn tôi chênh vênh trước tình trạng sức khỏe của mẹ, tôi đã tìm đến những điệu nhảy hip-hop như một cách để giải tỏa. Và rồi, trong lúc đắm mình vào từng nhịp điệu, tôi bỗng như trôi dạt vào thế giới Alpha – nơi mọi ý tưởng về cuốn sách này bắt đầu hình thành. Chính trong sự hòa mình vào từng chuyển động ấy, tôi đã tự nhiên kết nối được với trạng thái "flow" và từ đó tạo nên cuốn sách mà bạn đang cầm trên tay.

Trạng thái "flow" hay "dòng chảy" được mô tả trong tác phẩm *Flow* của Mihaly Csikszentmihalyi là một trạng thái tinh thần mà bạn hoàn toàn đắm chìm vào hoạt động, mất ý thức về thời gian và không gian. Đây là thời điểm khi tâm trí và cơ thể hợp nhất, giúp bạn đạt được sự tập trung tối đa và làm mới tinh thần. Tham gia vào các hoạt động sáng tạo như nghệ thuật, âm nhạc, hoặc khiêu vũ là một cách tuyệt vời để biểu đạt cảm xúc và đạt được trạng thái này.

- *Nghệ thuật*: Hội họa, điêu khắc hoặc tạo hình là cách để bạn biểu đạt cảm xúc thông qua hình ảnh và màu sắc. Bạn không cần phải là một nghệ sĩ chuyên nghiệp; quan trọng là bạn cảm thấy tự do sáng tạo và bộc lộ cảm xúc của mình.

- *Âm nhạc*: Chơi một nhạc cụ, sáng tác bài hát, hoặc thậm chí chỉ lắng nghe và hòa mình vào âm nhạc đều có thể giúp bạn kết nối sâu sắc với cảm xúc của mình.

- *Khiêu vũ*: Các loại hình múa, khiêu vũ truyền thống, đương đại hay hiện đại như hip-hop,... cho phép cơ thể bạn diễn tả những gì không thể nói ra bằng ngôn ngữ. Đây là cách tuyệt vời để giải phóng năng lượng và tạo ra sự cân bằng giữa cơ thể và tâm trí.

Bước vào trạng thái "flow"

Chọn một hoạt động sáng tạo mà bạn yêu thích và đã quen thuộc. Điều này giúp bạn dễ dàng hơn trong việc đắm chìm vào công việc mà không cảm thấy phải ý thức và bị căng thẳng.

Để bản thân hoàn toàn đắm chìm vào hoạt động, không cần phải theo dõi thời gian hay lo lắng về sự hoàn hảo hay kết quả cuối cùng. Sự trải nghiệm quan trọng hơn kết quả.

Kết hợp sáng tạo và vào trạng thái Alpha

Đi vào Alpha nhanh trước khi bắt đầu hoạt động sáng tạo giúp tâm trí bạn lắng đọng và dễ dàng bước vào trạng thái "flow". Bạn có thể kết hợp kỹ thuật hít thở sâu trong khi sáng tạo để giữ cho tâm trí bình tĩnh và tập trung.

Thực hành thường xuyên

Thực hành các hoạt động sáng tạo đều đặn để dễ dàng bước vào trạng thái "flow" hơn. Đừng lo lắng về việc phải đạt được kết quả hoàn hảo. Điều quan trọng là quá trình sáng tạo và trạng thái tinh thần bạn đạt được trong quá trình đó.

Trạng thái "flow" không chỉ giúp bạn trở nên sáng tạo hơn mà còn là một cách tuyệt vời để chăm sóc tinh thần và cơ thể, mang lại sự cân bằng và hạnh phúc trong cuộc sống hằng ngày. Hãy để bản thân đắm chìm trong những hoạt động sáng tạo mà bạn yêu thích và cảm nhận sự thay đổi tích cực trong tâm hồn.

Dọn dẹp không gian sống

Ngôi nhà của bạn không chỉ là một không gian vật lý nơi bạn nghỉ ngơi và dành thời gian với người thân, mà nó còn là một đền thờ thiêng liêng nơi tâm hồn bạn tìm thấy sự an yên cũng như sức mạnh. Conny Mendez – một chuyên gia siêu hình nổi tiếng – đã nhấn mạnh tầm quan trọng của việc nuôi dưỡng một môi trường hài hòa để thu hút năng lượng tích cực của vũ trụ.

Hãy cùng khám phá chi tiết hơn về cách làm cho môi trường nhà bạn phù hợp với các nguyên tắc của Conny Mendez.

Dọn dẹp rác

"Rác" đại diện cho năng lượng bị kẹt và thiếu dòng chảy trong cuộc sống của bạn. Nó khiến bạn cảm thấy choáng ngợp và căng thẳng, điều này trái ngược hoàn toàn với việc thu hút năng lượng tích cực. Hãy tưởng tượng bạn mở tủ quần áo và đối mặt với đống giày không xếp theo đôi, cả mớ túi xách bạn đã không sử dụng trong nhiều năm, và chồng quần áo bạn chưa mặc từ thập kỷ trước. Mỗi lần bạn mở cửa tủ, bạn cảm thấy một cảm giác đau đầu, rối loạn và sợ hãi.

Dành một cuối tuần để dọn dẹp tủ quần áo. Quyên góp những thứ bạn không cần cho tổ chức từ thiện hoặc cái nào không thể dùng được nữa thì bỏ bớt. Sắp xếp các món đồ còn lại một cách gọn gàng để mỗi lần bạn mở tủ, bạn cảm thấy một cảm giác bình yên, có trật tự và hướng đến thành tựu.

Tạm biệt kỷ vật tiêu cực

Bạn có đang giữ lại những đồ vật từ mối quan hệ trong quá khứ hoặc giai đoạn đau khổ trong đời bạn? Những bức ảnh phai màu của người tình cũ đã làm tan nát trái tim bạn và mỗi lần nhìn thấy bạn lại cảm thấy buồn da diết.

Giữ lại những kỷ vật buồn từ quá khứ sẽ luôn kết nối với năng lượng tiêu cực. Hãy vứt bỏ hoặc tái chế chúng và thay thế bằng những đồ vật mang lại niềm vui cho bạn – có thể là một bức ảnh chụp từ một chuyến đi chơi vui vẻ với bạn bè hoặc một khoảnh khắc quý giá với gia đình.

Sửa chữa hoặc thay thế đồ vật hỏng

Đồ vật hỏng biểu tượng cho những thứ trong cuộc sống của bạn cần được sửa chữa. Chúng làm giảm năng lượng rung động trong ngôi nhà của bạn. Sự hỏng hóc này cũng biểu hiện cho sự chấp nhận của bạn đối với những thứ "hỏng", "hư" và "thiếu hoàn chỉnh" trong cuộc sống.

Tủ bếp có một tay cầm luôn lung lay mỗi khi bạn chạm vào? Hãy sửa nó ngay lập tức. Hành động nhỏ này không chỉ cải thiện năng lượng của ngôi nhà mà còn khiến bạn cảm thấy chủ động và tích cực hơn.

Loại bỏ những đồ vật lỗi thời

Việc giữ chặt những thứ cũ kỹ từ quá khứ sẽ ngăn chặn năng lượng mới tiến vào cuộc sống của bạn. Những cuốn giáo trình đại học hay những cuốn tiểu thuyết mà bạn không bao giờ đọc lại đang đóng bụi trên kệ. Chúng chiếm dụng không gian quý giá và chỉ thu hút bụi bặm mà thôi.

Bạn có thể quyên góp sách cho thư viện địa phương hoặc trường học, để dành chỗ cho những cuốn sách mới phù hợp với sở thích và sự phát triển hiện tại của bạn.

Dọn dẹp tranh ảnh, đồ vật trang trí nghệ thuật năng lượng thấp

Nghệ thuật và trang trí trong nhà nên truyền cảm hứng và nâng cao tâm trạng của bạn. Bạn có một bức tranh về khu rừng u ám, âm u treo trong phòng ngủ. Mặc dù nó có thể rất nghệ thuật, nhưng nó không gợi lên cảm giác bình yên hoặc hạnh phúc khi bạn nhìn vào nó.

Hãy thay thế nó bằng các tác phẩm nghệ thuật làm tinh thần bạn phấn chấn, có thể là một bức tranh về cảnh quan nắng ấm hoặc một câu trích dẫn truyền cảm hứng, đem năng lượng cao và tích cực.

Hạn chế các sản phẩm tẩy rửa độc hại

Hóa chất độc hại không chỉ ảnh hưởng tới môi trường mà còn làm ô nhiễm không gian ngôi nhà của bạn. Bạn đang sử dụng các loại chất tẩy rửa mạnh, chứa hóa chất để lau dọn phòng tắm, và bạn có cảm nhận thấy mùi hương nồng nặc còn vương lại trong nhiều ngày, làm không gian ngột ngạt, khó chịu hơn?

Hãy dần chuyển sang sử dụng sản phẩm làm sạch tự nhiên, thân thiện với môi trường. Các loại tinh dầu như oải hương, hương sả và tràm trà có tính chất kháng khuẩn có thể được sử dụng làm dung dịch tẩy rửa tự chế rất hiệu quả.

Thay thế lời nói hoặc hình ảnh tiêu cực

Lời nói có sức mạnh vô biên, chúng có thể trở thành sự thật và một trải nghiệm cụ thể nếu bạn luôn tập trung vào nó. Bạn có một miếng dán nam châm tủ lạnh hài hước nhưng bi quan nói rằng, "Cuộc sống là một cuộc đấu tranh gian nan mệt mỏi". Mặc dù nó có thể ý nghĩa hoặc châm biếm với một số người, nhưng nó thực chất là một khẳng định tiêu cực và tự động ngày nào bạn cũng cảm thấy cuộc sống thật sự gian nan và mệt mỏi.

Thay thế nó bằng miếng nam châm có thông điệp tích cực như "Cuộc sống tràn đầy ý nghĩa" hoặc "Lòng biết ơn mang lại hạnh phúc". Việc áp dụng những thay đổi này trong không gian sống có thể tạo ra sự khác biệt lớn trong cảm giác của bạn và cách bạn thu hút năng lượng tích cực vào cuộc sống của mình.

Hít thở có kiểm soát

Hít thở là một hành động tự nhiên mà chúng ta thực hiện mỗi ngày, nhưng không phải ai cũng biết cách hít thở đúng để đạt được sự bình tĩnh cho tâm trí và cơ thể. Các kỹ thuật hít thở có kiểm soát có thể giúp giảm stress, bồn chồn và cảm giác bất an. Đây là một phương pháp dễ dàng thực hiện nhưng lại thường bị bỏ qua. Dưới đây là các hướng dẫn chi tiết để bạn bắt đầu theo mức độ từ dễ đến khó hơn:

1. Thở sâu (deep breathing)

Kỹ thuật này giúp đưa nhiều oxy vào cơ thể, từ đó giảm căng thẳng và tạo cảm giác yên bình.

Cách thực hiện:

- Ngồi hoặc nằm thoải mái, giữ lưng thẳng.
- Hít vào thật sâu qua mũi, đếm đến 5.
- Giữ hơi thở trong 3 giây.
- Thở ra từ từ qua miệng, đếm đến 5.
- Thực hiện từ 5-10 phút mỗi ngày, đặc biệt là vào buổi sáng hoặc trước khi đi ngủ.

2. Hít thở bằng bụng (diaphragmatic breathing)

Hít thở bằng bụng giúp cơ thể nhận được nhiều oxy hơn, từ đó kích hoạt hệ thần kinh phó giao cảm, giúp cơ thể thư giãn và giảm căng thẳng.

Cách thực hiện:

- Ngồi hoặc nằm ở vị trí thoải mái, giữ lưng thẳng.
- Đặt một tay lên ngực và tay còn lại lên bụng.
- Hít vào từ từ qua mũi trong khoảng 4 giây, cố gắng để bụng phình ra thay vì ngực.
- Giữ hơi thở trong 2 giây.

- Thở ra từ từ qua miệng trong 6 giây, cảm nhận bụng xẹp lại.
- Lặp lại 10 lần hoặc đến khi bạn cảm thấy bình tĩnh.

3. Kỹ thuật thở hộp (box breathing)

Kỹ thuật này giúp làm giảm căng thẳng, cải thiện sự tập trung và thúc đẩy sự bình tĩnh.

Cách thực hiện:

- Ngồi thẳng lưng hoặc nằm thoải mái.
- Hít vào qua mũi trong 4 giây.
- Giữ hơi thở trong 4 giây.
- Thở ra qua miệng trong 4 giây.
- Giữ hơi thở (không hít vào) trong 4 giây.
- Lặp lại chu kỳ này trong 5-10 phút.

4. Hít thở 4-7-8 (relaxing breath)

Kỹ thuật này giúp làm chậm nhịp tim, giảm căng thẳng và lo âu, đồng thời thúc đẩy giấc ngủ ngon.

Cách thực hiện:

- Ngồi thoải mái với lưng thẳng.
- Hít vào bằng mũi trong 4 giây.
- Giữ hơi thở trong 7 giây.

- Thở ra chậm rãi qua miệng trong 8 giây.
- Lặp lại 4 lần vào buổi sáng và buổi tối. Nếu cần, bạn có thể thực hiện thêm trong ngày.

5. Hít thở luân phiên (Nadi Shodhana)

Đây là một kỹ thuật hít thở từ yoga, giúp cân bằng hệ thần kinh và tăng cường sự tập trung.

Cách thực hiện:

- Ngồi ở tư thế thoải mái với lưng thẳng.
- Dùng ngón cái tay phải bịt lỗ mũi phải lại.
- Hít sâu qua lỗ mũi trái trong 4 giây.
- Bịt lỗ mũi trái lại bằng ngón áp út, giữ hơi thở trong 4 giây.
- Mở lỗ mũi phải và thở ra trong 6 giây.
- Lặp lại quy trình này 5-10 lần, bắt đầu và kết thúc bằng việc hít vào qua lỗ mũi trái.

Để có kết quả tốt nhất, hãy dành 5-10 phút mỗi ngày để thực hành một trong những kỹ thuật hít thở này. Khi đã quen, bạn có thể tăng thời gian thực hành lên 15-20 phút, hoặc áp dụng kỹ thuật này bất cứ khi nào cảm thấy căng thẳng hoặc lo lắng.

Kỹ thuật hít thở có thể kết hợp với thiền hoặc vào trạng thái Alpha để đạt được hiệu quả tối đa trong việc thư giãn tâm trí và cân bằng năng lượng. Hãy bắt đầu ngay hôm nay để trải nghiệm những lợi ích mà việc hít thở đúng cách mang lại!

CHƯƠNG 3

BÍ MẬT CỦA GIẤC NGỦ VÀ KỸ THUẬT ĐIỀU KHIỂN GIẤC MƠ

Khi tôi và chồng tham dự buổi tổng duyệt cho một show diễn giống như Broadway ở Atlanta, chúng tôi không chỉ bị cuốn hút bởi màn trình diễn ngoạn mục mà còn bởi Beatrice – nhà sản xuất chương trình. Cô ấy đẹp một cách bí ẩn, sang trọng, rực rỡ và tràn đầy năng lượng. Sau buổi tổng duyệt, chúng tôi có cơ hội trò chuyện, và tôi thực sự bất ngờ khi biết cô ấy đã 66 tuổi, nhìn cô ấy trông trẻ hơn hàng chục tuổi.

"Làm thế nào mà trông cô năng lượng và trẻ trung đến vậy?", tôi tò mò hỏi.

"Ngủ, ngủ và ngủ nhiều hơn nữa", cô ấy trả lời với nụ cười rạng rỡ.

Cuộc trò chuyện này đã gây cho tôi ấn tượng mạnh về sức mạnh phi thường của giấc ngủ trong việc đẩy ngược quá trình lão hóa. Trong phạm vi chương này, tôi sẽ chia sẻ các nội dung liên quan đến giấc ngủ, một trong 6 yếu tố giúp duy trì ngôi đền tuổi trẻ. Các yếu tố còn lại giúp trẻ hóa và lão hóa ngược sẽ được tôi đề cập ở các chương tiếp sau.

Điều gì xảy ra khi bạn ngủ?

Vượt ra khỏi lợi ích đơn thuần là sự nghỉ ngơi và tái tạo năng lượng, giấc ngủ là cánh cổng dẫn đến các trạng thái ý thức khơi nguồn cho sự sáng tạo ẩn sâu bên trong.

Theo bác sĩ, giáo sư, Tiến sĩ Carl W. Bazil, "Não của bạn thực sự hoạt động rất tích cực trong khi bạn đang ngủ để làm những việc quan trọng – nó không đơn thuần chỉ nghỉ ngơi".

Trong khi ngủ, chúng ta trải qua các trạng thái sóng não như Alpha, Theta và Delta.

Sóng Alpha chiếm ưu thế khi chúng ta bắt đầu đi vào giấc ngủ, giúp buông bỏ những lo lắng và căng thẳng hằng ngày. Trạng thái này là mảnh đất màu mỡ cho sự sáng tạo và những giải pháp nảy mầm, nó giống như là một buổi tập luyện để đối phó với những thách thức trong thế giới thức tỉnh vốn chịu sự chi phối của sóng Beta.

Sau đó là giai đoạn sóng Theta, đưa chúng ta vào giấc ngủ sâu hơn, những giấc mơ ngắn bắt đầu xuất hiện. Trong giai đoạn này, não bộ của chúng bắt đầu hoạt động độc lập, tạo ra những hình ảnh, âm thanh và cảm xúc sống động, mang đến những gợi ý sâu sắc về những thách thức mà chúng ta đang phải đối mặt trong cuộc sống.

Cuối cùng, sóng não Delta đưa chúng ta vào giai đoạn sâu nhất của giấc ngủ, não bộ hoạt động chậm hơn, nhưng lại có khả năng kết nối các vùng não khác nhau một cách mạnh mẽ, tạo ra những giấc mơ dài và chi tiết, thường mang tính ẩn dụ hoặc tượng trưng. Tại đây, chế độ tự chữa lành của cơ thể được kích hoạt, cơ thể chúng ta được phục hồi về mặt thể chất, giúp chúng ta thức dậy tràn đầy sức sống và sẵn sàng đối mặt với một ngày mới đầy những nhiệm vụ và thách thức.

Bạn có thể nghĩ rằng giấc ngủ là khoảng thời gian nghỉ ngơi trong ngày khi không có gì liên quan hoặc giúp ích cho bạn hoàn thành các nhiệm vụ, mục tiêu và mục đích của mình. Bạn sẽ ngạc nhiên khi biết rằng chúng ta có thể kiểm soát giấc ngủ của mình và làm cho nó hoạt động hiệu quả hơn nhiều lần trong khi nghỉ ngơi, chữa lành, làm mới,... và đạt mục tiêu!

Kể từ khi gặp Beatrice, định nghĩa về giấc ngủ của tôi đã hoàn toàn thay đổi. Nó không chỉ là cách để kết thúc một ngày và bắt đầu ngày mới, mà là hành trình dẫn dắt tôi qua các trạng thái ý thức khác nhau, mang đến sự phục hồi về thể chất và tinh thần. Mỗi đêm, khi chìm vào giấc ngủ, tôi cảm nhận như đang bước vào một thế giới kỳ ảo, nơi trí tưởng tượng bay bổng cùng những giấc mơ đầy màu sắc. Nó không chỉ là sự nghỉ ngơi đơn thuần, mà còn là "cuộc phiêu lưu" của tâm trí, giúp tôi khám phá bản thân, giải mã những thách thức của cuộc sống và khơi dậy nguồn trí tuệ tiềm ẩn bên trong. Giấc ngủ giờ đây đối với tôi như một công cụ nhiệm màu, giúp tôi duy trì sự trường thọ, sự minh mẫn và tận hưởng cuộc sống trọn vẹn hơn.

Các giai đoạn của giấc ngủ

Giấc ngủ là một quá trình phức tạp và quan trọng của cơ thể, bao gồm nhiều giai đoạn khác nhau, mỗi giai đoạn có những dạng sóng não và đặc điểm sinh lý độc đáo, chia thành hai loại chính: giấc ngủ không chuyển động mắt nhanh (Non-REM) và giấc ngủ chuyển động mắt nhanh (REM).

Giấc ngủ không chuyển động mắt nhanh (Non-REM)

Giấc ngủ Non-REM được chia thành ba giai đoạn:

Giai đoạn đầu tiên Non-REM 1 (N1) – Giấc ngủ nhẹ: Giai đoạn đánh dấu sự chuyển tiếp từ trạng thái thức sang ngủ. Trong giai đoạn này, mắt chuyển động chậm, cơ bắp giảm hoạt động và sóng não chậm lại. Giai đoạn này kéo dài khoảng 5-10 phút.

Giai đoạn Non-REM 2 (N2) – Giấc ngủ trung gian: Giai đoạn này chứng kiến sự chậm lại của nhịp tim và sóng não hiển thị một mô hình mới với những cơn sóng nhanh đột ngột gọi là sleep spindles và K-complexes. Giai đoạn này kéo dài khoảng 20 phút và chiếm khoảng 45-55% tổng thời gian ngủ ở người lớn.

Giai đoạn Non-REM 3 (N3) – Giấc ngủ sâu: Giai đoạn này được sóng não Delta chiếm ưu thế. Loại sóng này chậm hơn, làm cho việc đánh thức ai đó trong giai đoạn này trở nên khó khăn. Giai đoạn này rất quan trọng cho giấc ngủ phục hồi, giúp củng cố trí nhớ và phục hồi tế bào và thể chất. Thời lượng của giai đoạn này sẽ giảm theo tuổi tác.

Sau các giai đoạn Non-REM sẽ là giai đoạn giấc ngủ chuyển động mắt nhanh REM.

Giấc ngủ chuyển động mắt nhanh (REM)

Giấc ngủ REM xuất hiện khoảng 90 phút sau khi bắt đầu ngủ. Đây là giai đoạn đặc trưng với chuyển động mắt nhanh, hoạt động não tăng cao, xuất hiện nhiều giấc mơ sống động. Cơ thể trong giai đoạn này trải qua một hiện tượng độc đáo gọi là antonia – tình trạng liệt cơ tạm thời. Sóng não trong giai đoạn này tương tự như khi tỉnh thức, cần thiết cho các chức năng nhận thức như ghi nhớ, học tập và sáng tạo. Điều thú vị là giai đoạn REM đầu tiên ngắn (khoảng 10 phút), nhưng mỗi giai đoạn REM sau này kéo dài hơn và giai đoạn cuối cùng có thể kéo dài lên đến một giờ.

Một chu kỳ ngủ đầy đủ, bao gồm tất cả các giai đoạn Non-REM và REM, kéo dài khoảng 90 đến 110 phút, với người lớn thường trải qua 4-5 chu kỳ mỗi đêm. Tỷ lệ giữa REM và Non-REM thay đổi suốt đêm, thường tăng về phía buổi sáng. Giấc mơ diễn ra sống động và thường xuyên hơn trong giấc ngủ REM, nó đóng vai trò trong việc xử lý cảm xúc, ghi nhớ và giải quyết vấn đề. Tiến trình phân bố các giai đoạn ngủ theo cấu trúc khác nhau nhấn mạnh sự quan trọng của từng giai đoạn trong việc duy trì sức khỏe tổng thể.

Sự gián đoạn giấc ngủ có thể dẫn đến các rối loạn giấc ngủ và ảnh hưởng đến sức khỏe thể chất, tinh thần và cảm xúc.

Chú thích:

"Sleep spindles" và "K-complexes" là những đặc trưng quan trọng của sóng não trong giai đoạn N2 của giấc ngủ không chuyển động mắt nhanh (Non-REM).

- *Sleep spindles:* Đây là những cơn sóng não ngắn, có tần số cao, xuất hiện trong EEG (điện não đồ) của người ngủ. Chúng kéo dài từ 0,5 đến 1,5 giây và thường xảy ra với tần số khoảng 11-16 Hz. Sleep spindles được cho là có vai trò quan trọng trong việc bảo vệ sự trấn an của giấc ngủ, cũng như trong việc tích hợp thông tin và học tập. Nói cách khác, chúng giúp tăng cường sự ổn định của giấc ngủ và hỗ trợ quá trình học và ghi nhớ.

- *K-complexes:* Đây là những sóng não lớn và chậm, cũng thấy trong giai đoạn N2 của giấc ngủ Non-REM. K-complexes thường xuất hiện đột ngột và có thể kéo dài khoảng 1 giây. Chúng được cho là phản ứng của não đối với các kích thích môi trường tiềm ẩn (như tiếng động) và giúp ngăn chặn việc thức giấc. K-complexes cũng đóng vai trò trong việc duy trì giấc ngủ sâu và có thể tham gia vào quá trình xử lý thông tin trong lúc ngủ.

Cả sleep spindles và K-complexes đều được nghiên cứu rộng rãi vì vai trò của chúng trong việc duy trì giấc ngủ chất lượng và sự ổn định của trạng thái ngủ.

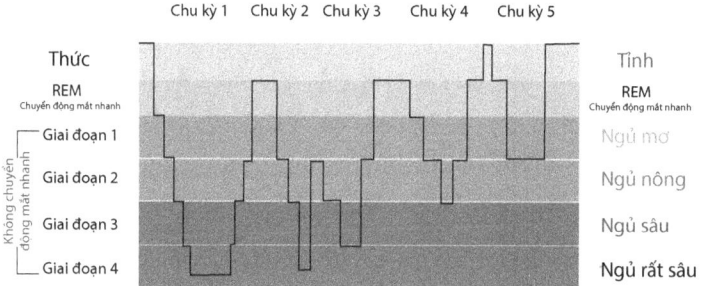

Chu kỳ giấc ngủ

Lợi ích của giấc ngủ chất lượng và cái giá của sự thiếu ngủ

Giáo sư, bác sĩ thần kinh học Caitlin Tynan Doyle tại Trung tâm Y khoa Đại học Columbia chia sẻ rằng: "Nếu bạn không ngủ hoặc ngủ không đủ, bạn sẽ không thể hoạt động ở nhiều cấp độ hiệu quả rất cần thiết cho tâm trí và sức khỏe".

Arianna Huffington, đồng sáng lập của HuffPost, là một tấm gương thành công của phụ nữ trong giới truyền thông. Tuy nhiên, vào năm 2007, cô ấy đã ngã quỵ vì kiệt sức, tỉnh dậy trong một vũng máu với xương gò má bị gãy. Sự kiện đáng sợ này đã dẫn cô ấy vào một cuộc hành trình để định nghĩa lại thành công và sức khỏe. Và nó thành nguồn cảm hứng cho cuốn sách đột phá của cô: *The Sleep Revolution* (Cuộc cách mạng giấc ngủ).

Trong cuốn sách của mình, Huffington phơi bày mặt tối của xã hội thiếu ngủ, cảnh báo về việc tôn vinh "văn hóa làm việc kiệt sức." Cô ấy cho rằng giấc ngủ không phải là một thứ xa xỉ, mà đó là một nhu cầu không thể thương lượng và vô cùng quan trọng cho sức khỏe thể chất – tinh thần của chúng ta. Trong một nền văn hóa thường đề cao làm việc quá sức và coi giấc ngủ như "lãng phí thời gian", thông điệp của Huffington là một lời cảnh báo và kêu gọi sự thay đổi. Cô ấy đào sâu vào các nghiên cứu khoa học liên kết thiếu ngủ với nhiều vấn đề: từ giảm năng suất và chức năng nhận thức đến tăng nguy cơ mắc các bệnh như tiểu đường và bệnh tim.

Hành trình của chính Huffington là một lời nhắc nhở xúc động: Không có thành công nào đáng giá bằng việc hy sinh sức khỏe của chúng ta. Thông qua "Cuộc cách mạng giấc ngủ", cô ấy đã trang bị cho mọi người kiến thức để lấy lại giấc ngủ và qua đó, lấy lại cuộc sống chất lượng hơn.

Ngủ đủ giấc mang lại nhiều lợi ích cho sức khỏe thể chất và tinh thần, cũng như cải thiện hiệu suất và chất lượng cuộc sống nói chung.

Về mặt thể chất, giấc ngủ là cần thiết cho việc phục hồi và sửa chữa cơ thể, bao gồm các mô, cơ bắp và cơ quan trong cơ thể. Nó đóng vai trò quan trọng trong việc tăng cường hệ thống miễn dịch, hỗ trợ chuyển hóa và duy trì cân nặng ổn định. Giấc ngủ ngon và đủ cũng giúp điều chỉnh huyết áp, cải thiện sức khỏe tim mạch và giảm nguy cơ mắc các bệnh liên quan đến tim mạch.

Về mặt tinh thần, giấc ngủ quan trọng cho các chức năng nhận thức như trí nhớ, học tập, kỹ năng giải quyết vấn đề và sự sáng tạo.

Nó giúp não bộ linh hoạt và tinh tế hơn trong việc xử lý thông tin mới. Hơn nữa, ngủ đủ giấc giúp điều chỉnh tâm trạng tốt hơn và giảm nguy cơ rối loạn tinh thần như trầm cảm và lo âu.

Về mặt hiệu suất, giấc ngủ ngon sẽ giúp cải thiện sự tập trung, tạo trạng thái tỉnh táo và khả năng phản xạ linh hoạt hơn, giúp giảm nguy cơ tai nạn, đặc biệt trong các hoạt động đòi hỏi sự tập trung liên tục như lái xe.

Về mặt sức khỏe tổng thể, giấc ngủ đủ và chất lượng giúp kéo dài tuổi thọ, cải thiện cảm xúc, xây dựng sự hài hòa với các mối quan hệ xã hội và gia tăng sự hài lòng trong cuộc sống.

Ngược lại, cái giá của việc thiếu ngủ thì rất đắt. Thiếu ngủ có thể dẫn đến nhiều hệ lụy nghiêm trọng! Về mặt thể chất, thiếu ngủ có thể dẫn đến tăng nguy cơ béo phì, tiểu đường, bệnh tim mạch và một số loại ung thư. Nó cũng làm suy yếu hệ thống miễn dịch, khiến cơ thể dễ bị nhiễm trùng hơn.

Về mặt tinh thần, thiếu ngủ có thể gây ra suy giảm trí nhớ, giảm khả năng tập trung, kém hiệu quả trong việc ra quyết định và thiếu sáng tạo. Nó cũng là thủ phạm gây ra sự thay đổi tâm trạng, mọi người sẽ dễ trở nên cáu kỉnh và tăng nguy cơ mắc các rối loạn trầm cảm, lo âu.

Về mặt hiệu suất, thiếu ngủ có thể dẫn đến suy giảm khả năng phán đoán và phản xạ trở nên chậm chạp hơn, tăng nguy cơ tai nạn và dễ gây ra các sai sót trong công việc. Thiếu ngủ là một trong những nguyên nhân hàng đầu gây ra tai nạn giao thông và tai nạn lao động.

Về mặt chất lượng sống, thiếu ngủ mạn tính có thể làm căng thẳng các mối quan hệ cá nhân, giảm năng suất làm việc và giảm sự hài lòng với cuộc sống. Các tác động sức khỏe lâu dài của việc thiếu ngủ cũng dẫn đến tăng chi phí chăm sóc sức khỏe đối với cá nhân và xã hội nói chung.

Sự đối lập này nhấn mạnh tầm quan trọng của giấc ngủ trong việc duy trì lối sống cân bằng, khỏe mạnh. Mặc dù thi thoảng chúng ta vẫn không thể tránh khỏi việc giấc ngủ bị gián đoạn, tuy nhiên, duy trì sự nhất quán để có được một giấc ngủ chất lượng là vô cùng quan trọng cho một cuộc sống khỏe mạnh và cân bằng.

Ngủ bao nhiêu là đủ?

Theo các nghiên cứu về giấc ngủ của CDC (Trung tâm Kiểm soát và Phòng ngừa Dịch bệnh Hoa Kỳ) và nhiều bài nghiên cứu như: Khuyến nghị về thời lượng ngủ của Quỹ Giấc ngủ Quốc gia của Hirshkowitz và cộng sự (Sleep Health, 2015), Giấc ngủ cho trẻ em của Học viện Y khoa Giấc ngủ Mỹ của Paruthi và cộng sự (J Clin Sleep Med, 2016), Hướng dẫn về giấc ngủ cho người lớn của Watson và cộng sự (Sleep, 2015), ở mỗi độ tuổi, thời lượng cần thiết cho giấc ngủ của mỗi người là khác nhau. Thời gian ngủ hợp lý cho các độ tuổi được khuyến cáo như sau:

Nhóm tuổi	Số tuổi	Số giờ cần ngủ
Trẻ sơ sinh	0-3 tháng	14-17 tiếng/ngày (bao gồm cả giấc ngủ trưa)
Trẻ sơ sinh	4-12 tháng	12-16 tiếng/ngày (bao gồm cả giấc ngủ trưa)
Trẻ mới biết đi	1-2 tuổi	11-14 tiếng/ngày (bao gồm cả giấc ngủ trưa)
Trẻ mẫu giáo	3-5 tuổi	10-13 tiếng/ngày (bao gồm cả giấc ngủ trưa)
Trẻ trong tuổi đi học	6-12 tuổi	9-12 tiếng/ngày
Thanh thiếu niên	13-18 tuổi	8-10 tiếng/ngày
Người trưởng thành	18-60 tuổi	7 tiếng trở lên/đêm
Người cao tuổi	61-64 tuổi	7-9 tiếng/ngày
Người cao tuổi	65 tuổi trở lên	7-8 tiếng/ngày

Mặc dù số giờ ngủ mỗi đêm đóng vai trò quan trọng trong sức khỏe của bạn, nhưng còn một khía cạnh khác cần xem xét: chất lượng giấc ngủ. Hãy tưởng tượng, bạn vừa có một giấc ngủ trọn vẹn 8 tiếng, nhưng bạn thức dậy và cảm thấy như bạn chỉ mới chợp mắt. Đó là dấu hiệu điển hình của chất lượng giấc ngủ kém. Ngoài ra, bạn cũng dễ dàng nhận biết chất lượng giấc ngủ qua các dấu hiệu khác như: thường xuyên thức giấc giữa đêm, trằn trọc khó ngủ, ngủ ngáy hoặc thở hổn hển đột ngột. Tin vui là bạn hoàn toàn có thể cải thiện chất lượng giấc ngủ của mình bằng việc áp dụng các thói quen ngủ lành mạnh và tìm kiếm sự trợ giúp y tế nếu cần thiết. Hãy nhớ rằng: Giấc ngủ ngon không chỉ đơn giản là ngủ đủ số giờ, mà còn là ngủ đúng cách để cơ thể được nghỉ ngơi và phục hồi một cách hiệu quả nhất

Những điều nên và không nên làm trước giờ đi ngủ để đảm bảo giấc ngủ ngon

Bryan Johnson, một doanh nhân tỷ phú và là một nhà tiên phong, nổi tiếng không chỉ vì những dự án về "lão hóa ngược và trường thọ" đột phá mà còn vì cam kết bản thân sâu sắc đối với việc tối ưu hóa cơ thể và tâm trí.

Đối với Johnson, sức khỏe không chỉ là một mục tiêu; đó là một sứ mệnh sống. Mọi khía cạnh trong thói quen hằng ngày của ông đều được thiết kế tỉ mỉ để nâng cao hiệu suất thể chất và tinh thần. Ông dành khoảng 2 triệu đôla Mỹ mỗi năm đầu tư cho đội ngũ nhà khoa học theo dõi và đo đạc những thí nghiệm trên cơ thể của mình về dự án này.

Trong số những thói quen sức khỏe của mình, một trong những thói quen có tác động nhất là thói quen trước khi ngủ thiêng liêng của ông. Trong một giờ trước khi đi ngủ, Johnson có ý thức ngắt kết nối với bất cứ điều gì có thể gây căng thẳng hoặc quá kích thích. Khoảng thời gian này là một nơi trú ẩn, một giai đoạn để cơ thể và tâm trí của ông chuyển tiếp một cách bình yên vào giấc ngủ.

Johnson dành thời gian này cho các hoạt động nhẹ nhàng: thiền nhẹ, đọc sách yên bình hoặc suy ngẫm trong yên tĩnh. Mỗi khoảnh khắc là một hành động chăm sóc bản thân, là một minh chứng cho sự tôn trọng không ngừng của ông đối với sức khỏe của mình. Giờ yên tĩnh này không chỉ là một thói quen mà nó còn là một tuyên ngôn về tình yêu và kỷ luật bản thân. Nó là một lời nhắc nhở rằng giữa sự hỗn loạn của một cuộc sống đầy áp lực, việc tạo ra một "góc bình yên" đem đến thay đổi lớn cho sức khỏe và tâm trí.

Để đảm bảo giấc ngủ ngon, hãy loại bỏ một số "kẻ thù nguy hiểm" sau trước giờ đi ngủ:

Các chất kích thích

- Caffein: Có trong cà phê, trà, Cola và sô-cô-la. Caffein có thể làm gián đoạn giấc ngủ của bạn ngay cả nhiều giờ sau khi sử dụng.

- Nicotine: Hút thuốc lá hoặc sử dụng các sản phẩm có chứa nicotine có thể gây khó ngủ, ngủ không sâu giấc, rối loạn hô hấp trong khi ngủ,...

- Đồ uống có cồn: Mặc dù ban đầu đồ uống có cồn khiến bạn dễ ngủ, nhưng nó có thể làm rối loạn chu kỳ giấc ngủ và khiến bạn thức giấc nhiều lần vào ban đêm.

Dinh dưỡng ảnh hưởng tới giấc ngủ

- Thức ăn cay hoặc axit: Các loại thực phẩm cay hoặc có chứa axit làm cho dạ dày hoạt động mạnh hơn, gây nóng rát hoặc ợ nóng, đặc biệt là khi nằm xuống. Điều này có thể gây khó chịu dẫn đến khó ngủ.

- Ăn quá nhiều: Bữa ăn thịnh soạn trước khi đi ngủ có thể gây đầy bụng, khó tiêu, tạo cảm giác nặng nề, khó chịu khi nghỉ ngơi. Hãy cân nhắc một bữa ăn nhẹ nếu bạn cảm thấy hơi đói.

- Nước và đồ uống: Uống quá nhiều nước trước khi ngủ có thể khiến bạn phải đi vệ sinh nhiều lần vào ban đêm, gây gián đoạn giấc ngủ.

Môi trường ngủ "ô nhiễm"

- Ánh sáng mạnh: Ánh sáng xanh từ điện thoại, máy tính bảng, máy tính hoặc các loại sáng sáng mạnh khác có thể can thiệp vào việc sản xuất melatonin của cơ thể, một hormone quan trọng giúp điều hòa giấc ngủ. Nên tắt các thiết bị điện tử ít nhất một giờ trước khi đi ngủ.

- Âm thanh lớn hoặc tiếng ồn: Những tiếng ồn lớn có thể kích thích và làm cho tâm trí của bạn không thể thư giãn để chuẩn bị cho giấc ngủ.

- Chương trình truyền hình hoặc sách kích thích: Nội dung kích thích có thể khiến tâm trí của bạn bị kích động, gây khó khăn trong việc đi vào giấc ngủ.

Hoạt động gián đoạn giấc ngủ

- Hoạt động thể chất mạnh: Nếu bạn tập thể dục mạnh vào buổi tối trước khi đi ngủ, cơ thể sẽ bị kích thích và sẵn sàng cho hoạt động thay vì thư giãn. Điều này có thể làm cho việc thả lỏng và chuẩn bị cho giấc ngủ trở nên khó khăn hơn.

- Hoạt động căng thẳng: Làm việc hoặc các cuộc trò chuyện gây xúc động có thể gây lo lắng, căng thẳng và khó thư giãn để đi vào giấc ngủ.

Làm sao để có giấc ngủ ngon và hiệu quả?

Xây dựng một thói quen ngủ khoa học có thể cải thiện đáng kể chất lượng giấc ngủ của bạn. Bạn có thể tích hợp một số thói quen sau để đảm bảo ngủ ngon giấc về đêm:

Thiết lập lịch trình ngủ đều đặn: Đi ngủ và thức dậy vào cùng một khung giờ cố định mỗi ngày, kể cả vào cuối tuần. Sự nhất quán giúp cơ thể bạn hình thành nhịp sinh học tự nhiên, dễ dàng đi vào giấc ngủ và thức dậy đúng giờ.

Tạo một thói quen thư giãn trước khi ngủ: Tham gia vào các hoạt động thư giãn như đọc sách, tắm nước ấm hoặc thực hành các bài tập thư giãn. Điều này gửi tín hiệu cho cơ thể bạn rằng đã đến lúc cần nghỉ ngơi.

Thực hành kỹ thuật thư giãn và chánh niệm: Thực hành hít thở sâu, thiền định hoặc các bài tập thư giãn cơ bắp để giảm căng thẳng và thả lỏng tâm trí.

Suy ngẫm về những điều tích cực: Việc suy ngẫm về những điều tích cực hoặc biết ơn có thể giúp làm dịu tâm trí và cải thiện chất lượng giấc ngủ.

Tạo môi trường ngủ thoải mái: Đảm bảo phòng ngủ của bạn yên tĩnh, đủ tối và nhiệt độ phù hợp. Cân nhắc sử dụng nút tai, mặt nạ che mắt hoặc máy phát âm thanh trắng nếu cần. Đầu tư nệm và gối chất lượng tốt. Đảm bảo rằng chăn ga gối của bạn thoải mái và phù hợp theo mùa.

Tập thể dục đều đặn: Hoạt động thể chất thường xuyên có thể giúp cải thiện giấc ngủ tốt hơn. Tránh tập luyện mạnh gần giờ đi ngủ.

Hạn chế giấc ngủ trưa: Nếu bạn ngủ quá lâu vào buổi trưa hoặc ngủ trưa quá muộn, thì điều này có thể làm thay đổi chu kỳ tự nhiên của cơ thể và làm cho bạn khó ngủ vào buổi tối. Nếu bạn cần ngủ trưa, hãy giới hạn nó trong 20-30 phút và tránh ngủ vào cuối ngày.

Chuẩn bị cho ngày hôm sau: Sắp xếp quần áo hoặc chuẩn bị bữa trưa cho ngày hôm sau để giảm căng thẳng về việc phải thức dậy sớm và giúp giấc ngủ của bạn thư giãn.

Bằng cách loại bỏ những yếu tố ảnh hưởng đến giấc ngủ, tích hợp những thói quen tốt mỗi ngày, bạn có thể cải thiện đáng kể chất lượng giấc ngủ, mỗi sáng thức dậy luôn cảm thấy tươi mới và tràn đầy năng lượng.

Khôi phục và chuyển hóa giấc ngủ

Khó ngủ hình như là một căn bệnh di truyền của gia đình tôi. Các cô chú, em gái và đặc biệt là mẹ tôi, tất cả đều phải vật lộn với giấc ngủ. Ký ức tuổi thơ của tôi đầy những hình ảnh về cuộc hành trình không ngừng nghỉ của mẹ trong việc tìm kiếm phương pháp chữa trị cho căn bệnh mất ngủ của mình. Bà đã từng dùng thuốc Nam, thuốc Bắc, thử nghiệm với những loại thảo mộc kỳ lạ, đến những giải pháp hiện đại của thuốc Tây. Tuy nhiên, mỗi nỗ lực đều giống như cố gắng nắm bắt cỏ lau trong cơn gió mạnh.

Mọi thứ trở nên tồi tệ hơn khi mẹ tôi được chẩn đoán mắc bệnh ung thư phổi giai đoạn cuối. Tin dữ này giống như một cơn bão làm sụp đổ những nền tảng vững chắc của cuộc đời bà. Từ lâu, giấc ngủ đã là người bạn khó gần, nay lại càng trở nên xa xôi hơn trong cơn bão bệnh tật. Tôi xót xa nhìn mẹ, người phụ nữ từng tràn đầy sức sống, giờ trở nên yếu ớt, gầy guộc, chống chọi với bệnh tật và sự khổ sở của chứng mất ngủ.

Trong những khoảnh khắc u tối ấy, tôi đã tìm thấy một tia hy vọng mong manh: Phương pháp kiểm soát giấc ngủ Silva. Phương pháp này hứa hẹn không chỉ cải thiện giấc ngủ, mà còn mang đến trạng thái nghỉ ngơi sâu và chữa lành. Không suy nghĩ nhiều, tôi đã đăng ký khóa học và trở thành người giảng dạy các kỹ thuật trước khi hướng dẫn mẹ tôi thực hiện chúng.

Tôi ngồi bên giường bà, nhẹ nhàng hướng dẫn mẹ đi qua từng bước của Phương pháp Silva. Tôi hướng dẫn mẹ cách buông bỏ những suy nghĩ rối bời, hít vào sự yên bình và thở ra sự hỗn loạn.

Những nếp nhăn lo lắng trên khuôn mặt mẹ được giãn ra, hơi thở trở nên sâu hơn, cơ thể bà từ từ buông lỏng và đi vào trạng thái thư giãn. Quá trình này diễn ra từ từ, mỗi đêm là một chiến thắng nhỏ khi bà tìm thấy cách để ngủ dễ dàng hơn, sâu hơn. Và rồi những giấc ngủ ngon hơn và sâu hơn quay trở lại, mẹ nói rằng bà chưa bao giờ ngủ ngon đến thế ngay cả trước khi phát bệnh. Thực hành Kỹ thuật kiểm soát giấc ngủ của Phương pháp Silva đã trở thành thói quen hằng đêm của bà. Mỗi tối trước khi ngủ, mẹ lại dành thời gian để buông bỏ lo lắng, tìm kiếm sự bình yên trong cơn bạo bệnh.

Nếu bạn hay người thân của bạn cũng đã và đang phải trải qua tình trạng khó ngủ, mất ngủ thì việc tuân thủ những những yếu tố đã được để cập phía trên có thể giúp bạn có được một giấc ngủ ngon. Dưới đây sẽ là một bài hướng dẫn đơn giản giúp bạn khôi phục lại giấc ngủ.

Bước 1: Chuẩn bị môi trường ngủ (1 phút)

Chỉnh mờ ánh sáng đèn, đảm bảo phòng ngủ mát mẻ và loại bỏ tiếng ồn gây phiền nhiễu.

Bước 2: Tư thế ngủ thoải mái (1 phút)

Chọn tư thế thoải mái nhất cho bạn. Nằm ngửa, hai tay buông thông bên cạnh và nhắm mắt.

Bước 3: Thở sâu (1-2 phút)

Hít thở sâu qua mũi, lấp đầy phổi. Thở ra chậm qua miệng. Lặp lại vài lần để bắt đầu quá trình thư giãn.

Bước 4: Thư giãn cơ bắp theo tiến trình (2 phút)

Bắt đầu thư giãn từ đỉnh đầu và di chuyển xuống toàn thân cho đến từng ngón chân, căng và thả lỏng lần lượt từng nhóm cơ.

Bước 5: Bắt đầu đếm ngược (5-7 phút)

Trong tâm trí, bắt đầu đếm ngược từ 100 đến 1. Cố gắng đồng bộ với hơi thở nếu có thể, hít vào ở các số chẵn và thở ra ở các số lẻ. Trong quá trình này, hình dung mỗi con số đưa bạn sâu hơn vào trạng thái thư giãn và gần hơn với trạng thái Alpha.

Bước 6: Làm sâu thêm trạng thái thư giãn bằng cách tưởng tượng (1-2 phút)

Khi bạn đếm đến số 1, hãy tưởng tượng mình đang ở trong một môi trường yên bình như bãi biển, cánh rừng hoặc đồng cỏ. Dành vài phút để đắm chìm trong tưởng tượng này, giúp trạng thái thư giãn được sâu hơn để bạn có thể chuyển sang trạng thái Theta và Delta.

Bước 7: Đặt mục tiêu giấc ngủ hay vấn đề cần giải quyết (1 phút)

Trước khi hoàn toàn chìm vào giấc ngủ, hãy tưởng tượng về mục tiêu bạn muốn đạt được trong giấc ngủ của mình, dù đó là chữa lành, tái tạo năng lượng hay tìm giải pháp cho một vấn đề.

Bước 8: Buông bỏ và ngủ (1 phút)

Sau khi đặt mục tiêu, hãy buông bỏ kỹ thuật và cho phép bản thân tự nhiên chìm vào giấc ngủ.

Khi thực hiện những bước trên, bạn không chỉ đang khôi phục giấc ngủ mà còn tối đa hóa những lợi ích của nó để làm giàu cuộc sống của bạn. Không có thành công nào nên đạt được phải trả giá bằng sức khỏe, và không có đêm nào nên trôi đi một cách lãng phí mà ta không khai thác sức mạnh phục hồi của giấc ngủ chất lượng.

> **Lưu ý:**
>
> Trước khi đi ngủ, hãy dành một chút thời gian để viết ra tất cả những vấn đề và lo lắng của bạn trên giấy. Đối với mỗi vấn đề, hãy nghĩ và ghi lại ít nhất một bước hành động mà bạn có thể thực hiện để giải quyết nó. Điều này nên được thực hiện mỗi tối trước khi đi ngủ và khi bạn chuẩn bị bước vào trạng thái sóng não Alpha. Việc làm này là bước cơ bản trong việc giải quyết vấn đề của bạn và tận dụng sức mạnh của trí óc tiềm thức trong khi bạn ngủ. Đây là phương pháp để kích thích não bộ một cách có hiệu quả trong lúc nghỉ ngơi được khuyến nghị bởi Tiến sĩ Carl W. Brazil. Quá trình này có thể giúp bạn tìm ra các giải pháp sáng tạo và quan điểm mới về những thách thức của bạn.

Sức mạnh của giấc mơ

Nhà phát minh người Hoa Kỳ Elias Howe đã làm việc không ngừng nghỉ để thiết kế chiếc máy may lockstitch. Mặc dù đã rất nỗ lực, ông vẫn không thể tìm ra cách để kim khâu hoạt động một cách chính xác. Vào một đêm làm việc đến kiệt sức, Howe đã có một giấc mơ sống động. Trong giấc mơ này, ông bị những người bản địa cầm giáo tấn công. Điều thú vị là mỗi cái giáo đều có một lỗ gần mũi giáo. Khi Howe tỉnh dậy, hình ảnh từ giấc mơ vẫn còn in sâu trong tâm trí ông, và đột nhiên ông nhận ra giải pháp cho vấn đề của mình. Bằng cách đặt lỗ kim ở đầu thay vì ở giữa, ông đã tạo ra một thiết kế hoạt động hiệu quả. Sáng kiến này dẫn đến sự ra đời của máy may Singer nổi tiếng, một cuộc cách mạng hóa trong ngành công nghiệp may mặc.

Nhà vật lý học Niels Bohr cũng đã phải đối mặt với những thử thách tương tự khi nghiên cứu cấu trúc nguyên tử và tìm kiếm mô hình giải thích hành vi của các electron trong nguyên tử. Dù có kiến thức rộng và nỗ lực không ngừng, ông vẫn không thể tìm ra một giải pháp rõ ràng.

Một đêm, Bohr có một giấc mơ phi thường. Trong đó, ông thấy mình đứng trên bề mặt rực lửa của mặt trời. Khi nhìn xung quanh, ông thấy các hành tinh xoay quanh mặt trời, giống như các electron xoay quanh hạt nhân. Ông nhận ra rằng các quỹ đạo này là lượng tử, chỉ tồn tại ở các khoảng cách nhất định từ trung tâm, chứ không phải là một quang phổ liên tục. Hình ảnh này rất sống động và rõ ràng.

Khi Bohr tỉnh dậy, mọi thứ vẫn còn rất rõ ràng trong tâm trí. Ông nhận ra rằng giấc mơ này đã cung cấp cho ông cái nhìn quan trọng mà ông cần: Các electron quay quanh hạt nhân ở các khoảng cách hoặc mức năng lượng nhất định. Hiểu biết này dẫn đến việc hình thành mô hình nguyên tử Bohr. Mô hình nguyên tử này đã đưa ra khái niệm về các quỹ đạo electron lượng tử và trở thành nền tảng của vật lý nguyên tử hiện đại.

Trải nghiệm của Bohr nhấn mạnh tiềm năng sâu sắc của giấc mơ trong việc mở ra những đột phá sáng tạo và khoa học. Giống như Elias Howe trước đó, giấc mơ của Bohr đã mang lại một giải pháp mà ông đã không thể tìm thấy bằng nỗ lực có ý thức trong thế giới Beta.

Bước vào trạng thái thư giãn nhưng vẫn có nhận thức, chẳng hạn như trạng thái Alpha, chúng ta có thể khai thác được kho tàng sáng tạo và khả năng giải quyết vấn đề này. Các kỹ thuật như Phương pháp Siêu Trí tuệ Silva cho phép chúng ta đạt được trạng thái này, nơi mà tâm trí của chúng ta trở nên cởi mở hơn với những hiểu biết và suy nghĩ trực giác.

Khai thác tiềm năng của giấc mơ và trạng thái Alpha mang lại những khám phá và giải pháp đáng kinh ngạc trong nhiều khía cạnh của cuộc sống. Vì vậy, dù bạn đang đối mặt với một tình huống kinh doanh hay một thách thức cá nhân, hãy cân nhắc việc khám phá những bí ẩn trong tiềm thức của mình. Giống như Elias Howe và Niels Bohr, bạn có thể sẽ tìm thấy câu trả lời nằm trong những giấc mơ của bạn.

Giấc mơ sáng tạo là một công cụ phi thường để giải quyết vấn đề và tìm kiếm câu trả lời. Khi chúng ta mơ, tâm trí chúng ta xử lý thông tin và trải nghiệm theo những cách độc đáo, thường dẫn đến những đột phá và ý tưởng mới.

Điều khiển giấc mơ – khơi nguồn sáng tạo vô tận

Bộ não của chúng ra chỉ nặng khoảng 1.360 gram và chứa khoảng 30 tỷ tế bào thần kinh, hoạt động như một hệ thống máy tính phức tạp. Các tế bào thần kinh của não được kết nối với nhau thông qua một mạng lưới rộng lớn với khoảng 100 nghìn tỷ kết nối. Số lượng kết nối khổng lồ này cho thấy rằng giới hạn của chúng ta không bị chi phối bởi hình dạng vật lý, đặc điểm cá nhân hay nền tảng giáo dục, mà là bởi tiềm năng vô tận của 100 nghìn tỷ kết nối này.

Để hình dung được con số khổng lồ này, hãy tưởng tượng bạn đang đứng giữa một thư viện mênh mông với hàng triệu cuốn sách. Mỗi cuốn sách đại diện cho một kết nối trong bộ não của bạn. Mỗi lần bạn lật một trang sách, bạn mở ra một thế giới hoàn toàn mới, với những kiến thức và trải nghiệm mới. Với mỗi trang bạn lật, bạn đang tiếp cận một phần nhỏ trong số 100 nghìn tỷ kết nối đó.

Điều thú vị là trong suốt cuộc đời mình, chúng ta chỉ sử dụng khoảng 10% khả năng của bộ não. Hãy nghĩ xem nếu chúng ta có thể khai thác được toàn bộ tiềm năng của não bộ thì những điều kỳ diệu nào sẽ xảy ra? Chỉ cần tưởng tượng sự phong phú và vô hạn của những kiến thức và khả năng mà bộ não đạt được từ việc lật mở từng trang sách, bạn có thể hiểu được tiềm năng của não bộ vô tận đến mức nào.

Vậy làm thế nào để khơi nguồn tiềm năng vô tận này?

Ở phần trên, chúng ta đã tìm hiểu về giấc ngủ, các chu kỳ của giấc ngủ để "khỏe đẹp và thông minh". Và bạn có biết rằng nếu bạn gặp khó khăn trong việc tìm ra ý tưởng và giải pháp trong thế giới Beta của ban ngày, thì giấc ngủ chính là chìa khóa. Khi chúng ta ngủ, những thông tin từ giấc mơ có thể mang lại những giải pháp bất ngờ và sáng tạo mà bạn không thể nghĩ ra khi tỉnh táo.

Giấc mơ xuất hiện sống động và thường xuyên nhất trong giai đoạn REM (Xem hình trang 65). Những giấc mơ này có thể là phản ánh của những suy nghĩ và cảm xúc hằng ngày, nhưng cũng có thể chứa đựng những ý tưởng sáng tạo và giải pháp cho các vấn đề mà bạn đang đối mặt. Lắng nghe, ghi nhận và hiểu những giấc mơ, bạn có thể khám phá ra những ý tưởng mới mẻ và độc đáo. Đây là một phương pháp đã được nhiều nhà khoa học và nghệ sĩ nổi tiếng sử dụng để khai thác tiềm năng sáng tạo của mình.

Nếu bạn đang cần tìm đáp án cho những bài toán hóc búa trong cuộc sống như lựa chọn kết hôn, thay đổi nghề nghiệp,... thì việc ứng dụng *Kỹ thuật điều khiển giấc mơ* dưới đây có thể hữu ích với bạn.

Kỹ thuật điều khiển giấc mơ

Bước 1: Nhớ một giấc mơ

Mục tiêu: Ghi nhớ một giấc mơ sau khi tỉnh dậy.

- Trước khi đi ngủ, đi vào trạng thái Alpha bằng phương pháp đếm ngược từ 3 đến 1 rồi tiếp tục đếm ngược từ 10 đến 1. Hãy tự nhủ với mình rằng bạn sẽ nhớ giấc mơ của mình. Bạn có thể nói: "Tôi muốn nhớ và sẽ nhớ giấc mơ của mình khi thức dậy".

- Đặt một cuốn sổ và bút cạnh giường để bạn có thể ghi lại giấc mơ ngay khi tỉnh dậy. Việc viết lại giấc mơ ngay lập tức sẽ giúp bạn ghi nhớ chi tiết hơn.

- Khi tỉnh dậy, hãy nằm yên trong vài phút và cố gắng nhớ lại bất kỳ chi tiết nào của giấc mơ. Sau đó, ghi lại tất cả những gì bạn nhớ.

Bước 2: Nhớ nhiều giấc mơ

Mục tiêu: Ghi nhớ nhiều giấc mơ trong một đêm.

- Lặp lại quy trình của Bước 1, nhưng lần này hãy tự nhủ rằng bạn sẽ nhớ nhiều giấc mơ. Bạn có thể nói: "Tôi muốn và sẽ nhớ nhiều giấc mơ của mình khi thức dậy".

- Hãy chia sổ ghi chép của bạn thành các phần để ghi lại từng giấc mơ riêng biệt. Điều này giúp bạn dễ dàng phân biệt và ghi nhớ chi tiết của mỗi giấc mơ.

- Trong suốt đêm, nếu bạn thức dậy giữa chừng và nhớ lại một giấc mơ, hãy ghi lại ngay lập tức. Sau đó, tiếp tục ngủ và lặp lại quy trình này cho đến sáng.

Bước 3: Hiểu và xử lý vấn đề bằng những thông tin của giấc mơ

Mục tiêu: Sử dụng thông tin từ giấc mơ để hiểu và giải quyết vấn đề trong cuộc sống.

- Lặp lại quy trình của Bước 1, nhưng lần này hãy tự nhủ rằng bạn sẽ kiến tạo một giấc mơ. Bạn có thể nói: "Tôi muốn có một giấc mơ chứa đựng những thông tin để giải quyết vấn đề tôi đang gặp, đang cần. Tôi sẽ kiến tạo nó, nhớ nó và hiểu giấc mơ đó".

- Khi bạn đã ghi lại giấc mơ, hãy dành thời gian để xem lại và phân tích chúng. Tìm hiểu các biểu tượng và thông điệp mà giấc mơ mang lại. Liên kết các yếu tố trong giấc mơ với các vấn đề hiện tại của bạn. Hỏi bản thân xem giấc mơ có thể đang gợi ý giải pháp nào hoặc cho thấy khía cạnh nào của vấn đề mà bạn chưa nhìn thấy.

- Sử dụng những hiểu biết từ giấc mơ để đưa ra quyết định hoặc hành động cụ thể trong cuộc sống. Tin tưởng vào trực giác và thông điệp tiềm thức của bạn.

Đối với những trường hợp khó ngủ, mất ngủ kinh niên, hoặc muốn học cách kiểm soát giấc ngủ của mình, tạo ra giấc ngủ đầy sáng tạo, tìm giải pháp trong giấc mơ một cách chuyên sâu hơn, bạn nên tham gia khóa học "Siêu Phương pháp Kiểm soát Tâm trí Silva". Khóa học này do chính tôi giảng dạy – Lan Bercu, nhà đào tạo quốc tế đầu tiên và duy nhất được Silva International ủy quyền giảng dạy bộ môn này tại Việt Nam. Tôi sẽ hướng dẫn bạn từng bước một trong hành trình kiểm soát và tận hưởng giấc ngủ của mình một cách hiệu quả nhất.

Cụ thể, trong khóa học, bạn sẽ được trải nghiệm và học TỪNG BƯỚC CHÍNH XÁC cách:

- Thực hành các phương pháp ngủ ngon và sâu.
- Kiểm soát giấc ngủ, từ lúc bắt đầu cho đến khi tỉnh giấc.
- Phát triển giấc ngủ sáng tạo để tăng cường khả năng giải quyết vấn đề và nâng cao sự sáng tạo trong công việc và cuộc sống.
- Học cách tỉnh dậy sau mỗi giấc ngủ với tâm trạng tốt nhất.
- Kiểm soát và tận dụng giấc mơ để mở rộng khả năng sáng tạo và tìm kiếm giải pháp cho các vấn đề.
- Kỹ thuật điều khiển giấc mơ để giải quyết vấn đề.

Đừng bỏ lỡ cơ hội biến mỗi giấc ngủ thành một trải nghiệm tuyệt vời và hữu ích. Đăng ký ngay khóa học "Siêu Phương pháp Kiểm soát Tâm trí Silva" để biến giấc ngủ thành công cụ mạnh mẽ cho sự sáng tạo và giải quyết vấn đề.

Hãy tham gia và cùng chúng tôi khám phá khả năng tiềm ẩn của bạn qua từng giấc ngủ!

Thông tin tham khảo tại www.SilvaMethodVietnam.com/classes.

CHƯƠNG 4

CHIẾN LƯỢC QUẢN LÝ CĂNG THẲNG

Bạn có bao giờ cảm thấy đầu óc mình rối loạn như tổ ong, với hàng tá suy nghĩ nhảy múa hỗn loạn như những con ong bay vò vò xung quanh để tranh giành sự chú ý của bạn? Nếu có, thì chương này là dành cho bạn, những người đang sống trong thời đại công nghệ số với nhịp sống hối hả, từ những doanh nhân căng thẳng với các chiến lược kinh doanh, những bậc cha mẹ bận rộn chạy đôn chạy đáo với hàng triệu công việc phải làm, cho đến các học sinh mắc rối loạn tăng động giảm chú ý (ADHD) đang vật lộn với sự tập trung.

Tôi cũng từng như vậy. Là một người tràn đầy năng lượng và ý tưởng, tôi luôn cảm thấy mình không thể ngồi yên một chỗ. Nhưng chính sự bận rộn đó lại khiến tôi cảm thấy mệt mỏi và kiệt sức. Tôi đã từng nghĩ rằng cuộc sống của mình sẽ mãi mãi là một vòng xoáy không ngừng nghỉ, cho đến khi tôi tìm thấy sức mạnh tĩnh lặng của Siêu Phương pháp Kiểm soát Tâm trí Silva.

Từ nhỏ, tôi đã luôn ngưỡng mộ sự bình tĩnh của em gái tôi là Ivy. Em ấy luôn nhẹ nhàng, bình yên như bông hoa giữa mặt hồ tĩnh lặng, trong khi tôi như một cơn lốc dạt dào năng lượng và không bao giờ đứng yên. Cho đến khi trưởng thành, chúng tôi vẫn khác biệt như ngày và đêm. Em ấy là một người làm việc tự do với lịch trình linh hoạt, trong khi tôi bị cuốn vào vòng xoáy trách nhiệm, kỳ vọng và áp lực từ vai trò làm vợ, làm mẹ, công việc, học trò, khán giả, độc giả,... Cuộc sống của tôi hiếm khi có sự tĩnh lặng, nó giống như một danh sách dài dằng dặc của những việc cần làm và mục tiêu phải đạt được.

Tôi chưa bao giờ nghĩ mình có thể tìm thấy sự bình yên, nó có vẻ là một điều quá xa xỉ trong thế giới đầy bận rộn của tôi. Ý niệm về việc ngồi yên tĩnh lặng dường như là một khái niệm không tưởng, nó chỉ dành cho những người bình thản giống như Ivy – người có thể đắm chìm trong những phương pháp thiền của Tây Tạng hàng tiếng đồng hồ. Tôi đã từng tự hỏi, liệu mình có phải mãi mãi sống trong sự hối hả này không? Liệu có một cách nào khác để tìm thấy sự bình yên giữa cuộc sống bận rộn này? Nhưng rồi, một cơ hội tình cờ đã thay đổi hoàn toàn cuộc sống của tôi. Đó là khi tôi bắt đầu tìm hiểu về phương pháp Silva.

Tại đây, tôi khám phá ra rằng thiền không chỉ dành cho những người trầm tĩnh; nó cũng dành cho những người như tôi – những người bận rộn không ngừng cần tìm một không gian tinh thần để nghỉ ngơi. Silva đã mở ra cho tôi một khái niệm hoàn toàn mới: trạng thái sóng Alpha – nơi tôi có thể mơ mộng, hình dung và vượt ra khỏi những giới hạn của thực tại.

Mối quan hệ gắn liền của stress và cuộc sống hiện đại

Cuộc sống hiện đại như một cuộc đua marathon không có vạch đích, nơi mà chúng ta luôn cảm thấy mình phải chạy nhanh hơn, làm nhiều hơn. Học sinh phải đối mặt với những kỳ vọng khắt khe từ gia đình và xã hội, những tiêu chuẩn không thực tế trên mạng, áp lực phải luôn xuất hiện hoàn hảo như những bức ảnh được chỉnh sửa kỹ lưỡng, hay phải gánh vác trọng trách học tập để vào các trường đại học hàng đầu. Người lớn thì chật vật trong mê cung của sự nghiệp với những deadline, những cuộc họp kéo dài và vẫn phải đảm bảo trách nhiệm nuôi dạy con cái. Áp lực từ công việc, học tập và cả mạng xã hội, chính là mảnh đất màu mỡ ươm mầm và nuôi dưỡng hạt giống của sự căng thẳng.

Căng thẳng thường được xem như một kẻ thù tiêu cực. Tuy nhiên, trên thực tế, căng thẳng được chia làm 2 loại: eustress và distress. Eustress hoạt động như một chất xúc tác thúc đẩy chúng ta phát triển và gia tăng năng lượng. Loại căng thẳng này tạo động lực cho một người vượt qua kỳ thi quan trọng hay đối mặt với nhiệm vụ mới tại nơi làm việc. Nó mang lại cảm giác thành tựu và ta đạt được cảm giác này khi công việc được hoàn thành. Ngược lại, distress là loại căng thẳng khiến bạn cảm thấy quá tải và không thể quản lý được, nó dẫn đến sự sa sút trong hiệu suất, sụt giảm sự hài lòng trong công việc và cuộc sống. Distress kéo dài có thể dẫn đến các vấn đề sức khỏe thể chất và tâm thần, biểu hiện qua các triệu chứng như lo âu, kiệt sức và trầm cảm. Nói một cách dễ hiểu thì eustress (căng thẳng tích cực) giống như ngọn lửa nhỏ giúp chúng ta đun sôi ấm trà, tạo ra một tách trà thơm ngon. Còn distress (căng thẳng tiêu cực) lại như một ngọn lửa bùng cháy dữ dội, thiêu rụi mọi thứ xung quanh.

Trong chương này, hãy cùng khám phá các chiến lược để biến căng thẳng từ một kẻ thù làm chúng ta suy yếu thành một đồng minh tích cực, mang lại nguồn năng lượng tràn đầy cho cuộc sống. Chìa khóa nằm ở cách chúng ta nhận thức và quản lý căng thẳng. Bước đầu tiên là thừa nhận rằng căng thẳng là điều không thể tránh khỏi và ở một mức độ nhất định thì hoàn toàn có thể có lợi. Bước tiếp theo là phát triển sức bền và các cơ chế đối phó để quản lý căng thẳng một cách hiệu quả.

Đối với học sinh, điều này có thể bao gồm kỹ năng quản lý thời gian, tìm kiếm sự hỗ trợ từ người hướng dẫn hoặc cố vấn, tham gia vào các hoạt động mang lại niềm vui và thư giãn, hiểu rằng giá trị bản thân không chỉ được xác định bởi thành tích học tập hoặc sự hiện diện trên mạng xã hội. Đối với người lớn, đây có thể là đặt ranh giới tại nơi làm việc, sắp xếp thứ tự ưu tiên và đảm bảo có thời gian dành cho chăm sóc bản thân cũng như gia đình.

Hơn nữa, việc nuôi dưỡng tư duy xem thách thức là cơ hội cho sự phát triển và học hỏi có thể biến đổi cách chúng ta trải nghiệm căng thẳng. Sự thay đổi tư duy này kết hợp với các hoạt động như chánh niệm, tập thể dục thường xuyên, duy trì sự cân bằng giữa công việc và cuộc sống sẽ làm thay đổi đáng kể phản ứng sinh lý và tâm lý của chúng ta đối với căng thẳng.

Các cách làm giảm và quản lý căng thẳng

Vào một buổi chiều tối, khi đang lái xe vào trung tâm thành phố, Casey, một trong những học sinh nổi bật tại trường Đại học Lan Bercu, nhận ra tâm trí mình đang như một bản giao hưởng hỗn loạn, với những deadline cấp bách, bài tập lớp học và trách nhiệm gia đình. Cô đang vừa phải quản lý một salon làm đẹp, vừa lo lắng cho công trình mới đang xây dựng, vừa hỗ trợ công việc kinh doanh của chồng, lại còn phải tham dự đầy đủ những khóa học chuyên sâu tại trường. Mỗi trách nhiệm nặng nề đang tạo ra những áp lực không lường trước được.

Âm thanh ồn ào của giao thông và tình trạng kẹt xe càng làm tăng thêm cảm giác căng thẳng trong tâm trí cô.

Đột nhiên, ánh đèn của thành phố dường như mờ đi qua cửa kính xe, và một làn sóng mệt mỏi tràn qua. Đôi mắt cô trở nên nặng trĩu, đầu óc mông lung, không thể tập trung được, và cô nhận ra rằng mình không chỉ đơn thuần mệt mỏi – đó là sự đè nén của căng thẳng, đang áp đảo cô ngay lúc này.

Trong khoảnh khắc đó, một tia sáng từ những bài giảng của tôi chợt lóe lên trong tâm trí cô. Casey nhớ lại những bài học về sự tự nhận thức và quản lý căng thẳng, đặc biệt là việc nhận biết và tôn trọng giới hạn của bản thân. Cô biết mình cần phải hành động ngay.

Một cách cẩn thận, Casey điều khiển xe ra khỏi xa lộ và tìm một nơi đậu xe yên tĩnh, nơi sự bình yên xung quanh đối lập hoàn toàn với sự ồn ào trong tâm trí cô. Cô tắt máy, đôi tay có phần run rẩy. Dựa lưng vào ghế, nhắm mắt lại và bắt đầu thở sâu để ổn định tâm trí. Áp dụng các kỹ thuật thư giãn của Phương pháp Silva mà chúng tôi đã thực hành, Casey hình dung mình đang ở trong một không gian yên bình, an toàn. Cô tập trung hoàn toàn vào hơi thở của mình, mỗi hơi thở vào mang lại sự bình yên và mỗi hơi thở ra xua tan đi căng thẳng. Cô tưởng tượng một làn sóng thư giãn lan từ đỉnh đầu dần dần tỏa xuống khắp cơ thể. Từng phần cơ thể từ trán, mắt đến hàm đều cảm nhận sự căng thẳng tan biến.

Từng phút trôi qua, sự hỗn loạn trong tâm trí lắng dịu dần, thay thế vào đó bằng một cảm giác trong trẻo và yên bình. Những suy nghĩ quá tải trước đây giờ trở nên nhẹ nhàng và dễ quản lý hơn. Cô thì thầm những lời khẳng định tích cực với chính mình, mỗi câu củng cố thêm cảm giác bình yên trong cô. "Với mỗi hơi thở, tôi trở nên thư giãn hơn", "Tôi cảm nhận sự bình yên và thư giãn đang lan tỏa khắp cơ thể tôi". Mười lăm phút trôi qua trong không gian yên tĩnh này đã giúp cô hồi phục. Cuối cùng, khi Casey mở mắt, thế giới bên ngoài dường như sáng sủa và dễ chịu hơn. Một nguồn năng lượng mới tràn ngập, nhắc nhở nhẹ nhàng nhưng kiên định rằng cô hoàn toàn có thể xử lý được những thách thức phía trước.

Với nụ cười biết ơn, Casey khởi động xe trở lại, tiếng gầm êm dịu của động cơ như làn sóng vỗ về cho tâm trí bình yên của cô. Khi hòa mình vào dòng xe trên xa lộ, ánh đèn của thành phố không còn mờ nhạt trong vũ điệu chóng mặt của căng thẳng. Thay vào đó, chúng tỏa sáng như những ngọn hải đăng của hy vọng, dẫn dắt Casey an toàn trở về nhà.

Căng thẳng là một phần không thể thiếu trong cuộc sống hiện đại. Bạn hoàn toàn có thể "thuần hóa" và biến nó thành một người bạn đồng hành tích cực. Dưới đây là một số cách để quản lý căng thẳng hiệu quả:

Tập thể dục đều đặn: Hãy để cơ thể bạn hoạt động! Những hoạt động thể chất như chạy bộ, bơi lội, đạp xe, hay thậm chí là nhảy múa không chỉ giúp bạn khỏe mạnh mà còn giảm căng thẳng đáng kể.

Chế độ ăn uống lành mạnh: Một chế độ ăn cân bằng có thể nâng cao tâm trạng và mức năng lượng của bạn. Tránh sử dụng quá nhiều caffeine và đường vì chúng có thể làm căng thẳng trầm trọng hơn.

Hạn chế rượu và tránh hút thuốc: Mặc dù một số người có thể sử dụng rượu và thuốc lá để đối phó với căng thẳng, nhưng thực tế chúng có thể làm tình trạng căng thẳng tồi tệ hơn theo thời gian và dẫn đến các vấn đề sức khỏe.

Ngủ đủ giấc: Đảm bảo bạn ngủ đủ giấc là cần thiết cho việc quản lý căng thẳng. Thiết lập một thói quen ngủ đều đặn và tạo ra một môi trường nghỉ ngơi thoải mái.

Dành thời gian ở ngoại ô hay thiên nhiên: Dành thời gian ngoài trời và hòa mình vào thiên nhiên có thể giúp làm dịu và giảm stress.

Theo đuổi sở thích: Tham gia vào các hoạt động bạn thích. Những hoạt động sáng tạo nghệ thuật, đọc sách, hoặc bất kỳ sở thích nào mà bạn quan tâm là những cách hiệu quả để giảm stress.

Chánh niệm và thiền: Các phương pháp như thiền, yoga và thái cực quyền có thể thúc đẩy sự thư giãn và giúp bạn cải thiện khả năng xử lý căng thẳng.

Viết nhật ký: Ghi chép lại suy nghĩ và cảm xúc của bạn là một cách tuyệt vời để giải tỏa và giúp bạn hiểu rõ hơn về suy nghĩ của bản thân.

Kỹ thuật thư giãn: Kỹ thuật thở sâu, thư giãn cơ bắp tiến triển và chánh niệm giúp làm dịu tâm trí và giảm căng thẳng.

Quản lý thời gian: Sắp xếp theo thứ tự ưu tiên và chia nhỏ lịch trình của bạn thành các phần dễ quản lý giúp giảm cảm giác bị choáng ngợp.

Đặt mục tiêu thực tế: Tránh đặt những mục tiêu quá sức. Hãy thực tế về những gì bạn có thể và không thể làm.

Học cách nói không: Đừng ngần ngại từ chối những yêu cầu vượt quá khả năng hay làm bạn quá tải. Việc từ chối các yêu cầu trong cuộc sống cá nhân và công việc là điều hoàn toàn bình thường.

Thay đổi tư duy: Thực hành suy nghĩ tích cực và lòng biết ơn. Tập trung vào những khía cạnh tích cực của cuộc sống làm thay đổi cách bạn nhìn nhận và đối phó với căng thẳng.

Hỗ trợ xã hội: Dành thời gian gắn kết với bạn bè và gia đình. Sự tương tác xã hội không chỉ giúp bạn giải tỏa căng thẳng mà còn mang đến sự hỗ trợ tinh thần quý báu.

Tư vấn hoặc trị liệu: Nếu căng thẳng của bạn liên quan đến lo âu, trầm cảm hoặc những thay đổi lớn trong cuộc sống, hãy xem xét việc tìm kiếm sự giúp đỡ từ một nhà trị liệu chuyên nghiệp.

Khi áp dụng những cách trên, căng thẳng sẽ trở thành một người bạn đồng minh, một lực lượng thúc đẩy nâng cao hiệu suất, cải thiện sức khỏe và đóng góp vào sự phát triển tổng thể. Hãy lựa chọn những cách thức phù hợp nhất với bạn, vì quản lý căng thẳng là vấn đề rất cá nhân. Nếu stress, căng thẳng trở nên quá sức hoặc mạn tính, bạn nên tìm kiếm sự giúp đỡ chuyên nghiệp.

Casey, học viên của tôi, đã thành công trong việc quản lý căng thẳng và tình trạng kiệt sức nhờ vào Phương pháp Silva – một hình thức thiền định chi tiết và có hệ thống. Khoa học đã chứng minh rõ ràng rằng thiền định có thể làm giảm stress, lo âu, các biểu hiện đau mạn tính và các vấn đề sức khỏe khác. Thực tế, nó còn giúp cải thiện tâm trạng một cách đáng kể. Chính vì lý do đó, tôi luôn nhấn mạnh tầm quan trọng của việc kết hợp thiền định vào thói quen hằng ngày.

Trong số các kỹ thuật của phương pháp này, kỹ thuật "Thư giãn dài" nổi bật với khả năng giảm stress và nâng cao sự minh mẫn tinh thần. Dưới đây là hướng dẫn chi tiết để bạn có thể thực hành phương pháp này một cách hiệu quả.

Bước 1: Tìm một vị trí thoải mái

Bắt đầu bằng cách tìm một nơi thoải mái, yên tĩnh nơi bạn không bị quấy rầy. Nằm xuống hoặc ngồi trên một chiếc ghế trong tư thế mà cơ thể bạn có thể thư giãn hoàn toàn mà không có bất kỳ sức ép nào.

Bước 2: Nhắm mắt và thở sâu

Nhắm mắt lại và thở sâu vài hơi. Hít vào chậm qua mũi, giữ hơi thở trong vài giây, sau đó thở ra chậm qua miệng. Điều này giúp khởi đầu quá trình thư giãn.

Bước 3: Thư giãn cơ thể từng bước

Bắt đầu từ đỉnh đầu và di chuyển xuống toàn thân cho đến từng ngón chân, tập trung vào việc thư giãn lần lượt từng bộ phận trên cơ thể, chú ý đến từng khu vực:

Trán: Làm dịu bất kỳ căng thẳng nào ở trán.

Mắt: Thư giãn cơ mắt. Cảm nhận sự căng thẳng tan biến.

Hàm: Thả lỏng cơ hàm, miệng hơi mở.

Cổ và vai: Giải phóng bất kỳ sự bóp nghẹt hay sức ép nào ở những khu vực này.

Tay và bàn tay: Thả lỏng và thư giãn, xuống đến đầu ngón tay.

Ngực và bụng: Hít thở sâu vào những khu vực này, buông bỏ căng thẳng.

Lưng: Cảm nhận từng phần của lưng đang chìm vào trạng thái thư giãn.

Chân và bàn chân: Thư giãn đùi, bắp chân, mắt cá chân và bàn chân. Cảm nhận chúng trở nên nặng nề và từ từ thư giãn.

Bước 4: Sử dụng hình tượng

Hình dung một làn sóng thư giãn từ từ di chuyển xuống cơ thể bạn từ đầu đến chân. Hình dung làn sóng này như một nguồn năng lượng nhẹ nhàng, dễ chịu giúp loại bỏ stress và căng thẳng khỏi mọi bộ phận trên cơ thể.

Bước 5: Khẳng định sự thư giãn

Lặp đi lặp lại những khẳng định thúc đẩy sự thư giãn như: "Với mỗi hơi thở, tôi trở nên thư giãn hơn" hoặc "Tôi cảm nhận sự bình yên và thư giãn đang lan tỏa khắp cơ thể tôi".

Nhập vào trạng thái thư giãn sâu hơn: Những người thực hành Phương pháp Silva thường sử dụng kỹ thuật đếm ngược để tăng cường thư giãn. Đếm ngược trong đầu từ 10 đến 1, tự nhủ rằng với mỗi con số, bạn đang đi sâu vào trạng thái thư giãn.

Duy trì trạng thái thư giãn: Một khi đã hoàn toàn thư giãn, hãy ở trong trạng thái này trong vài phút. Tận hưởng cảm giác bình yên và tĩnh lặng. Đây cũng là thời điểm tuyệt vời cho việc hình ảnh hóa hoặc thiền định.

Bước 6: Kết thúc

Sau khi dành một thời gian trong trạng thái thư giãn sâu này, từ từ đưa ý thức trở lại với môi trường xung quanh. Cử động ngón tay và ngón chân, di chuyển nhẹ nhàng cánh tay, chân, và khi bạn đã sẵn sàng, từ từ mở mắt. Hoặc bạn có thể đếm từ 1 đến 5 rồi mở mắt ra.

Bước 7: Suy ngẫm về trải nghiệm

Sau khi hoàn thành bài tập, dành một chút thời gian để suy ngẫm về cảm giác của cơ thể bạn. Bạn sẽ cảm nhận sự khác biệt đáng kể về mức độ stress và sự minh mẫn tinh thần.

Kỹ thuật "Thư giãn dài" này linh hoạt và có thể được điều chỉnh theo sở thích và nhu cầu cá nhân. Điều quan trọng là thực hành thường xuyên để tối đa hóa lợi ích giảm stress của nó.

Cách năng động vào trạng thái Alpha

Hầu hết mọi người đều nghĩ rằng hip-hop là hình thức biểu hiện của trạng thái năng lượng bùng nổ với nhịp điệu và động tác mạnh mẽ. Nhưng đối với tôi, hip-hop là một cánh cửa kỳ diệu của sự thanh bình, mở ra không gian của trí tưởng tượng, một cửa ngõ dẫn đến trạng thái Alpha – nơi những ý tưởng tự do hòa quyện với các động tác nhảy.

Vào một buổi tối thứ Tư như thường lệ, tôi bước vào phòng tập nhảy, thắt chặt dây giày và hít một hơi thật sâu. Tiếng bass từ loa tràn ngập căn phòng, cơ thể tôi hòa nhịp với âm nhạc, cơ bắp căng ra rồi thả lỏng theo từng nhịp điệu. Đây là khoảnh khắc tôi đắm chìm hoàn toàn trong sự say mê, không có sự phân tâm, không có áp lực, chỉ có tôi và âm nhạc.

Khi tôi lướt nhẹ, nhảy pop và nhảy lock theo cách của hip-hop, tôi cảm thấy những dòng chảy suy nghĩ của mình bắt đầu được giải tỏa. Những lo lắng trong ngày phai nhạt, nhường không gian cho một trạng thái minh mẫn, rõ ràng mà tôi hiếm khi trải qua. Tôi đang đi vào trạng thái Alpha, trạng thái thư giãn sâu và trí tưởng tượng tăng cao.

Trong một lần đang tập hip-hop như thế, ý tưởng về cuốn sách với tựa ***Giải mã Alpha – Biến đổi cuộc sống, sức khỏe và kinh doanh*** bất chợt hiện lên trong tâm trí tôi, như thể được thì thầm bởi một nguồn cảm hứng vô hình. Một chuỗi ý tưởng cốt lõi bắt đầu hiện rõ trong tâm trí tôi. Thật kỳ diệu! Cảm giác đó mạnh mẽ và rõ ràng đến nỗi tôi lập tức phải dừng lại để ghi chép ý tưởng mới mẻ này vào điện thoại. Cuốn sách bạn đang cầm trên tay được ra đời trong hoàn cảnh thú vị và đặc biệt như thế đấy.

Không chỉ là về ý tưởng, có điều gì đó sâu sắc hơn thế đang tiếp tục diễn ra. Mỗi lần tập và chuyển động như thế, tôi càng trở nên phấn chấn, tràn đầy năng lượng mới mẻ, vừa sảng khoái vừa bình yên. Điều này chính là dấu hiệu của trạng thái Alpha – nơi sự sáng tạo gặp gỡ sự bình yên, và sự vội vã gặp gỡ sự thấu hiểu.

Nhiều tuần lễ sau đó, những buổi tập hip-hop trở thành nơi ươm mầm cho cuốn sách này. Các chương sách hình thành, ý tưởng củng cố, và giải pháp cho những vấn đề tồn đọng trước đây bắt đầu lộ diện. Những vấn đề mà tôi từng ngồi hàng giờ trước máy tính không thể nghĩ ra bỗng nhiên trở nên rõ ràng. Ý tưởng kết hợp các phương pháp thiền động để giải quyết những thách thức hằng ngày của học sinh bị rối loạn tăng động giảm chú ý (ADHD), cha mẹ bận rộn, và doanh nhân căng thẳng bắt đầu trở nên khả thi hơn bao giờ hết.

Tôi đã khám phá ra sự kết hợp bất ngờ nhưng vô cùng hấp dẫn giữa thế giới năng động của hip-hop và sự bình yên tĩnh lặng của trạng thái Alpha. Mỗi động tác nhảy trở thành một bước đệm mở khóa một nguồn sáng tạo và cảm hứng tiềm ẩn bên trong tôi. Vì vậy, nếu bạn thấy tôi lạc vào suy tư, có lẽ tôi không chỉ đang mơ mộng, tôi đang sáng tạo cho chương tiếp theo của cuộc đời mình.

Các hoạt động như nhảy múa, luyện võ, nấu ăn, thưởng thức một tách trà, vẽ, bơi lội hoặc thậm chí tắm rửa cũng có thể là cánh cổng dẫn đến trạng thái Alpha – một khu vực tinh thần nơi sóng não của bạn chậm lại, dẫn đến sự thư giãn, sự sáng tạo được nâng cao và sức khỏe được cải thiện. Những hoạt động này thường đưa bạn vào "khu vực lạc trôi", một trạng thái tinh thần "flow" nơi bạn hoàn toàn đắm chìm trong những gì bạn đang làm, bạn không còn ý thức về thời gian, không gian và các yếu tố bên ngoài quấy nhiễu.

Khi bạn tham gia vào những hoạt động này, bạn thường không suy nghĩ quá nhiều hoặc căng thẳng, điều này cho phép não bạn chuyển từ trạng thái Beta (trạng thái ý thức tỉnh táo) sang Alpha. Sự thay đổi trong mô hình sóng não này khuyến khích khả năng giải quyết vấn đề tốt hơn, kiểm soát cảm xúc tốt hơn, tạo trạng thái thư giãn và sáng tạo cao hơn. Lần sau, khi bạn thấy mình đắm chìm vào một trong những hoạt động này, bạn hãy khai thác trạng thái Alpha của mình. Việc sử dụng trạng thái này một cách có chủ ý có thể cung cấp không chỉ là một khoảng nghỉ ngơi cho tinh thần mà còn là cơ hội cho những bước đột phá sáng tạo và cân bằng cảm xúc.

Tìm hiểu các hình thức thiền động

Lần đầu tiên trải nghiệm thiền động, tôi đã vô cùng xúc động. Cảm giác như một lớp màn sương dày đặc bao quanh tâm trí bỗng tan biến, nhường chỗ cho một không gian rộng lớn và sáng sủa. Tôi đã khóc, không phải vì buồn, mà vì xúc động. Tôi như tìm thấy mảnh ghép còn thiếu cho một cuộc sống trọn vẹn. Đó không chỉ là việc dọn dẹp "rác tinh thần", làm trống tâm trí, mà còn là việc lấp đầy nó bằng những mục tiêu, ước mơ và niềm tin. Tôi cảm thấy mình tràn đầy năng lượng để vươn tới sứ mệnh vô biên, bất chấp những thách thức và trở ngại nào đang diễn ra.

Thiền động là một khái niệm rộng lớn bao gồm nhiều phương pháp thiền khác nhau được thiết kế để kích hoạt cả tâm trí và cơ thể. Những phương pháp này vượt ra ngoài các phong cách thiền truyền thống chỉ ngồi và thở, hoặc tập trung vào một nơi trống rỗng. Thiền động mang đến một cách tiếp cận và tương tác dựa trên chuyển động, nơi bạn có thể tham gia vào các hoạt động như suy nghĩ, hình dung và khám phá giải pháp trong khi đạt được trạng thái Alpha. Dưới đây là một số hình thức thiền động phổ biến:

Thiền động Osho: Do giáo sư tâm linh Osho sáng tạo, hình thức thiền này bao gồm các giai đoạn thở nhanh và mạnh, giải phóng cảm xúc và tham gia vào các hoạt động thể chất như nhảy múa, trước khi kết thúc với sự yên lặng và ăn mừng.

Thiền Kundalini: Thiền Kundalini tập trung vào việc kích hoạt năng lượng Kundalini nằm ở đáy của cột sống. Người thực hành thực hiện các kỹ thuật thở, hát kinh và các động tác cụ thể để đánh thức năng lượng này.

Thiền đi bộ: Thay vì ngồi xuống, bạn thiền trong khi đi bộ, thường là trong thiên nhiên. Tập trung vào cảm giác của chuyển động và sự chạm khi bàn chân nhấc lên, vung qua không khí và tiếp xúc với mặt đất.

Khí công và thái cực quyền: Cả hai phương pháp cổ xưa của Trung Quốc này kết hợp chuyển động với hơi thở để cải thiện sức khỏe thể chất và tinh thần. Chúng thường được coi là các hình thức thiền động do tập trung vào chuyển động có ý thức.

Thiền múa: Dù là múa điên cuồng, hip-hop hay thậm chí là khiêu vũ, thiền múa tập trung việc đắm chìm trong nhịp điệu và chuyển động, do đó bước vào trạng thái thiền.

Yoga: Một số loại yoga như Vinyasa và Ashtanga, có thể được coi là thiền động nhờ vào chuỗi động tác liên tục được kết hợp với hơi thở, tạo ra một trạng thái chánh niệm sâu sắc.

Thiền động có hướng dẫn: Phương pháp này liên quan đến việc theo dõi các hướng dẫn, thường qua bản ghi âm, dẫn dắt bạn qua một loạt các hoạt động tinh thần và thể chất để đạt được trạng thái thiền.

Hình dung và hóa động: Trái lại với phương pháp hình dung truyền thống thường được thực hiện trong khi cố định một chỗ, hình dung và hóa động liên quan đến các chuyển động thể chất mô phỏng qua các tình huống tưởng tượng. Ví dụ, bạn vươn tay ra dùng hai bàn tay xoay tròn như đang nắm một trái bóng trong khi hình dung việc tạo và nhận năng lượng tích cực.

Thiền trống: Sử dụng các mẫu trống nhịp điệu để bước vào trạng thái tập trung và nhận thức, thiền trống là một hình thức khác kích hoạt cả cơ thể và tâm trí.

Thiền võ thuật: Một số môn võ thuật như Aikido đều có yếu tố thiền. Những người thực hành thường mô tả cảm giác đạt được trạng thái thiền trong các thế võ hoặc katas (động tác) của họ.

Mỗi hình thức thiền động này mở ra một con đường độc đáo đến với sự chánh niệm, sức khỏe và bình an nội tâm. Phương pháp tốt nhất là chọn cái mà bạn cảm thấy phù hợp nhất, cho phép bạn tận dụng lợi ích của việc bước vào các trạng thái thiền như trạng thái Alpha.

Vẻ đẹp của thiền động nằm ở chỗ nó tự thích nghi với bạn chứ bạn không cần nỗ lực thích nghi với nó. Đó là giải pháp hoàn hảo cho những người "quá bận rộn" hoặc "quá bồn chồn" để thiền giống như tôi!

Thực hành thiền đi bộ

Thiền đi bộ không chỉ là một hoạt động thể chất giúp rèn luyện sức khỏe, mà còn là một trải nghiệm mang lại sự bình yên và tĩnh tại sâu sắc cho tâm trí. Phương pháp này đặc biệt hữu ích cho những ai có lịch trình bận rộn và không có nhiều thời gian, giúp lấy lại sự cân bằng thể chất và tinh thần một cách nhanh chóng. Dưới đây là hướng dẫn chi tiết để bạn có thể bắt đầu và tận hưởng một buổi thiền đi bộ hiệu quả.

Bước 1: Tìm một địa điểm phù hợp

Chọn một địa điểm yên tĩnh và thoải mái, nơi bạn không bị làm phiền. Có thể là một lối đi trong công viên, một bãi biển yên tĩnh hoặc khu vườn sau nhà. Đoạn đường nên thẳng và tương đối bằng phẳng dài khoảng 10-20 mét.

Bước 2: Đứng vào vị trí

Đứng ở một đầu của lối đi bạn đã chọn. Đặt tay ở vị trí thoải mái: trên hông, hoặc ở hai bên.

Bước 3: Thở sâu

Nhắm mắt lại và thở sâu vài hơi, hít qua mũi và thở ra qua miệng. Cảm nhận hơi thở đi vào và ra khỏi cơ thể bạn. Điều này giúp tập trung tâm trí và chuẩn bị cho việc đi bộ.

Bước 4: Đặt ý định

Mở mắt và, nếu bạn muốn, hãy đặt một ý định cho phần thiền đi bộ của bạn. Đó có thể là: "Tôi đi bộ trong an yên và nhận thức".

Bước 5: Tập trung vào cảm giác đứng

Cảm nhận đôi chân của bạn tiếp xúc với mặt đất. Chú ý đến sự phân bố trọng lượng trên lòng bàn chân của bạn.

Bước 6: Bắt đầu đi bộ

Nhấc một chân lên khỏi mặt đất theo một cách chậm rãi, có ý thức. Chú ý đến cảm giác nhấc chân, chân vung về phía trước, và sau đó chân tiếp xúc với mặt đất. Lặp lại với chân kia.

Bước 7: Đi trong im lặng

Tiếp tục đi đến đầu kia của lối đi, đặt một chân trước chân kia, một cách chậm rãi và có ý thức. Tập trung vào cảm giác di chuyển và chạm. Nếu tâm trí bạn lạc hướng, hãy nhẹ nhàng đưa sự chú ý trở lại từng bước chân.

Bước 8: Dừng lại và thở

Khi bạn đến cuối lối, dừng lại và đứng yên trong một lúc. Thở sâu vài hơi, cảm nhận sự khác biệt giữa việc đứng và đi bộ. Chiều dài của quãng đường tối thiểu là 10-20 mét, bạn có thể đi bộ dài hơn nếu bạn muốn.

Bước 9: Quay trở lại

Quay lại và đi về điểm xuất phát, áp dụng các kỹ thuật chánh niệm tương tự như bạn đã làm trước đó. Thực hiện từng bước đi một cách chậm rãi và có ý thức.

Bước 10: Kết thúc

Khi trở lại điểm xuất phát, tiếp tục đứng yên một lúc nữa. Thở sâu vài hơi và bày tỏ lòng biết ơn cho thời gian bạn đã dành cho việc đi bộ chánh niệm. Suy ngẫm về trải nghiệm và cảm nhận sự thay đổi trong cơ thể và tâm trí của bạn.

"Bước vào tương lai" bằng thiền đi bộ kết hợp hình dung tưởng tượng

Mỗi khi cảm thấy choáng ngợp hoặc mắc kẹt trong công việc, tôi thường quay về với một nghi thức đặc biệt giúp tôi hồi phục tinh thần và làm sáng tỏ tâm trí: thiền đi bộ kết hợp với hình dung rõ ràng về những thành công trong tương lai của mình.

Mọi thứ bắt đầu khi tôi bước ra ngoài, rời bỏ không gian văn phòng. Khi tôi cởi bỏ đôi giày, tôi cảm nhận sự tự do. Cỏ dưới chân tôi mát mẻ và mềm mại, tương phản hoàn toàn với sự thô ráp của cuộc sống hằng ngày. Mỗi búi cỏ dường như nhẹ nhàng chạm vào làn da, mang lại cảm giác vững vàng và hiện hiện trong khoảnh khắc hiện tại.

Với mỗi bước chân trần, tôi bắt đầu đi chậm rãi, cẩn thận. Tôi tập trung vào cảm giác dưới bàn chân, cấu trúc của mặt đất, sự nhịp nhàng của bước đi. Đây không chỉ là một cuộc dạo chơi; đó là một hành trình đi vào trạng thái chánh niệm. Âm thanh của thiên nhiên xung quanh, tiếng chim hót, tiếng gió thì thầm, tất cả góp phần tạo nên cảm giác an yên sâu sắc và kết nối với thế giới xung quanh.

Với mỗi bước chân, tâm trí tôi dần chuyển hướng khỏi những lo lắng cấp bách của cuộc sống hiện tại. Tôi bắt đầu hình dung về một dự án mà tôi đang làm, không phải là nguồn gây căng thẳng, mà là một tác phẩm hoàn thiện, rõ ràng trong từng chi tiết từ màu sắc đến hình dạng, kết cấu. Tôi nghe thấy âm thanh liên quan đến thành công – có thể là tiếng ly chạm nhau trong buổi kỷ niệm hoặc tiếng cười vui chúc mừng của mọi người. Tôi thậm chí tưởng tượng mùi hương của thành công, đó có thể là mùi mực in trên trang giấy hoặc mùi cà phê dễ chịu trong một buổi làm việc khuya.

Sự hình dung này không chỉ giới hạn ở hình ảnh thị giác, mà nó là đa giác quan. Tôi đắm chìm trong cảm giác thành công, cảm nhận sự hài lòng, niềm tự hào và niềm vui lan tỏa như thể chúng đã trở thành hiện thực chứ không còn ở trong tâm trí nữa.

Khi tiếp tục bước đi, mỗi bước chân củng cố thêm tầm nhìn về sự thành công này. Stress và sự bực bội trước đây dường như đã nhạt nhòa, thay thế bởi một cảm giác mới mẻ về mục đích và sự tự tin. Đến khi xỏ giày vào và trở lại văn phòng, tôi cảm thấy bình tĩnh hơn, tập trung hơn, và tràn đầy hứng thú với hướng đi và cách thức mới để đạt được mục tiêu.

Thực hành thiền đi bộ kết hợp với hình dung đã trở thành một phần quan trọng trong hành trình của tôi, một nghi lễ thiêng liêng giúp tôi tái tạo năng lượng và tràn đầy cảm hứng để đối mặt với thách thức bằng một tâm trí sáng suốt và trái tim kiên cường.

Trong nghiên cứu của bác sĩ Joe Dispenza, khái niệm "bước vào tương lai" là ý tưởng kết hợp thiền định với hình dung để biểu hiện tương lai mà bạn mong muốn. Phương pháp này là một hình thức thiền động kết hợp với việc di chuyển. Dưới đây là hướng dẫn từng bước để giúp bạn trải qua quá trình chuyển đổi này theo triết lý của ông.

Bước 1: Tìm một nơi yên tĩnh

Chọn một địa điểm không bị làm phiền, như công viên, cánh rừng hoặc một khu vực riêng tư trong sân sau nhà bạn. Khu vực này nên bằng phẳng và cung cấp đủ không gian để bạn có thể đi bộ tự do.

Bước 2: Tạo sự vững chãi

Đứng yên, nhắm mắt lại và thở sâu, nhẹ nhàng. Cảm nhận mặt đất dưới chân bạn. Điều này sẽ giúp bạn neo mình trong khoảnh khắc hiện tại.

Bước 3: Đặt ý định cho tương lai

Suy nghĩ về mong muốn của bạn trong tương lai. Đó có thể là một mục tiêu nghề nghiệp, một trạng thái tồn tại, hoặc bất kỳ khát vọng nào. Đặt điều này làm ý định cho phần thiền định của bạn.

Bước 4: Mở "con mắt thứ ba"

Hình dung "con mắt thứ ba" của bạn (nằm ở giữa trán, ngay phía trên không gian giữa hai mắt) mở ra. Tưởng tượng nó như một tia sáng rực rỡ chiếu sáng con đường phía trước của bạn.

Bước 5: Bắt đầu đi bộ

Bắt đầu đi bộ với tốc độ nhẹ nhàng, tập trung hoàn toàn vào mỗi bước chân bạn thực hiện. Cảm nhận bàn chân của bạn nhấc lên khỏi mặt đất, di chuyển trong không khí và tiếp xúc lại mặt đất. Hãy hoàn toàn hiện diện trong từng động tác.

Bước 6: Hình dung tương lai của bạn

Khi bạn bước đi, hãy tưởng tượng mình đang bước vào tương lai mà bạn muốn hiện thực hóa. Hãy tưởng tượng chi tiết cảm giác như thế nào, bạn thấy gì, ai đang ở cùng bạn, và quan trọng nhất, hãy thể hiện cảm xúc mà bạn sẽ trải qua.

Bước 7: Bước vào cảm xúc

Khi bạn hình dung, hãy đảm bảo rằng bạn không chỉ nhìn thấy tương lai của mình mà còn cảm nhận nó. Hãy kích hoạt tất cả giác quan của bạn và cảm nhận cảm xúc như thể giấc mơ của bạn đã trở thành hiện thực.

Bước 8: Neo tương lai của bạn

Một khi bạn cảm thấy hoàn toàn đắm chìm trong tương lai mà bạn đã hình dung, hãy tưởng tượng rằng bạn đang neo nó vào thực tại của mình. Bạn có thể hình dung điều này như việc cắm một lá cờ, đặt viên đá tảng, hoặc bất kỳ hành động mang tính biểu tượng nào khác.

Bước 9: Hoàn thành cuộc đi bộ của bạn

Khi bạn đến cuối con đường đi bộ, hãy đứng yên một lát, duy trì trạng thái cảm xúc mà bạn đã tạo ra. Điều này sẽ giúp tích hợp trải nghiệm.

Bước 10: Biểu lộ lòng biết ơn

Trước khi bạn rời khỏi trạng thái thiền này, hãy dành một khoảnh khắc để cảm nhận lòng biết ơn với khoảnh khắc hiện tại và tương lai mà bạn đang hiện thực hóa.

Khi thường xuyên thực hành kỹ thuật thiền "Bước vào tương lai" này, bạn đang tích cực tham gia vào việc tạo ra tương lai của mình, điều phối suy nghĩ, cảm xúc và hành động của bạn để biến những khát vọng thành hiện thực.

Giảm stress dành cho học sinh ADHD, phụ huynh bận rộn & doanh nhân căng thẳng

Trong một thế giới mà chúng ta ngày càng được khuyên phải chậm lại nhưng ít có hướng dẫn thực tế về cách thực hiện thì việc hiểu và tận dụng trạng thái Alpha có thể là bước ngoặt quan trọng của cuộc đời bạn. Tôi không bao giờ nghĩ mình có thể thực hành thiền cho đến khi tôi tìm ra cách "thiền động" và làm cho nó trở nên độc đáo. Dù bạn là học sinh ADHD, phụ huynh bận rộn, hay doanh nhân căng thẳng thì những chiến lược, giải pháp dưới đây sẽ giúp bạn.

Thiền động kết hợp khẳng định tích cực

Đây là hình thức thiền chủ động kết hợp khẳng định tích cực để kích thích cả cơ thể và tâm trí. Phương pháp linh hoạt này có thể áp dụng trong những khoảnh khắc dù rất ngắn mà bạn tìm thấy trong ngày của mình.

Quy trình thiền động kết hợp khẳng định tích cực

Bước 1: Đặt mục tiêu

Trước khi bắt đầu, hãy rõ ràng về điều bạn muốn đạt được. Nó có thể là tăng cường tập trung cho học sinh ADHD, giảm căng thẳng cho cha mẹ bận rộn, hoặc đưa ra quyết định sáng suốt hơn cho doanh nhân.

Bước 2: Tìm không gian của bạn

Chọn một không gian thoải mái nơi bạn không bị quấy rầy. Đó có thể là một góc yên tĩnh trong nhà, một khu vực yên bình trong công viên, hoặc thậm chí là một phòng họp tại nơi làm việc.

Bước 3: Chuẩn bị tư thế

Bạn có thể ngồi hoặc đứng, nhưng hãy đảm bảo tư thế của bạn cho phép bạn hít thở sâu dễ dàng. Giữ lưng thẳng và tay thư giãn để tạo cảm giác thoải mái nhất.

Bước 4: Bắt đầu với những hơi thở sâu

Hít thở sâu qua mũi, giữ trong 3 giây và thở ra qua miệng. Làm điều này 3 lần để chuẩn bị tâm trí vào sóng Alpha.

Bước 5: Kích hoạt tâm trí

Bắt đầu hình dung kết quả bạn mong muốn. Nếu bạn là học sinh ADHD, hãy tưởng tượng một buổi học tập thành công hoặc bài kiểm tra kết quả xuất sắc. Nếu bạn là cha mẹ bận rộn, hãy hình dung một môi trường gia đình yên bình. Nếu bạn là doanh nhân căng thẳng, bạn có thể hình dung mình hoàn thành dự án thành công hoặc đưa ra quyết định sáng suốt.

Bước 6: Thêm động tác (tùy chọn)

Đối với những người thấy khó để ngồi yên, hãy kết hợp các động tác đơn giản như gõ chân hoặc lắc lư từ bên này sang bên kia. Mục tiêu là làm cho việc thiền trở nên năng động giống như bạn chuyển động vậy.

Bước 7: Sử dụng khẳng định tích cực

Trong khi hình dung, lặp lại các khẳng định tích cực liên quan đến mục tiêu của bạn. Ví dụ:

Học sinh ADHD: "Tôi tập trung. Tôi có khả năng. Tôi làm bài rất tốt. Tôi tự tin".

Cha mẹ bận rộn: "Tôi bình tĩnh. Tôi hiện diện".

Doanh nhân căng thẳng: "Tôi quyết đoán. Tôi thành công".

Bước 8: Kết thúc

Để kết thúc, hãy thở sâu 3 lần như bạn đã làm ở Bước 4. Hoặc đếm ngược từ 5 đến 1. Mở mắt, duỗi chân tay và mang theo năng lượng tích cực suốt cả ngày.

Ứng dụng linh hoạt cho các lối sống khác nhau

Chỉ với các bước đơn giản ở trên, bạn có thể thực hành vào bất cứ thời gian nào theo lịch trình cá nhân để phù hợp với cuộc sống hối hả của học sinh ADHD, cha mẹ bận rộn và doanh nhân căng thẳng.

Dành cho học sinh ADHD

Có thể chia làm hai phiên thực hành trong ngày:

- Lịch trình buổi sáng: Bắt đầu ngày mới với một phiên thiền động 10 phút để cài đặt tâm trí dễ tập trung cho cả ngày.

- Phiên tập trung nhanh: Giữa các buổi học, sử dụng 3-5 phút thiền động để tái tạo sự tập trung.

Dành cho cha mẹ bận rộn

- Thiền vào giờ ăn: Sử dụng vài phút đầu của bữa ăn, khi mọi người đang tụ tập nhưng chưa bắt đầu ăn, nắm tay nhau cùng vào trạng thái Alpha nhanh cho cả gia đình. Kết hợp với suy nghĩ về một điều bạn biết ơn thì rất tuyệt.

- Thiền vào khung giờ rảnh của cha mẹ: Khi con cái đã ngủ hoặc đang học bài, hãy tranh thủ 10 phút để tái tập trung và nạp năng lượng. Lý tưởng nhất là cặp đôi thực hiện cùng nhau để tăng cường mối liên kết yêu thương.

Dành cho doanh nhân căng thẳng

- Chuẩn bị trước cuộc họp: Trước một cuộc họp quan trọng, buổi thuyết trình,... hãy đi vào trạng thái Alpha nhanh 5 phút để làm trong sáng tâm trí và tăng cường sự tập trung.

- Thư giãn sau giờ làm: Cuối một ngày làm việc căng thẳng, đi vào trạng thái Alpha 15 phút giúp bạn chuyển từ chế độ quay cuồng làm việc sang chế độ an yên ở nhà.

Căng thẳng là một phần không thể tránh khỏi trong cuộc sống hiện đại của chúng ta. Nó xuất hiện dưới cả hình thức tích cực và tiêu cực, ảnh hưởng đến trải nghiệm hằng ngày và hình thành cách chúng ta phản ứng với thế giới xung quanh. Mặc dù chúng ta không thể hoàn toàn tránh được căng thẳng, nhưng chúng ta có thể học cách quản lý nó một cách hiệu quả. Hiểu và khai thác năng lượng của nó, chúng ta có thể biến căng thẳng từ một kẻ thù đáng sợ thành một đồng minh mạnh mẽ. Chìa khóa nằm ở việc nhận biết các tác nhân gây căng thẳng và áp dụng các cơ chế đối phó lành mạnh. Tôi tin rằng chúng ta hoàn toàn có khả năng vượt qua sự phức tạp của cuộc sống và biến những thách thức do căng thẳng đem đến thành cơ hội cho sự tăng trưởng, phát triển tính kiên cường đạt đến thành công.

CHƯƠNG 5

QUẢN LÝ CẢM XÚC VÀ TỰ CHỮA LÀNH

Khi âm hưởng trong trẻo của ngày cuối xuân vẫn còn đọng lại trong không khí, tôi đã lên kế hoạch cho một mùa hè tuyệt vời cùng gia đình. Tôi mơ về những chuyến đi biển, những buổi tiệc nướng ngoài trời và một chuyến đi thú vị đến nước Nhật sôi động, nhộn nhịp. Mỗi ngày đều hứa hẹn sẽ mang đến cho gia đình tôi những trải nghiệm kỳ diệu.

Thế nhưng vào ngày 9 tháng 5 năm ấy, mọi thứ đã bất ngờ thay đổi. Ngày hôm đó, thế giới như sụp đổ khi mẹ tôi được đưa vội vàng đến phòng cấp cứu, những cơn thở dốc, gấp gáp và tuyệt vọng của bà làm tim tôi đau nhói. Mẹ tôi, trụ cột kiên cường của gia đình, biểu tượng của sức sống, người chưa bao giờ để hơi thuốc lá chạm đến môi, vậy mà giờ đây đang phải vật lộn cho từng hơi thở.

Trong phòng bệnh trắng toát, các bác sĩ với gương mặt căng thẳng, nói những lời thầm thì về sự hiện diện không mong muốn của chất dịch trong phổi phải của bà. Nhìn dịch lỏng đỏ thẫm liên tục chảy ra từ ống dẫn vào bình trong suốt bên giường bà, tôi rơi vào một cơn bão cảm xúc hỗn loạn và hoang mang.

Từng ngày trôi qua, nỗi lo sợ về căn bệnh ung thư phổi như một bóng ma lạnh lẽo, treo lơ lửng trên những bức tường dài vô trùng trong bệnh viện. Với mỗi cuộc kiểm tra, mỗi khoảng chờ đợi dài đằng đẵng đầy tiếng bíp của máy theo dõi và cuộc trò chuyện thì thầm, hy vọng của chúng tôi lấp ló và tắt dần.

Cuối cùng, kết luận của bác sĩ như một sự thật trần trụi được phơi bày dưới ánh sáng khắc nghiệt của hiện thực: Mẹ tôi mắc ung thư phổi giai đoạn cuối. Lời nói như một bài kinh của sự tuyệt vọng dội lên trong đầu tôi. Những ngày kế tiếp như một cơn ác mộng đối với chúng tôi: những chiếc áo blouse trắng của bác sĩ và y tá, những đêm dài không ngủ, tiếng ồn của máy móc y tế và cả những lời cầu nguyện thầm lặng.

Cơn lốc của cảm xúc như đe dọa nuốt chửng tôi. Mỗi lần viếng thăm bệnh viện là một lần bước sâu hơn vào thế giới của mùi chất khử trùng tương phản với ánh nắng mùa hè đang tỏa sáng rực rỡ bên ngoài. Chỉ định phẫu thuật, các phương pháp điều trị liên tục xoay vòng khiến cho hy vọng và tuyệt vọng như trải dài qua ngày và đêm.

Trong sâu thẳm của nỗi sợ hãi, đau buồn và tuyệt vọng, tôi phát hiện ra bên trong mình tồn tại một không gian bình yên mà trước đây tôi không hề biết. Lần đầu tiên nó đến một cách tự nhiên khi thực tại trở nên quá nặng nề, vượt ngưỡng chịu đựng của tôi, trong khoảnh khắc mà một cảm giác tách biệt bất ngờ xuất hiện, tôi như thể bước ra khỏi cảm xúc hỗn loạn của mình và bước vào một không gian yên tĩnh.

Đây là lần đầu tiên tôi vô tình đi vào trạng thái Alpha, một tần số sóng não liên quan đến sự bình tĩnh và sáng tạo. Tôi bắt đầu tìm kiếm nó, đầu tiên qua tiếng bíp đều đặn của máy thở bệnh viện, tôi biến nó thành một loại nhịp điệu thiền trong tâm trí. Tôi tìm thấy nó trong sự yên tĩnh nơi bệnh viện, trong mô hình nhịp thở đều đặn của chính mình khi tôi ngồi bên giường bệnh và nắm tay mẹ. Thiền động nhanh chóng trở thành nơi trú ẩn của tôi, một thực hành nghiêm chỉnh tôi luyện tập mỗi ngày. Nó giúp tôi vững vàng hơn, cho phép tôi lùi ra khỏi vực thẳm của cảm xúc và nhìn nhận chúng với một khoảng cách an toàn, để quản lý những điều tưởng như không thể quản lý. Trong trạng thái Alpha, suy nghĩ của tôi trở nên rõ ràng hơn; cảm xúc của tôi vẫn tồn tại mà không áp đảo tôi. Trạng thái này cho phép cả nỗi buồn và sự an yên, nỗi đau và lòng biết ơn cùng tồn tại.

Việc đi vào trạng thái Alpha không thay đổi thực tế khắc nghiệt về căn bệnh của mẹ tôi, nhưng nó đã biến đổi cảnh quan thế giới cảm xúc của tôi. Nó cho phép tôi hoàn toàn hiện diện với bà, để chia sẻ câu chuyện và tiếng cười ngay cả trong tương lai đen tối sắp xảy ra. Nó đã cho tôi sức mạnh để trở thành trụ cột cho gia đình giống như mẹ tôi luôn làm vậy với chúng tôi, để tôi có thể lên kế hoạch không phải cho một mùa hè của những chuyến phiêu lưu, mà cho những khoảnh khắc còn lại tuy ngắn ngủi nhưng tràn đầy gắn kết và yêu thương.

Mùa hè ấy diễn ra như một cuộc hành trình đầy cảm xúc mà chỉ những thử thách tột cùng như vậy mới có thể mang lại. Đó là một mùa hè của những nghịch lý, nơi nỗi đau sâu sắc nhất đồng hành cùng tình yêu thương mãnh liệt, nơi những mất mát nặng nề đi cùng với những khoảnh khắc đáng trân trọng nhất.

Trong trạng thái Alpha, tôi tìm thấy khả năng điều hướng cơn bão, giữ cho con thuyền tinh thần của gia đình tiếp tục tiến về phía trước ngay cả khi những cơn gió của số phận cứ thổi ngược, chống lại chúng tôi.

Vài tháng sau, căn bệnh K quái ác khiến cho giọng nói của mẹ tôi trở nên lắp bắp, khuôn mặt không cân đối, khác hẳn với người phụ nữ tràn đầy sức sống chỉ cách đây vài tháng. Những thay đổi đột ngột này làm tôi cảm thấy bất lực và đau đớn. Căn bệnh ung thư phổi đã di căn lên não của mẹ. Nhưng nhờ những kỳ tích của y học hiện đại và sự cống hiến tận tâm của các bác sĩ, những khối u não đã được kiểm soát. Chiến thắng y học này đã ban tặng cho mẹ và gia đình chúng tôi sáu tháng quý giá bên nhau. Mẹ tràn đầy hy vọng và nỗ lực. Bà tham gia vào những hoạt động tạo niềm vui cho cuộc sống hằng ngày. Bà đi bộ, nấu ăn, trò chuyện, thậm chí còn đùa giỡn, thổi hồn vào những khoảnh khắc sẽ trở thành kỷ niệm quý giá nhất của chúng tôi.

Khi ánh nắng chói chang của mùa hè nhường chỗ cho sắc thu dịu mát và sau đó là cái lạnh giá của mùa đông, đó cũng là lúc chuẩn bị cho cuộc hẹn thăm khám toàn diện để xem tình hình của mẹ có tiến triển hay không. Sau khi đọc kết quả MRI để đánh giá hiệu quả của thuốc Tagrisso, bác sĩ Jonas với sự thẳng thắn cần thiết đã chia sẻ rằng thuốc Tagrisso – một tia hy vọng mong manh, giờ đây đang thua cuộc trong cuộc chiến chống lại sự lây lan không ngừng của các khối u và chúng đang lan đến gan, ngực và bụng của mẹ tôi ở tốc độ ác tính di căn.

Lời của bác sĩ Jonas mặc dù được nói ra với lòng trắc ẩn, nhưng tôi vẫn cảm thấy nó như một cơn gió lạnh giữa cái giá buốt của mùa đông. Ông đi thẳng vào vấn đề: "Bà chỉ còn vài tháng nếu không làm gì. Và một cơ hội nhỏ để kéo dài cuộc sống đó là hóa trị". Thực tế phũ phàng như một lời nhắc nhở khắc nghiệt về bản chất tàn nhẫn của căn bệnh này.

Chuyển hóa từ cảm xúc sinh tồn sang cảm xúc thăng hoa

Tôi đang đối mặt với hiện thực đau lòng khi mẹ – trụ cột vững chắc của cuộc đời tôi, chỉ còn sống được vài tháng do khối u ác tính đang lan nhanh. Tin tức chấn động này như một cơn bão cảm xúc dữ dội trào dâng trong tôi, sốc, buồn, giận dữ, lo lắng, căng thẳng, tuyệt vọng. Mỗi cảm xúc như một con sóng sóng dữ đập vào bờ biển của tâm trí.

Hơn một thập kỷ qua, tôi luôn là người huấn luyện cho học viên, chia sẻ với khán giả và độc giả về niềm tin và sự kiên cường, vậy mà giờ đây, có vẻ như vũ trụ đang thử thách tôi bằng một bài kiểm tra khắc nghiệt nhất. Tình trạng bệnh của mẹ tôi, người đang chiến đấu với ung thư phổi giai đoạn cuối và các liệu pháp hóa trị đã không còn tác dụng, đã khiến tôi nghi ngờ ngay cả những nền tảng của niềm tin và lời giảng dạy của chính mình.

Ngay sau khi nhận được chẩn đoán, tôi cảm thấy một sức ép khủng khiếp muốn từ bỏ tất cả mọi thứ – những dự án tôi và đồng đội đang theo đuổi, sự nghiệp, cuộc sống mà tôi đã xây dựng. Tôi cảm thấy tất cả chẳng còn ý nghĩa gì nữa. Khi thứ Năm, thứ Sáu và thứ Bảy trôi qua, tôi như lạc vào thế giới của đau thương và mờ mịt. Nhưng vào sáng Chủ nhật, có điều gì đó trong tôi đã thay đổi. Khoác lên mình chiếc áo dày, tôi bước ra công viên nhỏ trước nhà để thiền đi bộ, hy vọng tìm kiếm một chút ánh sáng và hướng đi giữa cơn bão cảm xúc của mình.

Không khí lạnh giá mùa đông làm gò má tôi ửng đỏ, và gió mạnh thổi tung cả tóc khi tôi bước đi. Với mỗi bước chân trên bãi cỏ phủ sương giá, một sự chuyển đổi bắt đầu diễn ra bên trong tôi. Dần dần, tôi bắt đầu thoát ly khỏi những cảm xúc sinh tồn đã ám ảnh tôi trong suốt ba ngày qua, và tôi cảm nhận trạng thái cảm xúc bắt đầu được nâng cao hơn.

"Thay vì chìm trong buồn bã và tuyệt vọng, tôi cảm thấy trái tim mình được lấp đầy bởi một dòng năng lượng mới", tôi tự nhủ. Trong khoảnh khắc suy tư sâu sắc này, tôi thấy mình đang triệu hồi một nguồn sức mạnh nội tâm to lớn, đó là tình yêu, hy vọng, niềm tin và lòng biết ơn.

Thử thách này đến với tôi như một lời nhắc nhở về sức mạnh kiên cường của tinh thần con người trước những thách thức khắc nghiệt nhất của cuộc sống. Hành trình của tôi, từ nỗi buồn đau sâu thẳm đến dần dần tìm lại mục đích sống, là minh chứng cho sức mạnh bền bỉ của tình yêu và niềm tin. Suốt quá trình đồng hành cùng mẹ trong cuộc chiến với căn bệnh ung thư và tìm hướng đi cho chính bản thân mình, tôi đã và đang sống với nguyên tắc mà tôi luôn trân trọng, chứng minh rằng ngay cả trong những khoảnh khắc tăm tối nhất, chúng ta vẫn có thể tìm thấy sức mạnh, hy vọng và sự hồi sinh.

Trong cơn lốc của cảm xúc, tôi học được cách biến mỗi ngày trở thành một món quà quý giá, một cơ hội để trân trọng những khoảnh khắc bên mẹ. Sức mạnh của mẹ và tình yêu của tôi đã gắn kết với nhau trong hành trình này và trở thành những lời nhắc nhở về sự mong manh cũng như quý giá của cuộc sống. Con đường phía trước có thể không chắc chắn, đầy những lựa chọn khó khăn và những khoảnh khắc đầy cảm xúc, nhưng sự can đảm của mẹ tôi, sự kiên cường của gia đình chúng tôi, và những kỷ niệm chúng tôi cùng nhau trải qua sẽ là những ngọn hải đăng tỏa sáng giữa biển đêm, dẫn lối cho chúng tôi với tình yêu, sức mạnh và lòng biết ơn.

Khi bạn đọc đến đây, bạn có thể thấy rằng tôi đã trải qua vô vàn các gam màu của cảm xúc: giận dữ, sợ hãi, lo âu, căng thẳng, và sau đó là sự chuyển biến sang cảm xúc của tình yêu, hy vọng và biết ơn. Tất cả các cảm xúc như vẽ lên một bức chân dung sinh động về cảnh quan nội tâm. Mỗi cảm xúc, từ đỉnh cao của giận dữ đến vực thẳm của tuyệt vọng, và cuối cùng là sự ôm ấp trao quyền của tình yêu và sức mạnh, tất cả đều là một phần của trải nghiệm để tôi đối mặt với những thách thức của cuộc sống. Những cảm xúc phức tạp này là những sợi chỉ được dệt vào tấm thảm cuộc sống tâm lý của con người, nó phản ánh độ sâu và bề rộng của những gì mà tôi cũng như bạn cảm nhận và chịu đựng.

Cảm xúc và tình cảm là những trải nghiệm phức tạp, ảnh hưởng bởi sự kết hợp của các yếu tố sinh học, tâm lý và môi trường. Não bộ đóng một vai trò quan trọng trong trải nghiệm và điều chỉnh cảm xúc, với một số phần chính như sau:

Hệ thống limbic: Tưởng tượng bạn đang bước vào một thế giới nội tâm, nơi các cảm xúc, hành vi, động lực, trí nhớ dài hạn và khứu giác hòa quyện với nhau. Đó chính là hệ thống limbic – nhóm các cấu trúc liên kết trong não, nó thường được gọi là "bộ não của cảm xúc". Hệ thống này bao gồm những cấu trúc quan trọng như hồi hải mã (hippocampus), hạch hạnh nhân (amygdala), vùng đồi thị (thalamus) và vùng dưới đồi (hypothalamus), tất cả cùng nhau đảm nhận nhiệm vụ xử lý và điều phối cảm xúc.

Hạch hạnh nhân: Hãy hình dung một hạt hạnh nhân nhỏ bé nhưng quyền lực nằm sâu trong thùy thái dương của não. Đó chính là hạch hạnh nhân, trung tâm điều khiển cảm xúc mạnh mẽ như sợ hãi, giận dữ và niềm vui sướng. Hạch hạnh nhân không chỉ quyết định những ký ức nào được lưu trữ mà còn xác định vị trí lưu trữ trong não. Đặc biệt, nó giúp hình thành những ký ức cảm xúc, nhất là những ký ức liên quan đến sợ hãi, để chúng ta có thể nhận ra và phản ứng nhanh chóng với mối đe dọa.

Vỏ não trước trán: Vỏ não trước trán (prefrontal cortex) là một vùng nằm ở phía trước của não. Đây là nơi diễn ra những hoạt động phức tạp như lập kế hoạch, ra quyết định và điều chỉnh hành vi xã hội. Vỏ não trước trán không chỉ điều chỉnh cảm xúc mà còn kiềm chế những phản ứng không phù hợp, giúp chúng ta duy trì thái độ đúng mực trong các tình huống xã hội. Đồng thời, nó cũng giúp diễn giải và điều chỉnh những cảm xúc do hệ thống limbic tạo ra, đảm bảo chúng ta phản ứng một cách hợp lý và sáng suốt.

Phạm vi cảm xúc

Trong cuộc hành trình sống động và phức tạp của cảm xúc, chúng ta trải qua mọi cung bậc từ niềm hạnh phúc tràn đầy đến nỗi buồn sâu thẳm, từ nỗi sợ hãi đến niềm vui sướng. Những cảm xúc này không chỉ đa dạng về cường độ mà còn bị ảnh hưởng bởi trải nghiệm cá nhân, nền văn hóa và hoàn cảnh hiện tại. Cụ thể:

Hạnh phúc: Bạn có thể cảm nhận hạnh phúc như một sự nhẹ nhàng trong lồng ngực, một nụ cười rạng rỡ, và một cảm giác ấm áp lan tỏa. Đó là những suy nghĩ về sự hài lòng hoặc niềm vui đơn giản.

Buồn: Khi buồn, bạn có thể cảm thấy một sự nặng nề trong cơ thể, đôi mắt rưng rưng, miệng hơi cụp xuống và những suy nghĩ về mất mát hoặc thất vọng bao trùm.

Sợ hãi: Thường biểu hiện qua nhịp tim nhanh, đổ mồ hôi, cảm giác kinh hoàng, và suy nghĩ tập trung vào nguy cơ hoặc mối đe dọa tiềm ẩn.

Giận dữ: Giận dữ có thể làm bạn cảm thấy mặt hoặc cả người nóng bừng, tay nắm chặt, lông mày nhíu lại và suy nghĩ về sự bất công hoặc thất vọng đang xâm chiếm tâm trí.

Mỗi cảm xúc kích hoạt các phần khác nhau của não bộ, ảnh hưởng đến cách chúng ta phản ứng với các kích thích và tình huống khác nhau. Việc hiểu những tương tác phức tạp giữa các khu vực não khác nhau và cách chúng liên quan đến cảm xúc của chúng ta là một trọng tâm chính trong lĩnh vực thần kinh học.

Cuộc sống không phải lúc nào cũng suôn sẻ, và có những lúc cảm xúc tiêu cực có thể áp đảo chúng ta. Trong những khoảnh khắc này, việc lùi một bước và đánh giá tổng quan cảm xúc của mình là việc rất quan trọng. Nếu cảm xúc tiêu cực chiếm ưu thế so với cảm xúc tích cực, có thể đó là dấu hiệu cần giải quyết vấn đề hoặc tìm sự giúp đỡ chuyên nghiệp. Cảm xúc tiêu cực kéo dài, nếu không được giải quyết, có thể dẫn đến các vấn đề sức khỏe tâm lý và thể chất.

Nhận thức và biểu hiện cảm xúc cũng không kém phần quan trọng. Nhận thức về cảm xúc của mình, hiểu rõ về nguồn gốc, tìm cách biểu hiện và giải phóng chúng một cách lành mạnh là chìa khóa cho sức khỏe tinh thần. Việc đè nén cảm xúc là phản tác dụng; nó có thể dẫn đến sự tắc nghẽn cảm xúc, làm chúng ta cảm thấy mắc kẹt và cản trở khả năng ứng phó hiệu quả với những thách thức của cuộc sống. Biểu hiện cảm xúc lành mạnh có thể bao gồm việc nói chuyện với một người bạn đáng tin cậy hoặc nhà trị liệu tâm lý, tham gia vào các hoạt động sáng tạo, hoặc thực hành các kỹ thuật chánh niệm và thư giãn,... Nhận thức và biểu hiện cảm xúc theo cách lành mạnh sẽ cho phép bản thân chúng ta xử lý và vượt qua, thay vì bị mắc kẹt bởi chúng.

Tỷ lệ cảm xúc tích cực

Tất cả cảm xúc, dù tích cực hay tiêu cực, với màu sắc và cường độ khác nhau nhưng đều đóng vai trò quan trọng trong bức tranh trải nghiệm của con người, góp phần vào sự hiểu biết của chúng ta về thế giới và bản thân mình. Chúng giống như các nốt nhạc kết hợp lại để tạo nên một bản nhạc giàu cảm xúc, du dương. Tương tự một bài hát chỉ có những nốt cao sẽ thiếu chiều sâu và sự đa dạng, một cuộc sống mà không trải nghiệm đầy đủ cung bậc cảm xúc sẽ thiếu đi sự phong phú và tinh tế.

Cảm xúc, dù là vui vẻ hay thách thức, đều giúp điều hướng những phức tạp của cuộc sống và làm phong phú trải nghiệm của chúng ta, vì vậy việc duy trì sự cân bằng cảm xúc là rất quan trọng. Theo Tiến sĩ Barbara Fredrickson, một nhà tâm lý học nổi tiếng, sự cân bằng cảm xúc lành mạnh thường được phản ánh trong tỷ lệ ***3 cảm xúc tích cực: 1 cảm xúc tiêu cực***. Tỷ lệ này không có nghĩa là phủ nhận hoặc lờ đi những cảm xúc khó khăn; thay vào đó, nó nhấn mạnh tầm quan trọng của việc nuôi dưỡng và trải nghiệm cảm xúc tích cực để cân bằng những thách thức không thể tránh khỏi.

Các điểm cần nhớ về tỷ lệ cảm xúc tích cực

Theo Tiến sĩ Barbara Fredrickson, tỷ lệ 3 cảm xúc tích cực: 1 cảm xúc tiêu cực – có nghĩa là cần khoảng ba cảm xúc tích cực để cân bằng được một cảm xúc tiêu cực – là một sự cân bằng tốt cho cả tâm lý và phát triển cá nhân. Tuy nhiên mọi người cần nắm rõ các nguyên tắc sau:

Cân bằng, không loại bỏ: Mục tiêu không phải là loại bỏ cảm xúc tiêu cực, vì chúng là một phần quan trọng của trải nghiệm sống và cung cấp thông tin quan trọng về môi trường và tình trạng nội tâm. Thay vào đó, hãy tìm điểm cân bằng giữa những trải nghiệm này với những trải nghiệm tích cực.

Chất lượng, không phải số lượng: Điều quan trọng không chỉ là số lượng trải nghiệm tích cực mà còn là chất lượng của chúng. Cảm xúc tích cực chân thành, xuất phát từ trái tim mới thực sự quan trọng.

Linh hoạt tùy theo mỗi cá nhân: Tỷ lệ này không phải là một công thức rập khuôn với tất cả. Mỗi người có thể tìm thấy sự cân bằng tối ưu ở các tỷ lệ khác nhau. Hoàn cảnh cá nhân, nền văn hóa và tính cách cá nhân đều có thể ảnh hưởng đến điều này.

Trung bình dài hạn: Hãy xem xét tỷ lệ này như một mục tiêu trung bình lâu dài chứ không phải là một biện pháp hằng ngày. Sự cân bằng cảm xúc có thể dao động từ ngày này sang ngày khác, và điều đó hoàn toàn bình thường.

Cường độ cảm xúc tích cực: Những cảm xúc tích cực có thể bao gồm niềm vui, lòng biết ơn, sự bình yên, hứng thú, hy vọng, tự hào, cảm hứng, kinh ngạc và tình yêu. Chúng không cần phải mạnh mẽ hay áp đảo; ngay cả những cảm xúc tích cực nhẹ nhàng cũng có thể có lợi.

Vai trò trong khả năng phục hồi: Tỷ lệ cao hơn của cảm xúc tích cực giúp xây dựng khả năng phục hồi, giúp cá nhân phục hồi nhanh chóng hơn sau những căng thẳng và thử thách, tăng cường sự bền bỉ và linh hoạt trong cuộc sống.

Ứng dụng tỷ lệ cảm xúc tích cực để có một cuộc sống trọn vẹn

Ngoài việc áp dụng các nguyên tắc trên, thì dưới đây là những cách thực tế giúp bạn ứng dụng tỷ lệ cảm xúc tích cực vào cuộc sống:

Nuôi dưỡng cảm xúc tích cực: Tham gia vào các hoạt động mang lại niềm vui, sự hài lòng và lòng biết ơn. Điều này có thể bao gồm tham gia vào các hoạt động yêu thích, dành thời gian với người thân yêu, hoặc thực hành sự chánh niệm, đi vào trạng thái Alpha và các kỹ thuật thư giãn.

Nhận biết và quản lý cảm xúc tiêu cực: Thay vì kìm nén cảm xúc tiêu cực, hãy nhận biết và thấu hiểu chúng. Sử dụng các chiến lược đối phó lành mạnh, như nói chuyện với một người tin cậy hoặc chuyên gia, có thể xử lý và vượt qua những cảm xúc này một cách rất hiệu quả.

Thực hành bày tỏ: Việc bày tỏ thường xuyên về trạng thái cảm xúc của bản thân thông qua các phương pháp như viết nhật ký có thể giúp duy trì sự cân bằng cảm xúc lành mạnh.

Tìm kiếm sự cân bằng: Hãy hướng tới việc tạo ra nhiều trải nghiệm và cảm xúc tích cực hơn trong cuộc sống của bạn. Chấp nhận rằng cảm xúc có thể dao động hằng ngày và điều này hoàn toàn bình thường.

Mặc dù tỷ lệ cụ thể 3 cảm xúc tích cực: 1 cảm xúc tiêu cực có thể không áp dụng được cho tất cả mọi người, nhưng nguyên tắc hướng tới tăng cường trải nghiệm cảm xúc tích cực vẫn là một hướng dẫn hữu ích trong việc cải thiện sức khỏe tổng thể. Đó là việc tạo ra một cuộc sống nơi cảm xúc tích cực được nuôi dưỡng, đồng thời quản lý các cảm xúc tiêu cực một cách tôn trọng và lành mạnh.

Sóng não và sự chuyển đổi cảm xúc

Sóng não của chúng ta phản ánh trạng thái tinh thần, và chúng có thể thay đổi tùy thuộc vào những gì chúng ta đang làm và cảm nhận. Các trạng thái sóng não khác nhau có thể ảnh hưởng đến quá trình xử lý và biểu hiện cảm xúc theo các cách khác nhau:

Trong Chương 1 tôi đã chỉ ra chi tiết các đặc điểm của sóng não, chương này tôi tập trung chi tiết hơn vào ảnh hưởng sóng não tới cảm xúc của chúng ta.

Sóng Beta (14-30 Hz): Sóng Beta chiếm ưu thế trong trạng thái thức tỉnh bình thường khi sự chú ý được hướng tới các nhiệm vụ nhận thức và thế giới bên ngoài. Chúng liên quan đến hoạt động đòi hỏi sự suy nghĩ và tập trung chú ý. Mức Beta cao có thể dẫn đến căng thẳng và stress, gây khó khăn trong việc quản lý cảm xúc một cách hiệu quả. Điều này có thể dẫn đến phản ứng thay vì phản hồi.

Sóng Alpha (7-14 Hz): Trạng thái Alpha là một trạng thái tinh thần thư giãn nhưng vẫn tỉnh táo; đó là khi bạn cảm thấy bình tĩnh và thư giãn. Sóng Alpha giúp giảm stress và có thể tạo điều kiện cho tâm trí rõ ràng, có lợi cho việc chữa lành cảm xúc. Trong trạng thái này, quá trình xử lý cảm xúc có thể trở nên suy tư hơn và ít phản ứng hơn. Nhiều người thấy rằng họ có thể suy nghĩ rõ ràng hơn về cảm xúc của mình, dẫn đến việc phản ứng và biểu hiện cảm xúc cân bằng hơn.

Sóng Theta (4-7 Hz): Sóng Theta xuất hiện trong giấc ngủ nhẹ, thư giãn sâu và hình dung. Trạng thái này liên quan đến sự sáng tạo, trực giác, mơ mộng và ghi nhớ. Về mặt cảm xúc, Theta có thể là nguồn cảm hứng sáng tạo và khơi gợi những cảm xúc sâu kín không thường được truy cập trong trạng thái tỉnh táo Beta.

Sóng Delta (0,5-4 Hz): Đây là sóng não chậm nhất, xuất hiện trong giấc ngủ sâu không mơ hoặc trong thiền sâu. Trạng thái này liên quan đến việc chữa lành và tái tạo, vì vậy nó thường không liên kết trực tiếp với việc xử lý cảm xúc tích cực. Tuy nhiên, giấc ngủ phục hồi trong sóng Delta là cần thiết cho khả năng phục hồi cảm xúc và sức khỏe.

Sự cân bằng và chuyển đổi giữa các trạng thái sóng não có thể ảnh hưởng đáng kể đến cách chúng ta xử lý và biểu hiện cảm xúc. Dành quá nhiều thời gian trong trạng thái Beta cao có thể gây ra lo âu, trong khi hoạt động Alpha và Theta tăng lên có thể giúp tạo ra một trạng thái cảm xúc cân đối hơn. Những khoảnh khắc cảm xúc sâu sắc có thể dẫn đến sự thay đổi trong sóng não, thay đổi cách chúng ta phản ứng với thế giới xung quanh. Khi học được cách chủ động đi vào các trạng thái sóng não khác nhau, như thông qua thiền hoặc chánh niệm, chúng ta có thể kiểm soát cuộc sống cảm xúc của mình tốt hơn, lựa chọn cách phản hồi đúng thay vì chỉ phản ứng theo thói quen.

Hệ thống limbic, thường được gọi là "bộ não của cảm xúc", đóng vai trò quan trọng trong phản ứng cảm xúc của chúng ta. Trạng thái Alpha có mối quan hệ đặc biệt với hệ thống limbic, nó hoạt động như một trạng thái trung gian giúp điều chỉnh phản ứng cảm xúc. Khi chúng ta ở trong trạng thái Alpha, hệ thống limbic ít có khả năng phản ứng với căng thẳng cao hoặc hoảng loạn, tạo điều kiện cho cảm xúc cân bằng hơn.

Hơn nữa, trạng thái Alpha có thể nâng cao nhận thức cảm xúc, đây là yếu tố quan trọng của trí tuệ cảm xúc. Bằng cách làm yên lặng những suy nghĩ như "những con khỉ nhảy nhót" trong đầu, nó có thể giúp cá nhân trở nên nhạy cảm hơn với trải nghiệm cảm xúc của họ. Khi mọi người nhận thức được cảm xúc của mình, hiểu nguồn gốc của những cảm xúc này, cách chúng ảnh hưởng đến suy nghĩ và hành vi của ta, chúng ta có thể quản lý cảm xúc một cách hiệu quả hơn.

Trạng thái này cũng góp phần phát triển các khía cạnh khác của trí tuệ cảm xúc, như khả năng tự điều chỉnh cảm xúc, tự động viên bản thân, nhận biết cảm xúc ở người khác (đồng cảm và thấu hiểu), và quản lý mối quan hệ. Việc ở trong một trạng thái thư giãn nhưng vẫn tỉnh táo tạo không gian cho cá nhân suy nghĩ cân nhắc về hành động và phản ứng của mình, thay vì bị cuốn theo cảm xúc tức thì, mở ra hướng tiếp cận có chiều sâu hơn về suy tư cảm xúc và góp phần quan trọng trong quá trình tự điều chỉnh.

Ngoài ra, tác động làm dịu của trạng thái Alpha đối với tâm trí và cơ thể tạo ra một nền tảng để tăng cường đồng cảm và kỹ năng tương tác xã hội. Khi chúng ta bình tĩnh và hiện diện, các mối quan hệ của chúng ta với mọi người xung quanh được cải thiện hơn nhờ khả năng lắng nghe, nhạy cảm và tinh tế hơn trong giao tiếp xã hội.

Tóm lại, việc nuôi dưỡng trạng thái Alpha – một trạng thái bình tĩnh và chánh niệm – sẽ tạo ra một môi trường màu mỡ cho sự phát triển và ứng dụng của trí tuệ cảm xúc, giúp cá nhân điều hướng cuộc sống một cách linh hoạt.

Stress, lo âu và chấn thương tâm lý

Ngay trên đỉnh núi đá đỏ Sedona, Dana Croschere và bạn đời của cô, Krisanna Sexton, đứng lặng yên nhìn màu sắc ấm áp của mặt trời lặn bao quanh mình. Dana đã trải qua nhiều năm chống chọi với đau đớn thể xác mạn tính, có lúc Dana không thể cử động hay bước đi. Những đau đớn này như một lời nhắc nhở không dứt về những tổn thương cô phải chịu trong thời thơ ấu. Krisanna, một nhà làm phim với ánh mắt dịu dàng, đã là chỗ dựa vững chắc cho cô, và giúp cô ghi lại hành trình chữa lành của họ qua ống kính.

Hành trình tìm kiếm sự chữa lành đã đưa họ đến Sedona, địa điểm huyền bí và nổi tiếng với các vòng xoáy năng lượng – những trung tâm năng lượng thuận lợi cho việc chữa lành, thiền định và tự khám phá. Sedona dường như là ngọn hải đăng hy vọng cho Dana, khi mà thuốc men và những liệu pháp y học hiện đại đã không thể giúp ích cho những cơn đau dai dẳng bởi tổn thương tinh thần do bị xâm hại tình dục lúc nhỏ đem lại.

Một buổi sáng, dưới sự hướng dẫn của một chuyên gia liệu pháp ở Sedona, Dana ngồi xuống với đôi mắt nhắm, hơi thở đều đặn. Chuyên gia nhẹ nhàng dẫn dắt cô đi vào hành trình nội tâm, đối mặt với những ký ức đau thương mà cô đã kìm nén từ lâu. Đó là một hành trình đầy nước mắt và run rẩy khi Dana đối mặt với những ám ảnh của quá khứ. Khi buổi chữa lành kết thúc, điều gì đó bên trong Dana đã thay đổi. Nó tinh tế nhưng sâu sắc. Bóng tối của những tổn thương đã làm cô ngột ngạt bấy lâu nay dường như nhẹ đi. Lần đầu tiên sau nhiều năm, cô cảm thấy một tia giải thoát, một hồi âm của sự bình yên.

Những ngày tiếp theo, bước chân của Dana trở nên nhẹ nhàng hơn, nụ cười của cô xuất hiện thường xuyên hơn. Cơn đau, mặc dù không hoàn toàn biến mất, đã trở nên dễ quản lý hơn. Cô bắt đầu hiểu rằng hành trình chữa lành của mình không chỉ là giảm bớt đau đớn thể lý mà còn là chữa lành về mặt tinh thần, đối mặt với quá khứ và ôm lấy hiện tại.

Lần cuối, khi một lần nữa đứng giữa những tảng đá đỏ, Dana nhận ra rằng người chữa lành vĩ đại nhất của mình chính là tình yêu bên trong cô – một tình yêu đã ở đó từ lâu, chờ được thừa nhận, chờ để chữa lành. Hành trình của họ, được gọi đúng là "Love Heals", trở nên ý nghĩa hơn cả một bộ phim tài liệu. Krisanna, người chứng kiến sự biến đổi này của bạn đời, nhận ra sức mạnh to lớn của việc đối mặt và giải phóng những rào cản cảm xúc. Bộ phim tài liệu mà Krisanna thực hiện không chỉ là một bản ghi chép về hành trình của Dana, mà còn là một chứng nhận về sức mạnh kiên cường của tâm trí và khả năng chữa lành sâu sắc đến từ bên trong.

Khi sự biến đổi của Dana Croschere diễn ra dưới sự chứng kiến của cảnh quan vĩnh cửu ở Sedona, tôi cũng có mặt ở đó để tham gia sự kiện đào tạo do Dr. Bruce Lipton – Giáo sư Tiến sĩ chuyên dạy tế bào học cho sinh viên y khoa, giờ đây là chuyên gia trong lĩnh vực chữa lành bằng năng lượng và sức mạnh dẫn dắt của niềm tin. Các bài giảng với sự kết hợp đáng kinh ngạc của trí tuệ cổ xưa và khoa học hiện đại chính là chìa khóa mở cửa cho những tổn thương tâm lý và đau khổ lâu ngày bị đóng chặt của Dana. Mỗi ngày trôi qua, mỗi bước đột phá, mỗi lần giải phóng cảm xúc tắc nghẽn lâu năm, là một bước tiến hướng tới tự do mới mẻ cho cả thể xác lẫn tâm trí của cô ấy.

Bộ phim mô tả hành trình vượt qua nỗi đau hướng tới sự chữa lành của Dana đã chạm tới trái tim nhiều người và giành được nhiều giải thưởng. Khi chúng tôi ăn mừng thành công của bộ phim, tôi không khỏi cảm thấy biết ơn sâu sắc vì đã được chứng kiến một hành trình biến đổi như vậy. Dana, từng bị trói buộc bởi những xiềng xích vô hình của quá khứ, giờ đây đứng rạng ngời, là minh chứng cho sức mạnh chữa lành của tình yêu và niềm tin. Krisanna, bạn đời của cô, người đứng sau bộ phim tài liệu, tỏa sáng với niềm tự hào. Bộ phim đã trở thành chất xúc tác cho sự thay đổi trong cuộc sống của nhiều người.

Stress và chấn thương tâm lý, mặc dù cả hai đều là phản ứng cảm xúc, nhưng khác nhau đáng kể về mức độ, nguồn gốc và ảnh hưởng lên sức khỏe tinh thần và thể chất của một cá nhân. Đây là phân biệt quan trọng để hiểu cách chúng có thể ảnh hưởng sâu sắc đến cá nhân, như trường hợp của Dana.

Stress về cơ bản là phản ứng của cơ thể đối với bất kỳ yêu cầu hoặc đe dọa nào, dù thực tế hay chỉ là tưởng tượng. Đó là một phản ứng tự nhiên kích hoạt hệ thống "chiến đấu hoặc bỏ chạy", giải phóng các hormone như adrenaline và cortisol. Phản ứng này có thể biểu hiện qua các triệu chứng tâm lý như lo âu, cáu kỉnh và khó tập trung. Nếu kéo dài, stress có thể dẫn đến các vấn đề sức khỏe tâm thần như trầm cảm và rối loạn lo âu. Về mặt thể chất, stress có thể gây ra các triệu chứng như đau đầu, căng cơ và rối loạn giấc ngủ, và theo thời gian, góp phần vào các vấn đề sức khỏe nghiêm trọng như bệnh tim và tiểu đường.

Chấn thương tâm lý là phản ứng đối với một sự kiện cực kỳ đau thương hoặc gây rối loạn làm cho cá nhân không thể đối phó, thường liên quan đến mối đe dọa tính mạng hoặc sự an toàn. Các ảnh hưởng tâm lý của chấn thương có thể nghiêm trọng và kéo dài, dẫn đến các tình trạng như rối loạn stress sau chấn thương (PTSD), biểu hiện qua những hồi tưởng, lo âu nặng và suy nghĩ không kiểm soát về sự kiện gây chấn thương. Chấn thương tâm lý cũng có thể dẫn đến việc tách rời cảm xúc và liên tục tạo ra niềm tin tiêu cực. Về mặt thể chất, nó có thể biểu hiện qua đau mạn tính, mệt mỏi và mất ngủ, và thường không có nguyên nhân y khoa rõ ràng.

Trong trải nghiệm của Dana, các ảnh hưởng làm tê liệt của stress và chấn thương đã gây ra những ảnh hưởng nghiêm trọng.

Stress do chấn thương từ thời thơ ấu đã tạo ra tắc nghẽn tâm lý, khiến cô mắc kẹt trong khoảnh khắc chấn thương. Điều này dẫn đến việc cô bị lo âu nặng, trầm cảm và PTSD, ảnh hưởng đến cả thể chất và tinh thần. Phản ứng stress mạn tính gây ra các vấn đề về đường tiêu hóa, làm suy yếu hệ thống miễn dịch và làm trầm trọng thêm các vấn đề sức khỏe hiện có.

Như tôi đã giải thích chi tiết trong Chương 4, trong khi stress là một phần bình thường của cuộc sống hằng ngày, chấn thương là một phản ứng mạnh mẽ và thường kéo dài đối với các sự kiện đau thương sâu sắc. Cả hai đều có ảnh hưởng đáng kể đến sức khỏe tinh thần và thể chất, nhưng ảnh hưởng của chấn thương chưa được giải quyết có thể làm suy giảm chất lượng cuộc sống, khả năng thưởng thức các hoạt động hằng ngày và duy trì các mối quan hệ lành mạnh.

Chữa lành năng lượng, thiền định và bước vào trạng thái Alpha là những phương pháp có thể giúp đỡ đáng kể cho những cá nhân đang đối mặt với stress và chấn thương, mở ra con đường hướng tới chữa lành và phục hồi. Những phương pháp này có thể ảnh hưởng đến cả tâm trí và cơ thể, giải quyết nguyên nhân gốc rễ của đau đớn cảm xúc và thể chất. Mỗi hình thức đều có những ưu điểm vượt trội.

Chữa lành năng lượng

Khả năng tiếp cận toàn diện: Chữa lành năng lượng nhìn nhận con người như sự tương tác phức tạp giữa các hệ thống thể chất, cảm xúc và năng lượng. Mục tiêu của phương pháp này là cân bằng và chữa lành các trường năng lượng của cơ thể, giải quyết những rối loạn và chấn thương tâm lý có thể gây ra các bệnh lý về cảm xúc và thể chất.

Giải phóng những cảm xúc bị tắc nghẽn: Hình thức chữa lành này thường tập trung vào việc giải phóng năng lượng cảm xúc bị mắc kẹt do chấn thương. Bằng cách giải phóng và ngăn chặn tắc nghẽn này, chữa lành năng lượng có thể làm giảm các triệu chứng của stress và chấn thương, thúc đẩy quá trình giải phóng và chữa lành cảm xúc.

Giảm đau thể chất: Thông qua các kỹ thuật như Reiki, châm cứu hoặc khí công, chữa lành năng lượng cũng có thể giảm bớt các triệu chứng thể chất liên quan đến stress chẳng hạn như căng cơ, đau đầu và mệt mỏi, từ đó cải thiện tổng thể sức khỏe.

Thiền định

Thúc đẩy sự chánh niệm và nhận thức: Thiền định giúp tăng khả năng chánh niệm và nhận thức về hiện tại, giúp cá nhân tách rời khỏi những suy nghĩ và cảm xúc đau khổ. Sự tách biệt này đặc biệt có lợi cho những người đang chịu đựng những suy nghĩ dai dẳng và xâm nhập liên quan đến tổn thương tâm lý và stress.

Giảm stress: Khoa học đã chứng minh thiền định thường xuyên giúp giảm mức độ cortisol, một loại hormone stress, trong cơ thể. Việc này có thể làm dịu các triệu chứng thể chất và cảm xúc của stress.

Mang lại lợi ích tâm trí: Thiền định có thể thay đổi chức năng não bộ, thúc đẩy điều chỉnh cảm xúc và giảm phản ứng với stress. Nó có thể tăng cường chất xám trong não ở các khu vực chịu trách nhiệm cho sự tự nhận thức, lòng từ bi và sự tự suy ngẫm.

Bước vào trạng thái Alpha qua thiền định

Trạng thái Alpha là một tần số sóng não liên quan đến sự thư giãn, sáng tạo và cảm giác nhẹ nhàng. Trạng thái này đạt được trong thiền định nhẹ, ngay trước khi ngủ sâu, hoặc trong những khoảnh khắc thư giãn sâu sau giờ cơm trưa.

Tăng cường thư giãn và chữa lành: Trạng thái Alpha có thể tăng cường quá trình chữa lành tự nhiên của cơ thể, khi sự thư giãn sâu hơn và tâm trí trở nên cởi mở hơn với những gợi ý tích cực và quá trình phục hồi.

Xử lý và giải phóng cảm xúc: Trong trạng thái Alpha, cá nhân có thể thấy dễ dàng hơn trong việc xử lý và giải phóng những cảm xúc bị kìm nén. Trạng thái này nuôi dưỡng cảm giác bình yên và hạnh phúc, giúp dễ dàng đối mặt và xử lý những ký ức chấn thương một cách an toàn và có kiểm soát.

Chữa lành năng lượng, thiền định và bước vào trạng thái Alpha cung cấp những công cụ mạnh mẽ cho những cá nhân đang đối mặt với stress và chấn thương tâm lý, như Dana. Chúng giúp cân bằng, chữa lành tâm trí và cơ thể, giải quyết nguyên nhân sâu xa của nỗi đau và thúc đẩy một trạng thái sức khỏe toàn diện. Những phương pháp này hiệu quả đặc biệt khi kết hợp với các phương pháp trị liệu truyền thống, tạo ra một con đường toàn diện hướng tới chữa lành và phục hồi.

Trong hành trình chữa lành của mình, Dana đã áp dụng một kỹ thuật được gọi là "nước lên lửa xuống". Đây là một triết lý năng lượng sâu sắc và cổ xưa của Đông Á, có nguồn gốc từ 10.000 năm trước, được kết tinh trong các phương pháp truyền thống như khí công, thái cực quyền, thiền định và nhiều môn võ thuật khác. Trọng tâm của triết lý này là đạt được sự hài hòa và cân bằng năng lượng bản thể của cơ thể. Kỹ thuật này tập trung vào việc điều khiển năng lượng "nước" mát mẻ từ phần dưới của cơ thể di chuyển lên trên, đồng thời hướng năng lượng "lửa" ấm áp từ phần trên di chuyển xuống dưới. Sự chuyển động và cân bằng năng lượng động này không chỉ là một quá trình vật lý; mà nó còn được tin là chìa khóa mở ra khả năng chữa lành tự nhiên của cơ thể, nuôi dưỡng sự cải thiện về sức khỏe thể chất, tinh thần và tâm linh.

Để tích hợp triết lý "nước lên lửa xuống" vào thói quen hằng ngày, các bài tập sau có thể đặc biệt hiệu quả. Mỗi bài tập thực hành tập trung vào các khu vực và chức năng cụ thể của cơ thể, góp phần vào sự cân bằng năng lượng và sức khỏe tổng thể.

Bài thực hành gõ nhẹ cơ thể để lưu thông toàn diện

Các bước thực hiện:

- Bắt đầu bằng cách đứng hoặc ngồi thoải mái.
- Sử dụng đầu ngón tay hoặc lòng bàn tay để nhẹ nhàng gõ từ vùng bụng dưới.

- Dần dần chuyển sang chân, gõ xuống dọc theo đùi, đầu gối, bắp chân và mắt cá chân. Sau đó gõ trở lại lên trên.
- Tiếp tục gõ mông, lưng dưới và di chuyển lên vai.
- Gõ xuống dọc theo cánh tay xuống đến bàn tay, và trở lại lên vai.
- Gõ nhẹ ngực, lưng trên và sau đó chuyển sang cổ và đầu, cẩn thận với những vùng nhạy cảm này.
- Kết thúc bằng cách quay trở lại gõ vùng bụng dưới.
- Dành khoảng 1-2 phút cho mỗi khu vực, điều chỉnh dựa trên sự thoải mái và nhu cầu cá nhân.

Lợi ích:

- Kích thích dòng chảy năng lượng lưu thông khắp cơ thể, tăng cường sức sống.
- Thúc đẩy tuần hoàn máu và bạch huyết.
- Giúp giải phóng căng thẳng cơ bắp và cứng khớp.
- Khuyến khích sự thư giãn và hỗ trợ giảm stress.

Bài thực hành gõ nhẹ ngón chân thúc đẩy sự thư giãn

Các bước thực hiện:

- Nằm ngửa với chân duỗi thẳng, tay thả lỏng bên cạnh.
- Đưa hai chân lại gần nhau và bắt đầu gõ nhẹ ngón chân từ trong và ra ngoài, cho phép chân di chuyển tự do nhưng kiểm soát.

- Giữ phần thân trên thư giãn, và tập trung vào động tác nhịp nhàng của chân.
- Tiếp tục gõ nhẹ ngón chân trong khoảng 5-10 phút.
- Chú ý đến bất kỳ cảm giác nào ở hông, chân và lưng dưới.

Lợi ích:

- Giúp cân chỉnh cột sống.
- Thúc đẩy sự thư giãn, giúp ngủ ngon hơn.
- Cân bằng năng lượng cơ thể, giúp giảm bớt suy nghĩ linh tinh.

Bài thực hành rung sóng não giảm stress

Các bước thực hiện:

- Ngồi trên sàn hoặc trên ghế với chân đặt phẳng trên mặt đất. Đảm bảo lưng thẳng nhưng thư giãn. Nhắm mắt và hít thở sâu một vài lần.
- Cố gắng giải phóng bất kỳ căng thẳng nào trong cơ thể, đặc biệt là ở cổ, vai và đầu. Tập trung vào cảm giác hơi thở vào và ra khỏi cơ thể, cho phép tâm trí tĩnh lặng.
- Bắt đầu nhẹ nhàng di chuyển đầu từ bên này sang bên kia. Động tác giống như gật đầu hoặc đung đưa nhẹ nhàng. Giữ cổ và vai thả lỏng để động tác tự nhiên và không bị ép buộc.

- Dần dần tăng tốc độ và phạm vi chuyển động của đầu. Tuy nhiên, quan trọng là phải ở trong phạm vi thoải mái để tránh căng thẳng hoặc bị trẹo cổ. Khi bạn di chuyển đầu, hãy nhận thức về bất kỳ cảm giác nào ở hộp sọ, cổ và cột sống. Có thể là cảm giác ngứa rát hoặc ấm áp.
- Kết hợp thở sâu vào bài tập. Hít thở sâu qua mūi và thở ra qua miệng.
- Bạn có thể niệm Phật hoặc phát ra âm thanh nhẹ khi thở ra để tăng cường hiệu ứng rung động.
- Khi thực hiện rung động đầu, hình dung năng lượng "lửa" (liên quan đến sự ấm áp và chuyển động) trong đầu được nhẹ nhàng xoa dịu và di chuyển xuống phía trái tim và bụng dưới. Hình dung bất kỳ căng thẳng tâm lý, lo âu, hoặc suy nghĩ quá mức tan biến với mỗi chuyển động.
- Sau vài phút, dần dần chuyển động đầu chậm lại. Quay trở lại với sự gật đầu nhẹ nhàng và sau đó trở về trạng thái, giữ nguyên tư thế ngồi.

Lợi ích:

- Thúc đẩy sự thư giãn và giảm stress.
- Giúp cân bằng và làm dịu tâm trí.
- Có thể giúp giảm đau đầu hoặc mệt mỏi tinh thần.
- Khuyến khích sự hòa hợp của sóng não, dẫn đến sự cải thiện tập trung và tinh thần minh mẫn.

Khi áp dụng các bài tập này vào thói quen hằng ngày, hãy bắt đầu từ từ và lắng nghe phản ứng của cơ thể. Sự kiên trì quan trọng hơn cường độ, đặc biệt là trong giai đoạn đầu. Khi bạn cảm thấy thoải mái hơn với các bài tập, bạn có thể dần tăng thời lượng và cường độ để phù hợp với nhu cầu và mục tiêu của mình. Hãy nhớ rằng, những bài tập này không chỉ giúp kích thích năng lượng mà còn tăng cường nhận thức về dòng chảy năng lượng của cơ thể để đạt được sự cân bằng hài hòa bên trong. Bạn có thể tìm thấy nhiều bài tập chi tiết và hình minh họa trong cuốn *Water Up Fire Down* (Nước lên lửa xuống) của Ilchi Lee.

Kỹ thuật quản lý cảm xúc ngay lập tức

Một trong những học viên của tôi, Maria, đã từng gặp phải nhiều khó khăn trong việc kiểm soát cảm xúc của mình. Cô ấy thường dễ bị kích động và thường phản ứng một cách bốc đồng thay vì phản ứng một cách lý trí. Thói quen này đã bắt đầu ảnh hưởng đến cuộc sống cá nhân và nghề nghiệp của cô. Cuộc hôn nhân của Maria gặp nhiều căng thẳng do cô thường xuyên nổi cơn giận dữ. Nhân viên dưới quyền ngày càng ngại ngần làm việc với cô vì thấy cô khó đoán và cầu toàn.

Một ngày nọ, Maria đến gặp tôi với một tâm trạng tuyệt vọng và mong muốn được hướng dẫn về cách kiểm soát phản ứng của mình. Cô ấy muốn thay đổi nhưng không biết làm thế nào. Sau khi thảo luận về nhiều kỹ thuật khác nhau, cô quyết định thử một phương pháp đơn giản nhưng hiệu quả: kỹ thuật "Đèn giao thông".

Kỹ thuật này dựa trên các nguyên tắc hành vi nhận thức, bằng cách hình dung cột đèn giao thông như một tín hiệu để điều chỉnh phản ứng cảm xúc. Đây là cách Maria sử dụng nó:

- *Đèn đỏ – Dừng lại*: Mỗi khi cô gặp một tình huống kích động, cô hình dung một đèn giao thông màu đỏ. Đây là tín hiệu cho cô dừng lại ngay lập tức và không phản ứng. Khoảnh khắc tạm dừng này cho cô thời gian để ngăn chặn dòng cảm xúc tức thời của mình.

- *Đèn vàng – Suy nghĩ*: Đèn màu vàng nhắc nhở cô suy nghĩ về tình huống. Cô sẽ thở sâu và đánh giá những gì cô đã nghe hoặc thấy. Bước này quan trọng vì nó cho cô thời gian để xử lý thông tin và xem xét hậu quả của các phản ứng vô thức của mình. Giai đoạn này giúp cô kích hoạt phần não trước trán – phần chịu trách nhiệm cho quyết định, suy nghĩ và tự chủ.

- *Đèn xanh – Hành động*: Cuối cùng, đèn xanh tượng trưng cho tín hiệu để hành động. Đến thời điểm này, Maria đã cho mình đủ thời gian để cho kích thích từ hạch hạnh nhân phản ứng nhanh chóng sang phần não trước trán logic hơn. Sự chuyển đổi này cho phép cô phản hồi một cách cân nhắc và phù hợp, thay vì phản ứng bằng cảm xúc bộc phát.

Theo thời gian, kỹ thuật này đã bắt đầu biến đổi cách tương tác của Maria. Cô thấy mình trở nên bình tĩnh và chín chắn hơn trong các phản ứng của mình. Hôn nhân của cô bắt đầu cải thiện khi chồng cô nhận thấy sự thay đổi trong hành vi của vợ – cô trở nên kiên nhẫn và thông cảm hơn. Tại nơi làm việc, nhân viên của cô bắt đầu cảm thấy thoải mái và đánh giá cô cao hơn, dẫn đến một môi trường làm việc hài hòa và hiệu quả hơn.

Thực hành của Maria không chỉ là học cách quản lý cảm xúc mà còn gia tăng nhận thức về sức mạnh của phản hồi suy nghĩ so với phản ứng bốc đồng. Bằng cách hình dung đèn giao thông trong những khoảnh khắc có thể xảy ra xung đột, cô có thể làm chậm quá trình suy nghĩ, kích hoạt tâm trí hợp lý và đưa ra quyết định để đạt được kết quả tốt hơn trong các mối quan hệ cá nhân và nghề nghiệp. Một kỹ thuật đơn giản, nhưng đã thay đổi cả cuộc đời của Maria.

Quản lý cảm xúc hiệu quả là cần thiết cho sức khỏe tinh thần và có thể đạt được thông qua nhiều kỹ thuật khác nhau. Dưới đây là sáu phương pháp khác nhau mà bạn có thể áp dụng ngay lập tức khi bạn cảm thấy lo lắng, nôn nao, buồn bã, tức giận, quá tải,...

1. *Kỹ thuật hít thở*: Kỹ thuật này tập trung vào hơi thở để làm dịu tâm trí và cơ thể. Bạn có thể thử hít thở sâu, hít vào chậm qua mũi, giữ hơi thở trong vài giây, sau đó thở ra chậm qua miệng. Điều này giúp giảm stress và lo âu.

2. *Vẽ hình trên lòng bàn tay*: Dùng ngón tay vẽ lên lòng bàn tay một hình đơn giản như một chiếc neo, ngôi sao, bông hoa, vòng tròn,... Phương pháp này giúp bạn tập trung vào thời điểm hiện tại và chuyển hướng tâm trí khỏi những cảm xúc quá mạnh.

3. *Phương pháp đèn giao thông*: Phương pháp này sử dụng các màu của đèn giao thông như một phép ẩn dụ. Khi bạn cảm thấy quá tải, nghĩ đến đèn đỏ để dừng lại hoặc tạm dừng, đèn vàng để suy nghĩ và đánh giá cảm xúc của bạn, và đèn xanh để hành động hoặc tiếp tục với một phản ứng bình tĩnh và có ý thức.

4. *Đếm theo thứ tự*: Bắt đầu bằng cách đếm từ 1 đến 7, sau đó cứ tăng thêm 7 (14, 21, 28, 35,...). Phương pháp này làm phân tâm tâm trí của bạn và giúp giảm cường độ của cảm xúc mạnh khi bạn tham gia vào một hoạt động tinh thần đòi hỏi sự tập trung.

5. *Gián đoạn mô hình cảm xúc*: Khi bạn cảm thấy quá tải, hãy gián đoạn mô hình cảm xúc của bạn bằng cách làm điều gì đó khác. Điều này có thể đơn giản như lấy một ly nước, nghỉ ngơi một chút, hoặc đi dạo. Kỹ thuật này giúp điều chỉnh trạng thái cảm xúc của bạn.

6. *Bước vào trạng thái Alpha*: Đây là trạng thái thư giãn nhưng có ý thức. Các kỹ thuật để đạt được trạng thái này bao gồm thiền định, hình dung, hoặc nghe nhạc êm dịu. Trạng thái này giúp giảm stress, tăng cường sự sáng tạo và kỹ năng giải quyết vấn đề.

Mỗi phương pháp này mang đến một cách tiếp cận độc đáo để quản lý cảm xúc, và bạn có thể chọn một hoặc kết hợp nhiều phương pháp phù hợp nhất với bạn. Hãy nhớ, chìa khóa để quản lý hiệu quả cảm xúc chính là thực hành thường xuyên.

Quản lý cảm xúc, dù là cảm xúc mạnh mẽ như giận dữ và sợ hãi hay cảm xúc nhẹ nhàng hơn như bực bội hoặc bất an, đòi hỏi các chiến lược khác nhau phù hợp với cường độ và bản chất của cảm xúc. Dưới đây là một số phương pháp bổ sung để giúp bạn xử lý các loại cảm xúc khác nhau:

Đối với cảm xúc mạnh (giận dữ, sợ hãi,...)

Hoạt động thể chất: Tham gia vào các hoạt động thể chất như chạy bộ, đi bộ nhanh hoặc thậm chí làm việc nhà sẽ giúp chuyển hóa năng lượng mạnh mẽ và giảm các hormone stress.

Thiền chánh niệm: Thực hành chánh niệm để trở nên ý thức hơn về cảm xúc của bản thân mà không phán xét chúng. Điều này rất hiệu quả trong việc nhận diện và quản lý cảm xúc mạnh như giận dữ hoặc sợ hãi.

Viết cảm nhận: Ghi lại những cảm nhận của bản thân là một phương pháp trị liệu tuyệt vời để giải tỏa cảm xúc. Nó không những cung cấp một kênh biểu đạt cảm xúc an toàn mà còn giúp nhận diện nguyên nhân sâu xa của cảm giác đó.

Trò chuyện trị liệu: Chia sẻ về cảm xúc của bạn với một nhà trị liệu hoặc một người mà bạn tin cậy có thể mang lại sự nhẹ nhõm và cung cấp quan điểm mới về cách quản lý cảm xúc mạnh.

Đối với cảm xúc nhẹ (bực bội, lo lắng, bất an,...)

Suy ngẫm và viết nhật ký: Dành thời gian suy ngẫm và ghi chép về những cảm xúc của bạn. Việc này không chỉ giúp bạn hiểu rõ hơn về những cảm giác của mình mà còn giúp bạn quản lý chúng một cách hiệu quả hơn.

Thực hiện các sở thích: Chuyển hướng sự chú ý của bạn bằng cách tham gia vào các hoạt động yêu thích như đọc sách, vẽ tranh, làm vườn.

Nghe nhạc: Âm nhạc có tác dụng làm dịu và có thể giúp thay đổi tâm trạng của bạn. Đắm chìm trong những bản nhạc yêu thích là một cách tuyệt vời để quản lý cảm xúc.

Thực hành biết ơn: Nhận thức và đánh giá cao những khía cạnh tốt đẹp trong cuộc sống có thể giúp bạn chuyển đổi cảm xúc từ tiêu cực sang tích cực.

Mỗi cảm xúc đòi hỏi một cách tiếp cận tinh tế, và sự phù hợp tùy thuộc vào mỗi cá nhân. Bạn nên thử nghiệm và tìm ra kỹ thuật hiệu quả cho mình. Hãy nhớ rằng, bạn nên nhờ sự giúp đỡ chuyên nghiệp nếu cảm xúc trở nên quá mức hoặc kéo dài.

Trong những trải nghiệm của con người, cảm xúc như những sắc thái sống động tô điểm cho bức tranh cuộc sống của chúng ta. Từ sâu thẳm của nỗi buồn đến đỉnh cao của sự vui sướng, mỗi cảm xúc đều có mục đích riêng, mang lại chiều sâu, sự đối lập và ý nghĩa cho sự tồn tại hằng ngày của chúng ta. Hành trình trải nghiệm cảm xúc là cần thiết trong việc định hình quan điểm sống, hướng dẫn quyết định và ảnh hưởng đến cách chúng ta tương tác với thế giới xung quanh.

Tuy nhiên, sức mạnh thực sự không nằm ở chính bản thân của cảm xúc, mà nằm trong sự nhận thức và quản lý của chúng ta đối với chúng. Ý thức về trạng thái cảm xúc, thừa nhận sự hiện diện và hiểu rõ nguồn gốc của chúng là bước quan trọng đầu tiên trong việc làm chủ cảnh quan nội tâm mình. Chính nhờ nhận thức này, chúng ta có thể điều hướng những thăng trầm của cảm xúc một cách khéo léo, để không trở thành nạn nhân của cảm xúc, mà là những người thuyền trưởng điều khiển hướng đi cho hành trình cuộc đời của mình.

Sự chấp nhận đóng một vai trò then chốt trong quá trình này. Bằng cách chấp nhận cảm xúc, chúng ta tôn vinh bản thân và trải nghiệm chân thực của mình. Sự chấp nhận này không có nghĩa là từ bỏ hoặc thụ động; thay vào đó là sự công nhận trạng thái cảm xúc hiện tại của mình như một điểm khởi đầu cho sự phát triển và thay đổi. Khi chấp nhận cho sự biến đổi bắt đầu, chúng ta chuyển từ việc phản ứng bị động sang tâm thế chủ động.

Quản lý cảm xúc được hỗ trợ bởi nhiều kỹ thuật, như đã được minh họa trong các câu chuyện và phương pháp tôi chia sẻ ở chương này. Những kỹ thuật này trao quyền cho chúng ta để thay thế những cảm xúc áp đảo hoặc không mong muốn bằng những cảm xúc phục vụ tốt hơn cho nhu cầu và khát vọng của bản thân. Chìa khóa để điều hướng cảm xúc chính là sự kết hợp của nhận thức, chấp nhận và áp dụng khéo léo các kỹ thuật phù hợp với trải nghiệm cá nhân. Khi chúng ta học cách khai thác sức mạnh cảm xúc của mình, chúng ta mở ra khả năng cho sự phát triển cá nhân sâu sắc, cải thiện mối quan hệ và hiểu biết hơn về trải nghiệm con người. Khi trở thành kiến trúc sư cho thế giới cảm xúc của chính mình, bạn đang mở cửa cho một cuộc sống cân bằng, hài lòng và ý nghĩa hơn.

CHƯƠNG 6

HIỆN THỰC HÓA TÌNH YÊU VÀ NUÔI DƯỠNG MỐI QUAN HỆ

Một buổi sáng sớm năm 1999 tại Sài Gòn, trong không gian yên tĩnh của khách sạn Omni, một cô gái Việt Nam và mẹ của mình đang ngồi chờ gặp người quản lý khách sạn. Bỗng nhiên, một người đàn ông cao lớn, tầm 1m88, lướt qua sảnh và tiến gần về phía họ. Cả cô gái và người mẹ đều chú ý đến anh chàng to cao đang tiến đến gần với nụ cười rạng rỡ. Anh cất lời chào và giới thiệu mình là người Mỹ gốc Do Thái, đang chờ đi tour ở địa đạo Củ Chi và hôm nay là ngày cuối cùng anh ấy ở Việt Nam.

Người đàn ông ấy đang cố gắng làm gì? Cô gái có chút ngỡ ngàng vì một chàng trai Tây xa lạ bỗng tiến đến làm quen. Cô ấy lúc đó không hề biết rằng mỗi người có một tần số và năng lượng riêng, và chàng trai này đang muốn điều chỉnh tần số, năng lượng và hào quang của mình để được gần hơn, đồng điệu hơn với cô gái. Khi ta dành nhiều thời gian bên nhau, những tần số đó sẽ tìm cách hòa hợp và tạo sự kết nối mạnh mẽ.

Năng lượng mà chúng ta tỏa ra có thể truyền đến những người xung quanh trong phạm vi 8 mét. Nếu khoảng cách giữa hai người nằm trong đường kính 16 mét thì năng lượng và hào quang của họ sẽ bắt đầu chạm vào nhau.

Bạn có bao giờ tự hỏi, từ khoảnh khắc nào ta bắt đầu để ý đến một người, thích một người, hay thậm chí là yêu từ cái nhìn đầu tiên?

Cái nhìn đầu tiên, cái chạm nhẹ của đôi bàn tay, rồi âm thanh giọng nói,... tất cả dường như không chỉ là những hành động vô thức. Đó là những bước đi đầu tiên trong quá trình hòa hợp, khi tần số của một người dần dần điều chỉnh để tương thích với người kia. Tần số của người này dần hòa với tần số của người kia, tạo nên một sự kết nối không thể tách rời.

Khi một trong hai người bắt đầu cảm thấy hứng thú với đối phương, tần số năng lượng của họ sẽ tự nhiên thay đổi để đồng điệu với người kia. Đó là lý do tại sao trong mối quan hệ hoặc hôn nhân, khi hai người không còn cảm nhận được sự hòa hợp nữa, rạn nứt bắt đầu xuất hiện. Khi tần số giữa hai người không còn đồng điệu, mối quan hệ ấy dần trở nên mong manh và dễ vỡ.

Chính vì thế, trong một mối quan hệ nghiêm túc, chúng ta cần tránh để bị thu hút bởi người thứ ba. Nếu bạn bắt đầu bị hấp dẫn bởi người khác, thì tần số của bạn bắt đầu hòa nhịp với họ, điều đó đồng nghĩa với việc bạn đang làm yếu đi tần số và sự kết nối với người bạn đời mà bạn đang có. Khi sự đồng điệu này trở nên suy yếu, cả hai có thể sẽ tìm kiếm tần số mới, tức là một người khác. Và cái kết là mối quan hệ hay hôn nhân của bạn sẽ tan vỡ.

Vợ chồng cũng không nên ở xa nhau quá lâu, vì khi ở gần nhau, sự rung động của tần số được giữ vững và khó thay đổi. Nếu bạn cảm thấy sự rung động giữa hai người bắt đầu thay đổi, hãy nhận thức điều đó và đến gần nhau hơn nữa để tái tạo sự hòa hợp và đồng điệu của tần số.

Điều này không chỉ đúng với con người, mà còn áp dụng cho mọi sinh vật khác như cây cỏ, thú cưng,... Và thậm chí những vật chất tưởng chừng như vô tri như quần áo, túi xách, vật dụng, đồ nghề,... đều lưu giữ năng lượng và tần số.

Khi chúng ta duy trì sự gần gũi, tần số năng lượng giữa các bên sẽ luôn được cân bằng và hòa hợp. Cô gái ngày ấy chính là tôi, và anh chàng người Mỹ ấy chính là cha của hai đứa con ngoan ngoãn và vô cùng đáng yêu của tôi. Tình yêu và hôn nhân của chúng tôi cũng không tránh khỏi những thăng trầm của tần số trồi sụt. Tuy nhiên sự hiểu biết về kết nối tần số và các chu kỳ của một mối quan hệ giúp tôi có những kỳ vọng thực tế, nhìn nhận vấn đề và điều chỉnh thích hợp để xây dựng nó ngày càng tốt hơn.

Tôi rất đau lòng khi nghe nhiều học viên và độc giả chia sẻ về những khó khăn trong các mối quan hệ không hạnh phúc, hôn nhân rạn nứt, hay quá trình ly hôn đau đớn. Cảm giác ấy giống như chứng kiến một khu vườn tuyệt đẹp dần tàn lụi, những bông hoa rực rỡ từng tô điểm cho cuộc sống đang dần héo úa vậy. Cuộc sống hiện đại đầy áp lực căng thẳng như những áng mây che đen phủ khu vườn của các mối quan hệ gắn kết. Chúng ta bị cuốn theo những cuộc chạy đua không ngừng nghỉ của mục tiêu, thành tựu và trở nên xao nhãng việc quan tâm, lắng nghe và chăm sóc.

Giống như những bông hoa cần sự nuôi dưỡng, chăm sóc, các mối quan hệ cũng là những thực thể sống cần được kiên nhẫn nâng niu bằng sự thấu hiểu, đồng cảm và tha thứ để không bị suy tàn, héo úa.

Có lẽ đã đến lúc chúng ta nên chậm lại, bước ra khỏi đường đua để cùng nhau vun đắp và xây dựng một mối quan hệ bền vững. Vẻ đẹp của khu vườn nằm ở sự nâng niu chăm sóc của người làm vườn, cũng như vẻ đẹp của một mối quan hệ nằm ở trái tim yêu thương và kết nối.

Tình yêu thực sự

Yêu đương thường là một trải nghiệm tức thì và mãnh liệt. Nó được đặc trưng bởi sự hấp dẫn mạnh mẽ, gần như ngay lập tức đối với người khác, tạo nên cảm giác phấn khích và hứng thú. Giai đoạn này thường được đánh dấu bởi sự lý tưởng hóa, nơi mọi người tập trung vào những điều tích cực và thường bỏ qua những khuyết điểm hoặc dấu hiệu cảnh báo tiềm ẩn. Khoảng thời gian này thường được gọi là "giai đoạn tuần trăng mật", khi mà mọi thứ về đối tác dường như hoàn hảo và đúng đắn nhất.

Về mặt sinh học, yêu đương kích thích một hỗn hợp hóa chất trong não, bao gồm dopamine và oxytocin, dẫn đến cảm giác hưng phấn và niềm vui mãnh liệt. Cảm giác phấn khích này giống như một "cao trào" tự nhiên và có thể khiến mọi người cảm thấy lâng lâng và vô cùng hạnh phúc. Về mặt tình cảm, giai đoạn này cảm xúc lấn át quyết định lý trí. Mọi người thường thấy mình liên tục nghĩ về đối phương, khao khát sự hiện diện và sự quan tâm chú ý của họ. Ảo tưởng và tưởng tượng rất mạnh mẽ trong giai đoạn này. Chúng ta sơn vẽ một bức tranh hoàn hảo theo mong muốn và hy vọng của mình về người đó. Chúng ta thường nhìn thấy người kia qua lăng kính lý tưởng hóa của riêng mình, thay vì nhận ra con người thực sự của họ.

Trái lại, "học cách yêu ai đó" là một quá trình từ từ và sâu sắc. Nó bao gồm việc phát triển sự hiểu biết và chấp nhận người khác như bản chất thật sự của người ấy, bao gồm cả những khuyết điểm và hạn chế. Khi mối quan hệ trưởng thành, sẽ có sự chuyển đổi từ hình ảnh lý tưởng hóa sang một cái nhìn thực tế hơn về đối phương. Giai đoạn này, sự hưng phấn của tình yêu mới được thay thế bởi ý thức xây dựng một kết nối cảm xúc mạnh mẽ, bền vững.

Giai đoạn sâu hơn của tình yêu này được đặc trưng bởi sự lựa chọn có ý thức để cam kết với người đó và nuôi dưỡng mối quan hệ. Nó không chỉ về cảm giác yêu, mà còn về quyết định và cam kết, ngay cả khi đối mặt với thách thức. Học cách yêu bao gồm việc tích hợp sự kết nối cảm xúc với các khía cạnh thực tế của việc chia sẻ cuộc sống cùng nhau, đối mặt với thách thức hằng ngày, thỏa hiệp, và cùng nhau giải quyết xung đột,... Sự chuyển đổi từ hấp dẫn ban đầu về ngoại hình sang một mối liên kết cảm xúc và trí tuệ sâu hơn. Các đối tác trong giai đoạn này thường phát triển một cảm giác mạnh mẽ được chắp cánh bởi sự tôn trọng và hiểu biết lẫn nhau.

Trong khi bản chất của tình yêu có thể được mô tả như một cơn bão cảm xúc và lý tưởng hóa, học cách yêu thực sự giống như một hành trình. Điều này liên quan đến việc xây dựng một mối liên kết bền vững, được củng cố bởi thực tế và được làm giàu bởi sự tăng trưởng và hiểu biết hơn về nhau. Mỗi giai đoạn có vẻ đẹp và thách thức riêng của nó, góp phần vào bức tranh phong phú của một mối quan hệ yêu thương.

7 giai đoạn thăng trầm của một mối quan hệ

Dù bạn là hoa hậu sải bước trên sàn diễn lấp lánh ánh đèn hay bạn là cô gái công sở với cuộc sống bình thường thì bạn cũng không thoát khỏi cuộc hành trình tình yêu đầy thử thách. Hãy tưởng tượng nó như một thí nghiệm hóa học, đầy ắp bình cầu và phản ứng khó lường. Và thêm chút hài hước, chúng ta hãy cùng khám phá các giai đoạn của một mối quan hệ, tương tự như các hiện tượng hóa học.

1. Hấp dẫn và lãng mạn

Đầu tiên, chúng ta có giai đoạn "hấp dẫn và lãng mạn". Giai đoạn này bùng nổ giống như khi bạn thả một viên Mentos vào một chai Coca vậy. Đầy ắp mãnh liệt, hứng thú, say mê, cái nhìn lý tưởng về người bạn đời và mong muốn dành nhiều thời gian cùng nhau. Giai đoạn này thường kéo dài vài tháng đến một năm.

2. Ổn định

Tiếp theo là giai đoạn "ổn định", hay còn gọi là giai đoạn đường tan. Tại đây, sự sôi nổi ban đầu bắt đầu lắng xuống, và mối quan hệ trở nên như đường tan mịn trong nước. Đây là khoảng thời gian ngọt ngào, thoải mái, nơi hòa quyện của sự kết nối cảm xúc sâu sắc. Các cặp đôi có thể bắt đầu xây dựng cuộc sống chung, trân trọng sự đồng hành của nhau trong cuộc sống hằng ngày. Giai đoạn này có thể kéo dài vài năm.

3. *Khám phá và điều chỉnh*

Sau đó chúng ta bước vào giai đoạn "khám phá và điều chỉnh", Tại đây, các cặp đôi bắt đầu tìm hiểu nhiều hơn về nhau, bao gồm cả những khiếm khuyết và sự khác biệt giống như sự thay đổi độ pH trong phòng thí nghiệm. Đây là lúc thêm pH vào hỗn hợp tình yêu làm thay đổi màu sắc của nó. Bạn bắt đầu nhận thấy tất cả những điểm khác biệt và thói quen của người kia, giống như một thí nghiệm khoa học với kết quả không ngờ. Giai đoạn này có thể mang lại thách thức khi thực tế ập đến, và các bên phải học cách điều chỉnh và thỏa hiệp. Nó có thể bao gồm cảm giác thất vọng hoặc khó chịu, đòi hỏi sự cân bằng giữa tình yêu và cam kết ngày càng lớn. Giai đoạn này thường kéo dài vài năm.

4. *Kết nối sâu hơn và cam kết*

Tiến xa hơn, chúng ta đến với giai đoạn "kết nối sâu hơn và cam kết", đại diện cho điểm bão hòa. Mối quan hệ đã đạt đến trạng thái không thể hòa tan thêm. Đây là lúc mà các cặp đôi thường phát triển một mối liên kết sâu đậm và chín chắn hơn, sau khi đã vượt qua những thách thức của các giai đoạn trước. Cảm giác an toàn, tin cậy và hiểu biết tăng lên. Cảm xúc trong giai đoạn này được đặc trưng bởi một ý thức mạnh mẽ về đối tác và lòng trung thành. Giai đoạn này là cuộc chạy đường dài marathon của mối quan hệ, có thể kéo dài nhiều năm hoặc thậm chí hàng thập kỷ.

5. Thách thức và phát triển

Không có mối quan hệ nào không gặp thách thức, và chúng ta cũng đối mặt với giai đoạn "thách thức và phát triển". Giai đoạn này giống như phản ứng tỏa nhiệt. Tại đây, mọi thứ nóng lên trở lại, tỏa ra năng lượng khi các cặp đôi cùng nhau đối mặt với những thăng trầm của cuộc sống, có thể bao gồm những thay đổi trong sự nghiệp, áp lực tài chính, vấn đề sức khỏe, gia đình. Cảm xúc ở đây rất đa dạng, từ căng thẳng và lo lắng đến sự đồng cảm và hỗ trợ. Giai đoạn linh động với các sự kiện lớn xảy ra trong cuộc sống.

6. Tái khơi dậy và tái tạo

Sau đó là giai đoạn "tái khơi dậy và tái tạo", tương tự như việc thêm chất xúc tác vào phản ứng hóa học. Theo thời gian, các cặp đôi lâu năm cần trải qua những giai đoạn tái khơi dậy tình yêu và tái tạo kết nối. Giống như họ cần có những thử nghiệm mới để làm sống lại phản ứng hóa học của tình yêu. Đây có thể là một thời gian tái khám phá và khơi dậy lại đam mê đã nhạt nhòa, như tham gia những chuyến du lịch lãng mạn hay bắt đầu sở thích mới cùng nhau. Giai đoạn này có thể kéo dài vài năm hoặc cho đến lần làm mới tiếp theo.

7. Ổn định lâu dài và hòa hợp

Cuối cùng, chúng ta đến với giai đoạn "ổn định lâu dài và hòa hợp", nơi chất kết tủa bắt đầu lắng đọng. Sau tất cả các phản ứng, kết tủa còn lại chính là minh chứng của mối quan hệ bền vững. Trong giai đoạn này, các cặp đôi tận hưởng lợi ích của một quan hệ đối tác lâu dài. Có một cảm giác an yên, hiểu biết và tôn trọng lẫn nhau. Cảm xúc được đặc trưng bởi tình cảm sâu đậm, lòng biết ơn và hạnh phúc vì có nhau trong cuộc sống. Chấp nhận cái tốt lẫn cái xấu của nhau một cách vui vẻ.

Các giai đoạn cảm xúc trong một mối quan hệ cam kết thường theo một lộ trình linh hoạt và phát triển. Mặc dù mỗi mối quan hệ có những yếu tố khác nhau nhưng đây là một bản phác thảo chung về các giai đoạn.

Giai đoạn "ổn định lâu dài và hòa hợp" của một mối quan hệ là một hành trình đa dạng, phụ thuộc vào nhiều yếu tố như hoàn cảnh riêng tư, sự cam kết cống hiến cho mối quan hệ và những áp lực từ bên ngoài. Đây là giai đoạn mà các cặp đôi đã cùng nhau vượt qua bao thăng trầm, đạt tới sự hiểu biết sâu sắc, tôn trọng và thoải mái khi ở bên nhau. Đối với nhiều người, giai đoạn này có thể kéo dài hàng thập kỷ, thậm chí là suốt phần đời còn lại của họ. Đặc trưng của nó là một nền tảng vững chắc về lòng tin, tình yêu và sự đồng hành. Các cặp đôi ở giai đoạn này thường đã trải qua và giải quyết những mâu thuẫn lớn, hiểu rõ về nhu cầu và mong muốn của đối phương.

Cần phải nhấn mạnh rằng, việc bước vào giai đoạn này không có nghĩa là mọi thách thức đều biến mất hay không cần nỗ lực để duy trì mối quan hệ. Mối quan hệ luôn cần sự thích ứng, giao tiếp và hiểu biết không ngừng. Điểm then chốt ở giai đoạn này là các cặp đôi đã phát triển được những phương pháp hiệu quả để xử lý vấn đề và giữ vững cam kết sâu đậm với nhau. Giai đoạn này ngắn hay dài bao lâu không cố định. Nó có thể kéo dài rất lâu, thậm chí cho đến tận cùng của mối quan hệ, miễn là cả hai vẫn không ngừng nuôi dưỡng và bảo vệ tình cảm đã gắn kết họ.

Mỗi giai đoạn trong mối quan hệ đều mang lại những thách thức và niềm vui riêng biệt, và việc thành công vượt qua chúng chính là nền tảng cho sự phát triển và vững mạnh của mối quan hệ yêu thương.

Những thách thức của một mối quan hệ cam kết hiện đại

Kim và Nam quen nhau khi còn học trung học, tình yêu đẹp như tranh của họ nhanh chóng nở rộ. Họ là hình mẫu của những cặp thanh mai trúc mã, tình cảm dành cho nhau hiển hiện trong từng ánh mắt và cuộc trò chuyện thầm kín.

Sau khi tốt nghiệp, họ tiếp tục hành trình cùng nhau bằng một cuộc hôn nhân đáng ngưỡng mộ. Tình yêu của họ trở thành nguồn cảm hứng cho bạn bè và biểu tượng của tình yêu bền chặt. Tuy nhiên, cuộc sống trôi qua, những thách thức bắt đầu xuất hiện. Nam, một người làm việc chăm chỉ, phải đắm chìm trong công việc kinh doanh tiêu tốn nhiều thời gian và năng lượng của anh. Sự cam kết yêu thương của anh không hề giảm bớt, nhưng công việc khiến anh ít có thời gian cho gia đình. Kim, một người vợ cũng rất cần mẫn, vừa phải xoay xở công việc vừa chăm sóc ba đứa con nhỏ. Mỗi ngày họ bị cuốn vào một cơn lốc của trách nhiệm, còn lại rất ít thời gian nghỉ ngơi, chứ chưa nói đến việc dành thời gian cho nhau.

Hoàn cảnh sống của cặp đôi càng tạo nên nhiều áp lực. Sống chung với gia đình bên vợ, họ phải điều hướng cuộc sống hằng ngày mà không có không gian riêng cần thiết. Sự hiện diện thường trực của gia đình, mặc dù cho họ nhiều sự giúp đỡ và tình thương, nhưng cũng có nghĩa là những khoảnh khắc gần gũi riêng tư và kết nối giữa hai người trở nên hiếm hoi.

Theo thời gian, Nam và Kim nhận thấy mối quan hệ của họ, từng một thời sống động và đầy đam mê, dần trở nên tẻ nhạt và thiếu cảm hứng. Ngọn lửa đam mê từng thắp sáng tình yêu của họ dần trở nên mờ nhạt. Họ hiếm khi có thời gian riêng tư cùng nhau, và sự mệt mỏi từ những gánh nặng hằng ngày khiến họ không còn nhiều năng lượng để nuôi dưỡng mối quan hệ. Sự gần gũi thể xác và tâm hồn, từng một thời là đê mê và thiêng liêng, trở nên hiếm hoi và thiếu cảm xúc.

Cảm thấy hôn nhân đang gặp vấn đề, họ đã đến với lớp học của tôi để tìm kiếm sự hướng dẫn. Tôi đã khuyên họ nên xem xét kỹ lưỡng những thách thức mà mối quan hệ lâu dài thường gặp phải. Sau khi đọc qua một danh sách những vấn đề phổ biến, họ nhận ra nhiều điều phản ánh tình trạng mối quan hệ của mình. Những vấn đề cá nhân chưa giải quyết, sự khác biệt về mục tiêu và giá trị, cũng như thiếu thời gian chất lượng bên nhau đã làm ảnh hưởng đến mối quan hệ tình yêu của họ.

Nhận ra nhu cầu thay đổi, Nam và Kim đã lập một kế hoạch hành động. Họ cam kết sẽ sắp xếp những buổi hẹn hò định kỳ, đảm bảo họ có thời gian riêng tư để tái kết nối và làm mới lại tình yêu. Ngoài ra, họ cũng dự định sẽ thảo luận cởi mở về mục tiêu và giá trị sống của mỗi bên để tìm ra điểm chung và những thỏa hiệp mang lại lợi ích cho cả mối quan hệ và gia đình.

Hành trình phía trước không hề dễ dàng nhưng Nam và Kim rất quyết tâm. Họ hiểu rằng tình yêu của họ dù mạnh mẽ như thế nào đi chăng nữa thì cũng cần được nuôi dưỡng và chăm sóc, và họ sẵn sàng bỏ công sức để khám phá lại niềm vui và đam mê, những điều từng là thiêng liêng và hạnh phúc nhất trong mối quan hệ của họ.

Một số thách thức trong mối quan hệ mà chúng ta cần biết:

1. Sự xao lãng trong giao tiếp

Đây thường là nguyên nhân chính của nhiều vấn đề trong mối quan hệ. Thiếu chia sẻ, tương tác và giao tiếp có thể dẫn đến hiểu lầm, suy diễn và tổn thương tình cảm. Bạn không cần nói nhiều hơn, mà là nói với nhau chất lượng và hiệu quả hơn. Ví dụ đối phương có thể cảm thấy tức giận khi không được lắng nghe hoặc thấu hiểu trong các cuộc thảo luận gia đình. Việc chủ động lắng nghe và hiểu quan điểm của đối phương là rất quan trọng.

2. Áp lực tài chính

Mâu thuẫn về thói quen chi tiêu, mục tiêu tiết kiệm hoặc chiến lược đầu tư có thể là nguyên nhân gây ra căng thẳng đáng kể. Ví dụ, trong hai người, một người thường tiêu xài phung phí trong khi người kia tiết kiệm thì dễ dẫn đến xung đột về quyết định tài chính. Việc tạo ra một ngân sách chung, thảo luận về mục tiêu tài chính và có cuộc trò chuyện minh bạch về tiền là các bước quan trọng trong việc giảm thiểu thách thức này.

3. Sự gần gũi và tình dục

Stress, áp lực cuộc sống, vấn đề sức khỏe, tuổi tác hoặc sự mất kết nối cảm xúc có thể dẫn đến thay đổi về mong muốn tính dục hoặc sự mất kết nối về mặt cảm xúc. Ví dụ, sau khi có con, người bạn đời có thể cảm thấy quá mệt mỏi cho sự gần gũi về thể xác, khiến người kia cảm thấy bị bỏ rơi. Hãy thảo luận thường xuyên, cởi mở về nhu cầu và mong muốn, và tìm kiếm sự giúp đỡ chuyên nghiệp là điều cần thiết.

4. Cân bằng công việc và cuộc sống cá nhân

Tìm kiếm sự cân bằng giữa sự nghiệp và cuộc sống gia đình là một thách thức trong xã hội hiện đại. Một người có thể cảm thấy mình đang gánh vác nhiều trách nhiệm gia đình hơn trong khi người kia chỉ tập trung vào sự nghiệp. Điều này có thể dẫn đến cảm giác oán giận và bị bỏ rơi. Thiết lập ranh giới giữa thời gian làm việc và thời gian dành cho gia đình đồng thời đảm bảo phân chia việc nhà công bằng có thể giúp giảm thiểu vấn đề này.

5. Khác biệt trong cách nuôi dạy con

Những quan điểm khác nhau về cách nuôi dạy con cũng có thể dẫn đến xung đột. Ví dụ, một người thì tin tưởng vào cách nuôi dạy kỷ luật trong khi người kia chuộng cách tiếp cận linh hoạt thì sẽ dẫn đến xung đột không chỉ trong cách nuôi dạy con mà còn giữa hai cá nhân với nhau. Những cuộc thảo luận thường xuyên và sự thỏa hiệp về chiến lược nuôi dạy là cần thiết.

6. Mất không gian cá nhân

Nếu nhu cầu hoặc tính cách của một người chiếm ưu thế hơn người còn lại, thì người còn lại dễ mất đi cảm giác riêng tư hay không gian cá nhân, đặc biệt còn có thể gây ra sự thất vọng và mất tự tin khi phải sống như cái bóng của người kia. Việc khuyến khích và hỗ trợ lẫn nhau trong sở thích cá nhân, hoạt động và tình bạn rất quan trọng. Bạn nên xây dựng mối quan hệ chung nhưng vẫn tôn trọng không gian riêng, quyền riêng tư và sở thích riêng của đối tác.

7. Vấn đề tin tưởng

Những lỗi lầm trong quá khứ, sự lừa dối, hoặc thậm chí là những vấn đề chưa giải quyết từ mối quan hệ trước đó có thể gây suy giảm lòng tin. Việc tái thiết lập lòng tin đòi hỏi thời gian, sự minh bạch và nhất quán trong hành động. Nếu đã có sự không chung thủy, đối tác vi phạm cần phải mở lòng và cam kết trung thực để tái thiết lòng tin đã mất.

8. Cuộc sống và áp lực bên ngoài

Các sự kiện lớn trong cuộc đời như sinh con, thay đổi nghề nghiệp hoặc mất người thân có thể ảnh hưởng đáng kể đến mối quan hệ. Mỗi đối tác có thể phản ứng khác nhau với những áp lực này dẫn đến hiểu lầm và khoảng cách cảm xúc. Việc hỗ trợ lẫn nhau, đồng cảm thấu hiểu qua những giai đoạn chuyển đổi như vậy và tìm kiếm sự hỗ trợ bên ngoài, khi cần thiết, là rất quan trọng.

9. Nhàm chán hoặc đơn điệu

Mối quan hệ lâu dài dẫn đến tình trạng đơn điệu và nhàm chán. Ví dụ, các buổi hẹn hò có thể không còn tồn tại, và các cuộc trò chuyện chỉ xoay quanh những khía cạnh thực tế của cuộc sống như "cơm áo gạo tiền" và con cái. Việc đưa vào những hoạt động mới, sở thích hoặc cách thức dành thời gian cùng nhau sẽ giúp làm mới lại mối quan hệ.

10. Vấn đề cá nhân chưa giải quyết

Những vấn đề cá nhân như khó khăn về tinh thần, những tổn thương trong quá khứ, hoặc những mặc cảm cá nhân về những thất bại, sai lầm,... có thể ảnh hưởng đến mối quan hệ. Chẳng hạn, một đối tác chưa giải quyết được vấn đề lo âu của mình có thể dẫn đến việc quá phụ thuộc hoặc cần sự quan tâm của người khác, làm mối quan hệ trở nên căng thẳng. Việc nhận ra những vấn đề này và tìm kiếm liệu pháp cá nhân là điều rất cần thiết.

11. Khác biệt về mục tiêu và giá trị

Khi các đối tác có những mục tiêu cuộc sống, khát vọng nghề nghiệp, hoặc giá trị lý tưởng sống cơ bản khác nhau, điều này có thể tạo ra khoảng cách. Ví dụ, nếu một đối tác đặt giá trị thành công trong sự nghiệp lên hàng đầu trong khi đối tác kia ưu tiên thời gian gia đình, điều này có thể dẫn đến xung đột và cảm giác không được đánh giá cao. Thường xuyên thảo luận về mục tiêu và giá trị của mỗi người, và tìm kiếm điểm chung hoặc nhượng bộ thỏa hiệp sẽ giúp cải thiện mối quan hệ tốt đẹp hơn.

Chia sẻ và giao tiếp cởi mở, lắng nghe và cảm thông, sẵn lòng thỏa thuận, nhượng bộ, và đôi khi cần sự hướng dẫn chuyên nghiệp là cách xử lý hiệu quả với những thách thức trong mối quan hệ. Đó là hành trình liên tục phát triển, học hỏi và điều chỉnh cho cả hai bên.

Nuôi dưỡng mối quan hệ: Cùng nhau trồng vườn hoa tình yêu

Xây dựng một mối quan hệ hạnh phúc và đầy tình yêu là hành trình đòi hỏi sự nỗ lực không ngừng và khả năng thích ứng. Chúng ta hãy cùng khám phá điều này:

1. Chia sẻ giao tiếp cởi mở

Hãy tưởng tượng bạn ngồi cùng người bạn đời của mình nhấm nháp một tách cà phê, và chia sẻ những gì diễn ra trong ngày của bạn, chia sẻ giấc mơ, hoặc thậm chí bày tỏ những lo ngại về mối quan hệ của hai bên. Nó giống như mở một chương mới của cuốn tiểu thuyết, nơi cả hai bạn đều cùng nhau viết nên câu chuyện tình yêu nhiệm mầu. Ví dụ, thay vì nói "Anh không bao giờ lắng nghe em", hãy thử "Em cảm thấy được trân trọng khi anh lắng nghe em mà không đánh giá hay chỉ trích".

2. Đồng cảm thấu hiểu

Hãy tự đặt mình vào vị trí của đối tác. Nếu họ buồn vì một ngày làm việc vất vả, thì thay vì ngay lập tức đưa ra giải pháp hay lời khuyên chưa cần thiết, bạn có thể nói: "Nghe có vẻ thật khó khăn.

Em cảm thấy thế nào về điều đó?". Điều này cho thấy bạn đang cố gắng đồng cảm và thấu hiểu người khác, và nó giúp cho tình cảm của hai bên trở nên nối kết hơn mặc dù bạn không trực tiếp giải quyết được vấn đề của người kia.

3. Tôn trọng sự riêng tư

Giống như việc bạn có những khu vườn riêng để chăm sóc ngoài một khu vườn chung vậy. Bạn có thể yêu thích hội họa trong khi đối tác của bạn thích đi xe đạp. Việc tôn trọng và khích lệ những đam mê cá nhân của người khác làm giàu thêm trải nghiệm chung của cả hai. Hãy lên kế hoạch cho "một ngày solo" để mỗi người trong các bạn thỏa sức với sở thích của riêng mình.

4. Thể hiện sự trân trọng và tình cảm

Những cử chỉ nhỏ có thể mang lại hiệu quả rất mạnh mẽ. Hãy viết và để lại những mẩu giấy tình yêu ở những nơi bất ngờ, như trong hộp cơm trưa hoặc trên gương phòng tắm. Biểu thị lòng biết ơn cho những điều hằng ngày, như khi đối tác của bạn dọn dẹp nhà cửa hoặc nấu một bữa ăn. Đừng chờ đợi đến khi có những điều to lớn mới thể hiện sự cảm ơn, biết ơn và trân quý nhau.

5. Thích ứng với sự thay đổi

Hãy coi mối quan hệ của bạn như một cái cây đang lớn lên, thích nghi với thời tiết và môi trường. Nếu đối tác của bạn quyết định thay đổi sự nghiệp, hãy thảo luận xem làm thế nào các bạn có thể hỗ trợ nhau qua quá trình chuyển đổi này. Hãy coi những thay đổi như cơ hội để cùng nhau phát triển.

6. Kỹ năng giải quyết xung đột

Khi xảy ra bất đồng, đó giống như một điệu nhảy nơi cả hai phải tìm ra nhịp điệu. Hãy sử dụng những câu nói bày tỏ cảm xúc của bản thân mà không đổ lỗi cho người khác. Ví dụ, "Em cảm thấy khó chịu và hụt hẫng khi kế hoạch bị thay đổi vào phút chót" thay vì nói "Anh luôn làm hỏng kế hoạch của chúng ta".

7. Dành thời gian chất lượng cùng nhau

Điều này không cần phải phức tạp. Nó có thể đơn giản như cùng nhau nấu một bữa ăn ngon hoặc đi dạo trong công viên, đi tập thể dục, xem phim,... những dịp nho nhỏ mà hai người tập trung vào nhau, không bị phân tâm bởi công nghệ, mạng xã hội, công việc, con cái hay gia đình.

8. Giữ lửa tình yêu

Hãy lên kế hoạch cho một buổi hẹn hò bất ngờ, tái hiện buổi hẹn đầu tiên của mình hoặc viết thư tình nhớ lại những kỷ niệm yêu thích của nhau. Điều này giúp nhóm lại ngọn lửa và làm mới lại những cảm xúc hứng khởi và hấp dẫn ban đầu.

9. Hỗ trợ lẫn nhau

Hãy là người cổ vũ cho đối tác của bạn. Nếu người kia lo lắng về một cuộc phỏng vấn công việc, hãy giúp họ chuẩn bị hoặc cùng nhau ăn mừng sau đó, bất kể kết quả thế nào. Sự hỗ trợ quan tâm nhau qua những thành công và thử thách làm gắn kết sâu sắc tình nghĩa và yêu thương.

10. Tin tưởng và trung thực

Sự tin tưởng giống như một bình hoa thủy tinh mong manh; một khi bị vỡ, rất khó để sửa chữa. Hãy luôn trung thực, ngay cả với những điều khó khăn. Nếu bạn cảm thấy quá tải với trách nhiệm gia đình, hãy thảo luận một cách công khai thay vì để sự ấm ức tích tụ.

11. Tìm kiếm sự giúp đỡ khi cần

Nếu bạn đã thử hết mọi cách mà vẫn đang bế tắc, thì nghĩa là mối quan hệ của bạn cần được "bảo dưỡng" bởi những chuyên gia giàu kinh nghiệm. Giống như việc đưa xe của bạn đến thợ máy chuyên nghiệp trước một chuyến đi dài.

12. Kiên nhẫn và cam kết

Hãy coi những thách thức như một phần trong sự tiến hóa của mối quan hệ. Giống như một cơn bão thử thách sức mạnh của con tàu, những khó khăn có thể củng cố mối liên kết yêu thương nếu cùng nhau vượt qua với kiên nhẫn và cam kết.

Xây dựng một mối quan hệ hạnh phúc và đầy tình yêu giống như tạo ra một kiệt tác. Nó đòi hỏi thời gian, công sức, và đôi khi là một chút sáng tạo để giải quyết vấn đề, nhưng những trải nghiệm và sự phát triển, hoàn thiện cùng nhau sẽ tạo ra một bức tranh hoàn mỹ.

Hiện thực hóa tình yêu: Sức mạnh của tư duy Alpha

Trong hành trình tìm kiếm tình yêu, chúng ta đi qua nhiều con đường – có những con đường được lát bằng mối quan hệ xã hội, những con đường khác là hành trình tự nhận thức, và cũng có những con đường mang phép màu của sự ngẫu nhiên. Trong số hàng loạt lựa chọn có sẵn, một trong những phương pháp mạnh mẽ và có thể coi là vượt trội nhất đó là thực hành đi vào trạng thái Alpha – một trạng thái ý thức tĩnh lặng, có chủ định, và là cầu nối giữa thế giới nội tâm của chúng ta với vũ trụ bao la.

Trong vòng tay dịu dàng của trạng thái Alpha, chúng ta không chỉ là những người tìm kiếm mà còn là những người đồng sáng tạo với vũ trụ. Chính tại đây, chúng ta có thể lặng lẽ yêu cầu sự hợp tác của trường lượng tử – nguồn gốc từ đó mọi khả năng phát sinh – vì lợi ích của chúng ta. Bằng việc điều chỉnh ý định của mình với tần số vũ trụ, chúng ta tìm kiếm sự hỗ trợ, niềm tin, sự mong đợi và hướng dẫn trên hành trình hướng tới tình yêu.

Đây không phải là ước mơ vô ích hay mơ mộng viễn vông; đây là sự tham gia tích cực, sống động vào quá trình kiến tạo. Là một cuộc đối thoại thiêng liêng với vũ trụ, yêu cầu nguồn lực vũ trụ hướng dẫn chúng ta, soi sáng con đường dẫn đến mối liên kết tình cảm mà chúng ta mong muốn. Khi chúng ta tiếp cận trạng thái Alpha, chúng ta mở cửa cho những lời thì thầm tinh tế và mạnh mẽ của vũ trụ, cho phép hiện thực hình thành bằng những rung động nhẹ nhàng mà sâu lắng.

Bruce Lipton, một giáo sư tiến sĩ tế bào học, người tiên phong trong việc kết nối khoa học và tâm trí, đã vẽ ra những song hành thú vị giữa hành vi của các hạt hạ nguyên tử và các mối quan hệ phức hợp của con người.

Trong thế giới lượng tử, các hạt có thể tồn tại trong một trạng thái tiềm năng – làn sóng của khả năng – cho đến khi chúng có thể được nhìn thấy bằng mắt thường. Khi quan sát, những làn sóng này hòa quyện thành một trạng thái duy nhất và hình thành thực tế. Hành vi này của các hạt lượng tử liên kết với cuộc sống của chúng ta theo cách sau: sự quan sát, nhận thức và ý định có thể định hình thực tại của chúng ta.

Hãy dịch điều này sang ngôn ngữ của tình yêu và mối quan hệ. Hãy tưởng tượng mỗi đối tác giống như một làn sóng tiềm năng với vô số các kết quả và trải nghiệm khác nhau. Nhận thức của bạn về đối tác tiềm năng và mối quan hệ thực sự có thể ảnh hưởng đến việc biến những khả năng này thành thực tế mà bạn trải qua. Bằng việc mong đợi niềm vui, sự phát triển và kết nối sâu sắc, bạn có thể điều hướng nhẹ nhàng trường lượng tử tới một sự biến hóa tích cực, biến những phẩm chất này thành hiện thực trong đời sống tình yêu của bạn.

Bây giờ, hãy kết nối điều này với trạng thái Alpha, một tần số sóng não thúc đẩy sự thư giãn và trí tưởng tượng phong phú. Trong trạng thái Alpha, tâm trí bạn ở cửa ngõ của ý thức và tiềm thức. Đây là mảnh đất màu mỡ để gieo hạt giống ý định. Chủ động nhập vào trạng thái này thông qua các hoạt động như thiền định hoặc thư giãn sâu, bạn có thể tái lập trình tiềm thức của mình một cách hiệu quả, đó là một công cụ vô cùng mạnh mẽ trong việc hình thành trải nghiệm thực tế của bạn.

Hãy coi trạng thái Alpha như là trường lượng tử cá nhân của bạn, nơi tất cả các suy nghĩ và ý định tiềm năng tồn tại như làn sóng. Trong trạng thái này, những suy nghĩ và ý định tích cực của bạn có thể giống như thiết bị đo lường của nhà khoa học – chúng có thể "hòa tan và biến" làn sóng tiềm năng thành hạt của thực tế. Bằng việc tập trung vào tình yêu, lòng tin và kết nối trong trạng thái Alpha, bạn có thể hướng dẫn trường lượng tử hiện thực hóa những phẩm chất này vào mối quan hệ của bạn.

Nghiên cứu và triết lý của Tiến sĩ Lipton thực sự vô cùng kỳ diệu. Nếu những suy nghĩ của chúng ta trong trạng thái Alpha có thể có ảnh hưởng sâu sắc như vậy, thì khi có ý thức nuôi dưỡng những suy nghĩ tích cực, yêu thương, chúng ta có thể ảnh hưởng đến thực tế của mình không chỉ trong lĩnh vực lượng tử hư vô mà còn trong nhiều lĩnh vực của cuộc sống hằng ngày. Chúng ta tạo ra một chu kỳ nơi những suy nghĩ tích cực dẫn đến những trải nghiệm tích cực, qua đó những trải nghiệm tích cực lại nuôi dưỡng suy nghĩ tích cực.

Chúng ta có quyền năng kiến tạo mối quan hệ cho mình, tự đem đến niềm vui hạnh phúc cho chính mình. Đi vào trạng thái Alpha, chúng ta điều chỉnh tiềm thức của mình với tiềm năng lượng tử của vũ trụ, và biến tình yêu mà chúng ta mơ ước trở thành sự thực.

Tìm kiếm tình yêu hay bạn đời bằng trạng thái Alpha

Bước vào trạng thái Alpha là một phương pháp mạnh mẽ để điều chỉnh não bạn vào một tần số thuận lợi cho việc hiện thực hóa mong muốn của bạn, bao gồm việc tìm kiếm một người bạn đời hay tình yêu. Trạng thái Alpha là một trạng thái tâm trí bình tĩnh và cảm thụ, nơi tiềm thức của bạn mở cửa cho những gợi ý. Dưới đây là hướng dẫn từng bước để bước vào trạng thái Alpha và hiện thực hóa tình yêu.

Bước 1: Tìm kiếm sự yên bình

- Bắt đầu bằng cách tìm một nơi yên tĩnh, thoải mái để bạn có thể ngồi hoặc nằm xuống mà không bị gián đoạn. Hãy chỉnh mờ ánh đèn hoặc sử dụng mặt nạ che mắt nếu nó giúp bạn tập trung.

- Nhắm mắt lại và thực hiện một loạt các hơi thở sâu. Hít thở qua mũi và đếm ngược trong tâm thức từ 3 đến 1, sau đó tiếp tục đếm ngược từ 100 đến 1, khi bạn thực hành nhuần nhuyễn bạn có thể giảm dần từ 50 đến 1, 25 đến 1 rồi 10 đến 1. Nhịp thở này giúp làm chậm nhịp tim và bình tĩnh tâm trí.

- Với mỗi lần thở ra, hình dung việc giải phóng bất kỳ căng thẳng nào trong cơ thể. Hãy tưởng tượng một môi trường yên bình xung quanh bạn – một bãi biển yên bình, một khu rừng thanh bình, hoặc một không gian cá nhân thiêng liêng. Cảm nhận sự bình yên và an toàn của nơi này bao quanh bạn.

Bước 2: Hình dung kết nối

- Trong trạng thái bình tĩnh này, bắt đầu xây dựng cảnh thứ hai trong tâm trí của bạn. Hãy tưởng tượng một tình huống nơi bạn sắp gặp một người đặc biệt. Có thể là một cuộc gặp gỡ tình cờ tại quán cà phê, bữa tiệc của một người bạn, hoặc một hiệu sách – bất kỳ nơi nào bạn cảm thấy một kết nối có thể tự nhiên xảy ra.

- Hình dung chi tiết của nơi này – không khí, mùi hương, âm thanh xung quanh,... Bây giờ, hãy tưởng tượng một người đang đi về phía bạn. Người này toát ra những phẩm chất bạn thấy hấp dẫn, có thể là sự ấm áp, tự tin, thông minh hoặc hài hước.

- Khi người này tiếp cận, bạn cảm nhận sự hứng thú và kết nối. Hãy tưởng tượng cuộc trò chuyện diễn ra một cách tự nhiên. Bạn đang cười, trao đổi ý tưởng và cảm nhận một mối liên kết tuyệt vời đang hình thành. Cuộc trò chuyện không cần cụ thể nhưng phải tập trung vào việc đánh thức những cảm xúc bên trong bạn.

Bước 3: Ôm lấy cảm xúc

- Trong bước thứ ba, đã đến lúc làm sâu sắc mối liên kết cảm xúc. Hình dung một cảnh nơi bạn và người này đang chia sẻ một khoảnh khắc biểu tượng cho một mối quan hệ lãng mạn sâu đậm. Có thể là một bữa tối lãng mạn, một cuộc đi dạo trên bãi biển lúc hoàng hôn, hoặc một cuộc trò chuyện chân thành dưới bầu trời đêm đầy sao.

- Cảm nhận những cảm xúc của tình yêu, sự kính trọng và tình cảm chân thành tuôn chảy giữa bạn và người này. Nghe đối phương nói những điều bạn đã từ lâu mong muốn được nghe, cảm nhận sự xúc chạm và đáp lại bằng những biểu hiện tình yêu của riêng bạn.

- Bây giờ, tự nhủ với bản thân: "Tôi sẵn sàng cho tình yêu và tôi chào đón nó vào cuộc sống của mình với vòng tay mở rộng. Tôi xứng đáng với một mối liên kết sâu sắc, ý nghĩa, và tôi thu hút đúng người một cách tự nhiên và dễ dàng".

- Sau khi bạn đã trải nghiệm đầy đủ từng cảnh, nhẹ nhàng đưa sự chú ý trở lại với hơi thở của bạn. Dần dần nhận thức về môi trường xung quanh bạn, và khi cảm thấy sẵn sàng, hãy mở mắt ra.

Thực hành việc hình dung này thường xuyên, bạn có thể huấn luyện tiềm thức mình mở lòng với tình yêu và nhận ra nó khi nó xuất hiện trong cuộc sống của bạn. Hãy nhớ rằng, kỹ thuật này giúp thể hiện những cảm xúc và năng lượng của tình yêu để có thể thu hút năng lượng tương tự về phía bạn.

Vượt qua thử thách trong hôn nhân

Kỹ thuật ba cảnh là một phương pháp tập luyện thân mật và mạnh mẽ cho các cặp đôi, giúp thúc đẩy sự kết nối, hiểu biết và tạo nên một mặt trận thống nhất để đối mặt với mọi thách thức trong mối quan hệ. Lý tưởng nhất là bạn cùng ngồi với đối tác của mình, tạo ra một tầm nhìn chung về cách bạn muốn vượt qua khó khăn và mối quan hệ bạn mong muốn trở thành.

Tuy nhiên, nếu hoàn cảnh không cho phép một sự hợp tác của đôi bên, hoặc nếu đối tác của bạn không mở lòng cho bài tập hình dung này, bạn vẫn có thể tham gia vào bài tập này một mình. Năng lượng và ý định cá nhân của bạn có thể tạo ra bệ phóng cho những thay đổi tích cực và có thể ảnh hưởng đến mối quan hệ.

Khi tập luyện một mình, hãy hình dung đối tác của bạn đang ở cùng bạn trong sự hòa hợp lành mạnh mà không cố gắng thay đổi hoặc thao túng họ. Thay vào đó, tập trung vào bản chất của những gì bạn muốn trải nghiệm trong mối quan hệ của mình – những cảm xúc, sự bình yên và tình yêu. Hãy xem mình là khởi nguồn của những rung động tích cực này và sẵn lòng cho đối tác của bạn tham gia khi người ấy sẵn sàng.

Dù bạn thực hành kỹ thuật hình dung này cùng nhau hay một mình, điều quan trọng là sự nhất quán và ý định chân thật. Bằng cách thường xuyên thể hiện những cảm xúc của lòng biết ơn, giải phóng căng thẳng và xây dựng sự tăng trưởng, bạn có thể tạo ra một nền tảng vững chắc cho một mối quan hệ hay hôn nhân thỏa mãn, và có thể truyền cảm hứng cho đối tác của bạn tham gia cùng bạn trong hành trình biến đổi này.

Kỹ thuật ba cảnh là một công cụ trị liệu cho các cặp đôi đối mặt với thách thức, giúp họ hình dung và hiện thực hóa một mối quan hệ hay hôn nhân mạnh mẽ, bền vững hơn. Dưới đây là cách bạn và đối tác của bạn có thể sử dụng phương pháp hình dung này để làm việc hướng tới việc giải quyết vấn đề của mình.

Cảnh 1: Gốc rễ trong lòng biết ơn

- Cả hai nên tìm một không gian yên tĩnh, thoải mái để ngồi cùng nhau mà không bị phân tâm. Bắt đầu bằng cách nắm tay và nhắm mắt, đồng bộ cùng nhịp thở để giúp điều chỉnh năng lượng của bạn.

- Thở sâu, đồng bộ hóa hơi thở. Hít thở chậm trong khoảng thời gian 4 giây, giữ trong 4 giây, và sau đó thở ra trong khoảng thời gian 6 giây. Với mỗi lần thở ra, giải phóng mọi căng thẳng hoặc suy nghĩ tiêu cực.

- Trong cảnh đầu tiên này, hãy tập trung vào lòng biết ơn. Suy ngẫm về các khía cạnh của mối quan hệ và đối tác mà bạn cảm thấy biết ơn. Hình dung những khoảnh khắc cụ thể đã mang lại cho bạn niềm vui, sự hỗ trợ hoặc sự thoải mái. Cảm nhận sự ấm áp của những ký ức này tràn ngập bạn và chia sẻ cảm xúc biết ơn với nhau bằng những cái nắm tay thật chặt.

Cảnh 2: Đối mặt và giải phóng thách thức

- Chuyển sang cảnh thứ hai bằng cách thừa nhận những thách thức các bạn đang đối mặt cùng nhau. Hình dung những vấn đề này như những vật thể cả hai có thể cầm trong tay – ví dụ những viên đá, chiếc lá có khắc từng chữ tượng trưng cho mỗi thách thức.

- Thảo luận về những gì mỗi viên đá tượng trưng, sau đó hình dung việc đặt chúng vào một dòng nước trong, chảy mạnh. Cùng nhau quan sát dòng nước này cuốn đi những viên đá, hay chiếc lá biểu tượng cho ý định chung và giải phóng những thách thức này.
- Trong không gian chung này, khẳng định cam kết với nhau và cùng nhau vượt qua những trở ngại này. Nói với nhau: "Cùng nhau, chúng ta đủ mạnh mẽ để vượt qua mọi thách thức".

Cảnh 3: Xây dựng tương lai

- Bây giờ, chuyển sang cảnh thứ ba, tập trung vào tương lai mà cả hai bạn mong muốn. Hình dung mình trong một tình huống nơi bạn đang trải nghiệm mối quan hệ mà cả hai khao khát có được – một nơi mà thách thức của bạn đã được giải quyết hoặc biến thành sức mạnh.
- Hình dung cả hai bạn đang giao tiếp một cách cởi mở, hỗ trợ lẫn nhau và chia sẻ tình yêu. Cảm nhận sự tin tưởng đã được xây dựng, tiếng cười lấp đầy không gian và cảm giác hai người nối kết từ tim đến trái tim.
- Hình dung cả hai bạn đối mặt với những thăng trầm của cuộc sống với sự kiên cường, luôn hướng về nhau để tìm sự hỗ trợ. Tưởng tượng những cột mốc tương lai và những khoảnh khắc hằng ngày mà bạn hoặc cả hai mong chờ trải nghiệm cùng nhau.

- Để kết thúc bài tập, hãy từ từ đưa ý thức của bạn trở lại hiện tại. Thả lỏng tay nhau, hít thở sâu vài lần, và khi bạn cảm thấy sẵn sàng, mở mắt ra. Mang theo những cảm xúc và ý định từ bài tưởng tượng này và để chúng hướng dẫn hành động và tương tác của bạn trong thực tại.

Thực hành kỹ thuật ba cảnh này thường xuyên cùng nhau, các bạn có thể củng cố cam kết, làm sâu sắc ý nghĩa và tích cực tham gia vào việc xây dựng một mối quan hệ bền vững.

Phục hồi, hòa hợp và nuôi dưỡng một gia đình hạnh phúc, lành mạnh

Kỹ thuật tưởng tượng ba cảnh cũng rất hữu ích trong việc giải quyết những thách thức và nuôi dưỡng một gia đình hạnh phúc. Dù bạn là cha mẹ, vợ chồng, hay anh chị em, bạn có thể sử dụng phương pháp này để dự đoán kết quả tích cực và xây dựng sự ảnh hưởng đến động lực gia đình của bạn. Nếu có thể, hãy mời các thành viên trong gia đình tham gia vào bài tập này; nếu không, bạn vẫn có thể thực hiện một mình với mục đích nuôi dưỡng sự hòa hợp và thấu hiểu.

Cảnh 1: Tạo dựng nền tảng an yên

- Bắt đầu trong một môi trường yên tĩnh nơi bạn không bị quấy rầy. Ngồi thoải mái và nhắm mắt lại. Hít thở sâu, hít vào và thở ra chậm để tập trung.

- Hãy tưởng tượng gia đình bạn cùng nhau ở một nơi đã là nguồn hạnh phúc và bình yên cho tất cả mọi người. Nó có thể là nhà của gia đình, một điểm nghỉ mát, hoặc một nơi tưởng tượng đại diện cho sự yên bình.

- Nhìn thấy mỗi thành viên trong gia đình, bao gồm cả bạn, thể hiện niềm vui và sự hài lòng. Với mỗi hơi thở, hãy buông bỏ mọi căng thẳng hoặc oán giận. Hãy để cảnh này thể hiện sự bình yên bạn muốn phục hồi trong gia đình, cảm nhận sự ấm áp và tình yêu gắn kết bạn với nhau.

Cảnh 2: Giải quyết và khắc phục xung đột

- Chuyển sang hình dung gia đình bạn đối mặt với một thách thức hiện tại, nhưng coi nó trong bài tưởng tượng này như một cơ hội để phát triển. Hãy tưởng tượng mọi người ngồi cùng nhau, bàn luận vấn đề một cách bình tĩnh và cởi mở.

- Hãy tưởng tượng mỗi người đều có cơ hội nói và được lắng nghe, còn các thành viên khác thể hiện sự đồng cảm và thấu hiểu. Hình dung những biểu hiện như gật đầu đồng thuận khi mỗi quan điểm được xem xét.

- Kết thúc cảnh này bằng một cái ôm tập thể, biểu tượng cho cam kết chung vượt qua thách thức, tôn trọng quan điểm của nhau và nỗ lực hướng tới một giải pháp.

Cảnh 3: Kỷ niệm sự gắn kết và phát triển

- Cuối cùng, hãy hình dung một tương lai nơi gia đình bạn đã vượt qua thách thức hiện tại. Hãy tưởng tượng một cảnh kỷ niệm hoặc một nghi thức gia đình đơn giản mà tất cả các bạn đều yêu thích, biểu thị rằng sự hòa hợp đã được phục hồi.

- Cảm nhận những mối liên kết được củng cố và niềm vui khi đã vượt qua thử thách và trở nên mạnh mẽ. Hình dung tiếng cười, câu chuyện chia sẻ, không khí của lòng biết ơn và kiên cường.

- Tự khẳng định với bản thân: "Chúng tôi là một gia đình cùng nhau phát triển, hỗ trợ lẫn nhau và trân trọng thời gian bên nhau. Chúng tôi phát triển qua những thách thức và ghi nhớ những chiến thắng của mình".

- Khi kết thúc bài tưởng tượng, nhẹ nhàng đưa ý thức của bạn trở lại hiện tại. Hít thở sâu vài lần, và khi bạn cảm thấy sẵn sàng, mở mắt ra. Giữ lấy những cảm xúc, hình ảnh về sự hòa hợp này và mang chúng vào trong tương tác hằng ngày với gia đình bạn.

Thực hành thường xuyên hoạt động này giúp bạn đặt một ý định tích cực và tạo hình tiềm thức của bạn, hình thành cách bạn tương tác với gia đình ở thực tại và thúc đẩy một gia đình hạnh phúc, lành mạnh ngay cả khi đối mặt với thách thức.

CHƯƠNG 7

GIẢI QUYẾT BÀI TOÁN QUẢN TRỊ KINH DOANH

Sự hồi sinh kỳ diệu của trang trại

Nằm giữa vùng ngoại ô thanh bình của Thành phố Thủ Đức, Hồ Chí Minh là một trang trại hoa lan tuyệt đẹp, nơi những bông hoa rực rỡ không chỉ là sản phẩm chủ lực mà còn là niềm đam mê và di sản của gia đình cô Đức và con gái Katie – hai học viên xuất sắc trong lớp học của tôi. Trang trại này là kết quả của hơn 30 năm lao động không mệt mỏi của bốn thế hệ trong gia đình. Nhưng gần đây, những khó khăn liên tục ập tới. Khi đại dịch Covid đi qua để lại những hậu quả nặng nề chưa thể hồi phục thì khủng hoảng kinh tế lại kéo đến, đẩy doanh nghiệp của họ đến bờ vực sụp đổ.

Trước khi tham gia lớp học Phương pháp Silva của tôi, cô Đức và con gái Katie đã tâm sự với tôi về tình trạng của doanh nghiệp với khuôn mặt u sầu, đôi mắt hốc hác vì lo âu. Họ đang gánh chịu nợ nần chồng chất từ các khoản vay lãi suất cao từ ngân hàng và doanh số sụt giảm báo động do sự cạnh tranh khốc liệt của thị trường. Cô Đức, một người mẹ bản lĩnh và mạnh mẽ, đã đến mức phải cân nhắc việc sa thải nhân viên lâu năm từ bộ phận R&D cấy mô, cắm hoa bán lẻ và các bộ phận khác do không còn đủ ngân sách để chi trả các khoản phúc lợi. Họ cũng cố gắng bán bất động sản của trang trại để trả nợ nhưng chưa thành công.

Trong tình trạng tuyệt vọng, hai mẹ con họ đã quyết định đặt niềm tin vào lớp học Phương pháp Silva của tôi, với hy vọng tìm ra một tia sáng mới, một giải pháp mới để vực dậy doanh nghiệp. Họ bắt đầu học tập chăm chỉ, lấp đầy trang giấy bằng những kiến thức hữu ích, kiên trì áp dụng thực hành đưa não bộ về trạng thái Alpha để thả lỏng tâm trí, kỹ thuật "3 ngón tay" để neo cảm xúc, hình dung tưởng tượng và đặc biệt là kỹ thuật "Mời cố vấn", với khao khát nhận được sự giúp đỡ và lời khuyên từ những chuyên gia xuất sắc nhất từ vũ trụ tâm trí.

Chỉ sau một tháng kiên trì thực hành Phương pháp Silva, phép màu đã bắt đầu xuất hiện trong cuộc sống của họ. Một buổi sáng như mọi ngày, điện thoại của cô Đức bất ngờ reo lên. Đó là cuộc gọi mà cô đã chờ đợi từ rất nhiều tháng qua, một khách hàng đã đồng ý mua lại khu nhà vườn với một mức giá vô cùng hấp dẫn. Cả hai mẹ con như không tin vào tai mình. Số tiền này đã giúp họ có một nguồn tài chính đáng kể để thuê khu vừa phải hơn và giảm bớt gánh nặng nợ nần.

Nhưng điều kỳ diệu chưa dừng lại ở đó, những đơn hàng bán lẻ bắt đầu tăng lên đáng kể. Mỗi ngày họ nhận được hơn 30 đơn hàng cắm hoa lan mới. Điều này không chỉ cứu sống bộ phận bán lẻ mà còn mang lại nguồn thu ổn định cho doanh nghiệp. Bộ phận bán lẻ vốn đang ảm đạm, giờ đây sôi động trở lại. Tiếng cười nói rộn rã thay thế cho những tiếng thở dài lo lắng. Cô Đức, với đôi mắt rưng rưng xúc động, nghẹn ngào chia sẻ: "Tôi không thể tin nổi! Sản phẩm mà chúng tôi tưởng chừng như "ế ẩm", giờ đây lại trở thành "ngôi sao sáng" giúp công ty vực dậy. Vũ trụ thông qua Silva đã giúp công ty có được đơn hàng từ 1.000 cây, rồi 2.000, 4.000, và giờ là đơn hàng lên đến 60.000 cây! Chỉ có thể Wow Wow Wow lên vì sung sướng. Cả công ty đang tất bật để đáp ứng nhu cầu của khách hàng. Đây đúng là một phép màu!".

Với niềm tin vững chắc vào khả năng hồi sinh của doanh nghiệp, mẹ con cô Đức và Katie đang xây dựng lại đội ngũ nhân viên của mình một cách mạnh mẽ hơn bao giờ hết. Họ đã có đủ dòng tiền để trả lương cho nhân viên, tiếp tục duy trì bộ phận R&D và giữ lại những nhân viên lâu năm giàu kinh nghiệm.

Mỗi ngày trôi qua, doanh nghiệp của họ lại càng thêm khởi sắc. Doanh số tăng trưởng, đội ngũ nhân viên làm việc hiệu quả hơn và doanh nghiệp dần dần thoát khỏi nguy cơ phá sản. Trang trại hoa lan lại tiếp tục tỏa sáng rực rỡ như nụ cười rạng ngời trên khuôn mặt của mẹ con cô Đức và Katie.

Sự thành công của mẹ con cô Đức và Katie đã chứng minh rằng, với sự hướng dẫn đúng đắn và lòng cam kết, mọi khó khăn đều có thể vượt qua, và kết quả tuyệt vời sẽ đến với những ai không ngừng nỗ lực và tin tưởng vào chính mình. Nhờ Phương pháp Silva, họ đã biến giấc mơ thành hiện thực, hồi sinh doanh nghiệp và tiếp tục thực hiện sứ mệnh mang vẻ đẹp đến cuộc sống. Ứng dụng hàng loạt các công cụ của Phương pháp Silva, đặc biệt là kỹ thuật "3 ngón tay" và kỹ thuật "Mời cố vấn" đã giúp họ có cái nhìn rõ ràng hơn và tìm ra những giải pháp thiết thực cho doanh nghiệp.

Nếu bạn cũng đang phải gặp phải bài toán khó cho công việc kinh doanh hay tài chính của mình giống như gia đình cô Đức và Katie, và bạn đã thử mọi cách nhưng vẫn không tìm ra được đáp án, thì các kỹ thuật dưới đây có thể là gợi ý hữu ích dành cho bạn.

Các kỹ thuật này giúp kích hoạt cả hai bán cầu não, tối ưu hóa khả năng ghi nhớ và ứng dụng thông tin vào việc giải quyết các vấn đề. Sự kết hợp hài hòa giữa hai bán cầu não giúp bạn tận dụng tối đa tiềm năng trí tuệ và sáng tạo của mình.

Hai bán cầu não có các chức năng khác nhau nhưng bổ sung lẫn nhau:

- *Bán cầu não trái*: Chịu trách nhiệm về logic, phân tích, ngôn ngữ và tính toán.

- *Bán cầu não phải*: Chịu trách nhiệm về sáng tạo, tưởng tượng, cảm xúc và nhận thức không gian.

Phương pháp Silva khuyến khích sự hoạt động đồng bộ của cả hai bán cầu não bằng cách đưa bạn vào trạng thái Alpha, trạng thái sóng não giữa ngủ và tỉnh, nơi mà cả hai bán cầu não hoạt động cùng nhau một cách hài hòa

Kỹ thuật giải quyết vấn đề hằng ngày

Bước vào trạng thái Alpha của tâm trí và lập trình bản thân để giải quyết các vấn đề cụ thể bằng kỹ thuật "3 ngón tay" sẽ giúp bạn bứt phá ra khỏi những hạn chế của lối tư duy thông thường và tìm ra giải pháp hiệu quả. Dưới đây là hướng dẫn từng bước để thực hành:

Bước 1: Bước vào trạng thái Alpha

- Nhắm mắt và thư giãn: Nhắm mắt lại và hơi chếch lên trên 1 góc 45 độ, hít thở sâu và từ từ thư giãn cơ thể từ đầu đến chân.

- Đếm ngược: Đếm ngược trong tâm thức từ 3 đến 1, sau đó tiếp tục đếm từ 10 đến 1, mỗi số sẽ đưa bạn vào trạng thái thư giãn sâu hơn. Hình dung mỗi con số trước mắt bạn.

Bước 2: Lập trình tâm trí

- Lập trình: Khi bạn đạt đến trạng thái Alpha, hãy nói thầm trong đầu: "Tôi sẽ thức dậy vào thời điểm tốt nhất và lập trình tâm trí của mình để giải quyết các vấn đề hằng ngày".

- Ngủ trong trạng thái Alpha: Sau khi lập trình xong, hãy chìm vào giấc ngủ, duy trì trạng thái tâm trí thư giãn.

Bước 3: Thức dậy và tái bước vào trạng thái Alpha

- Thức dậy tự nhiên: Khi bạn thức dậy, giữ trạng thái thư giãn và nhắm mắt.

- Tái bước vào trạng thái Alpha: Đếm ngược từ 3 đến 1, và từ 10 đến 1, cảm thấy bản thân bạn đi sâu vào trạng thái thư giãn với mỗi con số.

Bước 4: Sử dụng kỹ thuật 3 ngón tay

- 3 ngón tay: Đưa các đầu ngón tay cái, ngón trỏ và ngón giữa chạm vào nhau.

- Lập trình tâm trí: Nói thầm trong đầu: "Đây là tất cả những gì tôi cần làm để kích hoạt khả năng giải quyết các vấn đề hằng ngày. Khi tôi sử dụng kỹ thuật 3 ngón tay, tôi sẽ nhận được thông tin phi thường mà tôi có thể sử dụng để giải quyết những vấn đề này. Và điều này sẽ xảy ra".

Bước 5: Thoát ra

- Bạn ở Bước 4 bao lâu cũng rất tốt, tùy theo thời gian bạn có. Khi đã sẵn sàng, bạn tự đếm trong tâm thức từ 1 đến 5. Và đến số 5, bạn mở mắt ra.

Bước 6: Áp dụng trong cuộc sống hằng ngày

- Sử dụng kỹ thuật "3 ngón tay": Khi một vấn đề hằng ngày xuất hiện như tìm cách quản lý dự án tốt hơn, xử lý mâu thuẫn với nhân viên, đàm phán với khách hàng khó tính,… đặt 3 ngón tay của bạn lại với nhau như bạn đã lập trình.

- Tiếp cận thông tin phi thường: Tin rằng thông tin và giải pháp bạn cần sẽ đến ngay với bạn. Bạn đang khai thác tiềm thức và những gì bạn đã lập trình.

Giả sử bạn gặp vấn đề trong việc quản lý thời gian hiệu quả. Thực hiện theo các bước trên để lập trình tâm trí của bạn. Khi bạn thức dậy, sử dụng kỹ thuật "3 ngón tay" và tin rằng bạn sẽ nhận được những gợi ý về cách tổ chức sắp xếp ngày làm việc của mình tốt hơn. Sau đó, bạn có thể bất ngờ nghĩ ra một phương pháp xây dựng lịch trình mới khoa học hơn, tìm được một ứng dụng giúp bạn theo dõi công việc hoặc cách phân công nhiệm vụ cho đồng đội hiệu quả hơn.

Kỹ thuật giải quyết vấn đề quản lý nhân sự

Trong kinh doanh, việc xử lý vấn đề về con người luôn đòi hỏi sự tinh tế và khả năng quản lý cảm xúc vượt trội. Khi gặp phải những tình huống đặc biệt, bạn có thể áp dụng Phương pháp Silva để giải quyết chúng như cách bạn xử lý các tình huống hằng ngày. Một cách hiệu quả là tìm kiếm những khoảnh khắc yên tĩnh trong ngày để đi vào trạng thái Alpha.

Khi đã vào trạng thái Alpha, bạn có thể nhìn nhận vấn đề và tự hỏi những câu như: "Chuyện này là như thế nào? Ai là người liên quan?". Hãy tưởng tượng bạn đang bàn luận vấn đề đó với những người liên quan. Sau đó, trong các cuộc họp hay khi đối mặt với khó khăn, bạn chỉ cần sử dụng kỹ thuật "3 ngón tay" là có thể cảm nhận được những nguồn thông tin và khả năng phi thường để đưa ra quyết định đúng đắn, giao tiếp hiệu quả và đàm phán thông minh.

Kết thúc quá trình này, bạn rời khỏi trạng thái Alpha và tiếp tục công việc của mình. Dù là trong các cuộc họp, giao tiếp hay tranh luận, hãy tin tưởng rằng những thông tin đúng đắn và đúng thời điểm sẽ giúp bạn giải quyết vấn đề một cách hiệu quả, mang lại lợi ích cho cả hai bên. Bằng cách này, bạn không chỉ quản lý cảm xúc tốt hơn mà còn tăng cường khả năng xử lý vấn đề và ra quyết định sáng suốt hơn trong mọi tình huống.

Chi tiết các bước thực hiện như sau:

Bước 1: Bước vào trạng thái Alpha

Nhắm mắt và thư giãn: Nhắm mắt lại và hơi hướng lên trên, hít thở sâu và từ từ thư giãn cơ thể từ đầu đến chân.

Đếm ngược: Đếm ngược trong tâm thức từ 3 đến 1, sau đó tiếp tục đếm từ 10 đến 1, mỗi số sẽ đưa bạn vào trạng thái thư giãn sâu hơn. Hình dung mỗi con số trước mắt bạn.

Bước 2: Lập trình tâm trí

Lập trình: Khi bạn đạt đến trạng thái Alpha, hãy nói thầm trong đầu: "Tôi sẽ thức dậy vào thời điểm tốt nhất và lập trình tâm trí mình để *giải quyết các vấn đề cụ thể này...*", (bạn nhớ nêu ra vấn đề cụ thể đó).

Và nhớ nói với chính mình rằng: "Mỗi khi gặp phải sự chạm trán, giao tiếp hay họp hành, hãy tin tưởng rằng tôi có cuộc trao đổi trong tâm trí với người/những người liên quan để cùng đóng góp và đưa ra cách giải quyết vấn đề hiệu quả, mang lại lợi ích cho cả hai bên".

Ngủ trong trạng thái Alpha: Sau khi lập trình xong, hãy chìm vào giấc ngủ, duy trì trạng thái tâm trí thư giãn.

Bước 3: Thức dậy và tái bước vào trạng thái Alpha

Thức dậy tự nhiên: Khi bạn thức dậy, giữ trạng thái thư giãn và nhắm mắt.

Tái bước vào trạng thái Alpha: Đếm ngược từ 3 đến 1, và từ 10 đến 1, cảm thấy bản thân bạn đi sâu vào trạng thái thư giãn với mỗi con số.

Bước 4: Sử dụng kỹ thuật "3 ngón tay"

Nếu sắp có sự đối mặt, đương đầu hay buổi họp, bạn hãy hít thở sâu và chậm, chụm 3 ngón tay và nhận diện vấn đề bạn đang gặp phải với người đó, và trong tâm trí tưởng tượng bạn và người ấy đang giải quyết rất tốt đẹp hiệu quả.

Trước khi bước vào cuộc giao tiếp hay cuộc họp đó, tìm một nơi tĩnh lặng riêng tư, đi vào trạng thái Alpha, hình dung hình ảnh với người mà bạn sẽ đối diện đương đầu. Bàn luận với người ấy thật hài hòa trong tưởng tượng.

Khi vào cuộc họp, đưa các đầu ngón tay cái, ngón trỏ và ngón giữa chạm vào nhau và tin rằng bạn sẽ tìm ra giải pháp đúng đắn nhất.

Bước 5: Thoát ra

Bạn ở Bước 4 bao lâu cũng rất tốt, tùy theo thời gian bạn có. Khi đã sẵn sàng, bạn tự đếm trong tâm thức từ 1 đến 5. Và đến số 5, bạn mở mắt ra.

Kỹ thuật giải quyết vấn đề với nhân viên luôn nộp báo cáo trễ

Áp dụng cho tình huống gặp và nói chuyện trực tiếp với đồng nghiệp

Bạn tìm một nơi yên tĩnh trong văn phòng hoặc ở nhà để thư giãn và đi vào trạng thái Alpha như đã hướng dẫn chi tiết ở trên.

Trong trạng thái Alpha, bạn hãy tự hỏi: "Vấn đề này là như thế nào? Ai là người liên quan?". Nhận diện rằng đồng nghiệp thường nộp báo cáo trễ khiến bạn không hoàn thành công việc đúng thời hạn.

Hãy tưởng tượng, bạn và đồng nghiệp ngồi xuống cùng thảo luận về vấn đề này một cách bình tĩnh và hợp tác. Bạn giải thích tác động của việc nộp báo cáo trễ lên công việc của mình và đồng đội. Bạn và người ấy đề xuất cách giải quyết như việc thiết lập thời hạn rõ ràng hơn.

Tự nhủ rằng khi bạn gặp đồng nghiệp để thảo luận, bạn sẽ sử dụng 3 ngón tay để cảm nhận được những thông tin và khả năng giúp đưa ra quyết định đúng đắn và giao tiếp hiệu quả hơn.

Sau khi hoàn tất quá trình trên, bạn ra khỏi trạng thái Alpha và chuẩn bị cho cuộc gặp với đồng nghiệp.

Bạn gặp đồng nghiệp và thảo luận về vấn đề một cách bình tĩnh và hợp tác như đã tưởng tượng. Bạn giải thích tác động của việc nộp báo cáo trễ và cùng nhau tìm giải pháp để cải thiện tình hình. Mỗi khi thấy bế tắc và cảm xúc cao trào, bạn chụm 3 ngón tay của bạn lại với nhau như bạn đã lập trình.

Áp dụng cho tình huống không gặp trực tiếp với đồng nghiệp

Bạn tìm một nơi yên tĩnh trong văn phòng hoặc ở nhà để thư giãn và đi vào trạng thái Alpha như đã hướng dẫn chi tiết ở trên.

Trong trạng thái alpha, bạn tự hỏi: "Vấn đề này là như thế nào? Ai là người liên quan?". Nhận diện rằng đồng nghiệp thường nộp báo cáo trễ khiến bạn không hoàn thành công việc đúng thời hạn.

Trong tưởng tượng của bạn, bạn và đồng nghiệp ngồi xuống cùng thảo luận về vấn đề này một cách bình tĩnh và hợp tác. Bạn giải thích tác động của việc nộp báo cáo trễ lên công việc của mình và đề xuất cách giải quyết như việc thiết lập thời hạn rõ ràng hơn.

Tự nhủ rằng mỗi khi bạn sử dụng kỹ thuật này trong các buổi họp hoặc khi đối mặt với khó khăn, bạn chỉ cần sử dụng 3 ngón tay là có thể cảm nhận được những nguồn thông tin và khả năng phi thường giúp đưa ra quyết định đúng đắn và giao tiếp hiệu quả. Sau khi hoàn tất quá trình trên, bạn ra khỏi trạng thái Alpha và tiếp tục công việc của mình.

Mỗi khi gặp phải sự đối đầu hay mâu thuẫn với đồng nghiệp, bạn tin tưởng rằng những thông tin đúng đắn và đúng thời điểm sẽ giúp bạn giải quyết vấn đề một cách hiệu quả, mang lại lợi ích cho cả hai bên.

Kỹ thuật "Mời cố vấn hoặc chuyên gia"

Câu chuyện về sự hồi sinh kỳ diệu của trang trại hoa lan nhờ lớp học Siêu Trí tuệ Silva ở trên, với sự hỗ trợ đặc biệt của kỹ thuật "Mời cố vấn", là minh chứng cho hiệu quả mạnh mẽ của kỹ thuật này. Nó không chỉ là một phương pháp đơn thuần, mà là một chìa khóa mở ra cánh cửa tiềm năng vô tận của não bộ, nhằm giải quyết vấn đề, nâng cao sự sáng tạo và cải thiện hiệu suất. Bước vào trạng thái Alpha và lập trình bản thân, bạn có thể mời một hay nhiều cố vấn hoặc chuyên gia trong lĩnh vực để cung cấp ý tưởng và chiến lược đột phá, giúp bạn cạnh tranh tốt hơn trên thương trường và chinh phục những mục tiêu. Dưới đây là hướng dẫn từng bước cho kỹ thuật này.

Bước 1: Bước vào trạng thái Alpha

- Nhắm mắt và thư giãn: Nhắm mắt lại, hít thở sâu và từ từ thư giãn cơ thể từ đầu đến chân.

- Đếm ngược: Đếm ngược trong tâm thức từ 3 đến 1, sau đó tiếp tục đếm từ 10 đến 1, mỗi số sẽ đưa bạn vào trạng thái thư giãn sâu hơn. Hình dung mỗi con số trước mắt bạn.

Bước 2: Lập trình tâm trí của bạn

- Tinh thần lập trình: Khi bạn đạt đến trạng thái Alpha, hãy nói thầm trong đầu: "Tôi sẽ thức dậy vào thời điểm tốt nhất để lập trình cho những ý tưởng sáng tạo, cạnh tranh tốt hơn, hoặc vươn lên vị trí hàng đầu".

- Ngủ trong trạng thái Alpha: Cho phép bản thân trôi vào giấc ngủ, duy trì trạng thái tâm trí thư giãn.

Bước 3: Thức dậy và tái bước vào trạng thái Alpha
- Thức dậy tự nhiên: Khi bạn thức dậy, giữ trạng thái thư giãn và nhắm mắt.
- Tái bước vào trạng thái Alpha: Đếm ngược từ 3 đến 1, rồi 10 đến 1, cảm thấy bản thân bạn đi sâu vào trạng thái thư giãn với mỗi con số.

Bước 4: Mời cố vấn hoặc chuyên gia
- Chọn cố vấn hoặc chuyên gia: Hãy chọn một cố vấn hoặc chuyên gia hàng đầu trong lĩnh vực bạn muốn học hỏi, người bạn biết và tin tưởng, người nổi tiếng, người còn sống hay đã mất đều được.
- Hình dung cố vấn: Tạo ra một bản sao của người đó và hình dung bản sao đó ở trong cùng bức tranh với bạn. Hãy tưởng tượng người đó sẽ trả lời các câu hỏi của bạn.

Bước 5: Đặt câu hỏi và lắng nghe
- Đặt câu hỏi: Ví dụ, "Những ý tưởng mới nào cần được thực hiện trong ngành này?" hoặc "Chiến lược nào sẽ giúp tôi cạnh tranh tốt hơn?".
- Ngắt kết nối tạm thời: Tạm thời ngắt kết nối với cố vấn và bắt đầu suy nghĩ về các câu trả lời bạn nhận được.
- Quyết định trong tâm trí: Củng cố các quyết định và ý tưởng trong tâm trí bạn, cảm ơn chuyên gia đã giúp đỡ.

Bước 6: Thoát ra

- Bạn ở Bước 4 bao lâu cũng rất tốt, tùy theo thời gian bạn có. Khi đã sẵn sàng, bạn tự đếm trong tâm thức từ 1 đến 5. Và đến số 5, bạn mở mắt ra.

Giả sử bạn muốn tìm ra những ý tưởng mới để cạnh tranh trong ngành công nghệ. Thực hiện theo các bước trên để lập trình tâm trí của bạn. Khi bạn thức dậy và sử dụng kỹ thuật hình dung cố vấn, hãy đặt câu hỏi về các xu hướng công nghệ mới và cách áp dụng chúng. Bạn có thể mời cô Lan Bercu, Gary Vaynerchuk, MrBeast hay bất kỳ các chuyên gia công nghệ hàng đầu nào. Sau đó, tạm thời ngắt kết nối và suy nghĩ về các câu trả lời bạn nhận được, củng cố các quyết định và cảm ơn cố vấn trước khi thoát ra khỏi trạng thái Alpha.

Tăng doanh số bán hàng bằng kỹ thuật mời cố vấn

Bạn là một quản lý bán hàng và đang đối mặt với tình trạng doanh số bán hàng của công ty bị giảm sút. Bạn cần tìm ra lý do và giải pháp để cải thiện tình hình. Ngồi trong văn phòng yên tĩnh, bạn hãy nhắm mắt và đếm ngược từ 3 đến 1, rồi 10 đến 1. Cảm nhận cơ thể và tâm trí bạn thư giãn. Hình dung bạn đang gặp gỡ một chuyên gia bán hàng hàng đầu trong nước hoặc quốc tế mà bạn ngưỡng mộ. Hãy nói chuyện với người đó về vấn đề bạn đang gặp phải. Hãy lắng nghe những gì cố vấn nói. Có thể người cố vấn này sẽ đưa ra những gợi ý về việc thay đổi quy trình bán hàng, tập huấn đội ngũ nhân sự, mở thêm thị trường ngách hoặc cải thiện dịch vụ khách hàng. Củng cố các quyết định và cảm ơn cố vấn. Đếm ngược từ 1 đến 5, cảm nhận bản thân trở lại trạng thái bình thường và mở mắt.

Tối đa hóa chi phí sản xuất bằng kỹ thuật mời cố vấn

Bạn là một nhà quản lý sản xuất và đang đối mặt với vấn đề chi phí sản xuất quá cao, ảnh hưởng đến lợi nhuận của công ty. Bạn muốn tìm cách giảm chi phí sản xuất mà không ảnh hưởng đến chất lượng sản phẩm. Hãy tìm một nơi yên tĩnh, nhắm mắt và thư giãn. Bạn đếm ngược từ 3 đến 1 rồi 10 đến 1 và hình dung mình đang bước vào trạng thái thư giãn sâu. Bạn có thể chọn Thomas Edison, Elon Musk hay anh Minh quản đốc nhà máy mà bạn rất ngưỡng mộ làm cố vấn, vì các nhân vật này là nhà phát minh nổi tiếng, quản lý giỏi giang sẽ giúp bạn tìm ra các giải pháp mang tính sáng tạo cao. Bạn hỏi cố vấn về cách giảm chi phí sản xuất mà vẫn đảm bảo chất lượng. Cố vấn sẽ gợi ý một số cách tối ưu hóa quy trình sản xuất, tự động hóa một số khâu, sử dụng vật liệu thay thế rẻ hơn nhưng chất lượng tương đương, hoặc đào tạo nhân viên về các kỹ thuật mới để tăng hiệu suất. Bạn cảm ơn cố vấn, đếm từ 1 đến 5 và mở mắt. Hãy tự tin và sẵn sàng thực hiện các giải pháp vừa hình dung.

Kỹ thuật điều khiển giấc mơ để giải quyết vấn đề kinh doanh

Ở Chương 3, tôi đã chia sẻ với các bạn về sức mạnh kỳ diệu của giấc mơ và cách điều khiển giấc mơ để giải quyết vấn đề hằng ngày trong cuộc sống. Trong chương này, tôi sẽ hướng dẫn bạn chi tiết cách điều khiển giấc mơ để giải quyết vấn đề trong kinh doanh.

Giấc ngủ không chỉ là thời gian nghỉ ngơi mà còn là mảnh đất màu mỡ cho những ý tưởng, giải pháp sáng tạo để giải quyết vấn đề. Khi ta ngủ, tâm trí vô thức của chúng ta vẫn không ngừng làm việc, kết nối những mảnh ghép thông tin một cách độc đáo. Bằng cách khai thác kho tàng sáng tạo vô tận này, đưa những ý tưởng tuyệt vời từ giấc mơ vào thực tế, bạn có thể chạm tới một thế giới nơi mà mọi vấn đề đều có thể giải quyết, từ những thách thức kinh doanh đến những câu hỏi hóc búa trong cuộc sống, chỉ đơn giản bằng cách tận dụng sức mạnh của giấc mơ.

Cách đây vài năm tôi có dự định hợp tác đầu tư với một cá nhân trong lĩnh vực giáo dục. Mặc dù ban đầu mọi thứ dường như rất thuận lợi và tôi đã quyết định hơn 90% là sẽ hợp tác với người đó, tuy nhiên dự án này cũng sẽ ảnh hưởng lớn đến tài chính, công sức và thời gian của tôi.

Vì vậy, tôi muốn đưa ra quyết định thông suốt, không bị những cảm xúc và dự đoán trong thế giới Beta chi phối. Tối hôm đó, tôi đã lập trình để não bộ NHỚ một giấc mơ, rồi HIỂU giấc mơ và XỬ LÝ vấn đề từ những thông tin phi thường từ giấc mơ.

Lúc 4 giờ sáng, bỗng nhiên tôi mơ thấy nhân vật tôi sắp hợp tác, người này tuy bề ngoài ăn mặc bảnh bao nhưng hành xử lại vô cùng bất lịch sự và thô lỗ đến mức sai đạo đức trong một bối cảnh kinh doanh. Khi choàng tỉnh dậy, tôi nhận ra mình đã bỏ qua rất nhiều yếu tố quan trọng mà với những cảm nhận trực giác bình thường thì không thể xuyên thấu.

Tôi cảm thấy rất biết ơn vì vũ trụ đã ban cho tôi cái nhìn sáng suốt và giúp tôi ra quyết định đúng đắn. Và đúng như dự đoán, nhân vật này sau đó đã bộc lộ nhiều yếu tố không phù hợp ở cả con người và công việc mà bằng mắt thường tôi không đánh giá được. Vì vậy tôi đã quyết định không tiến đến hợp tác với người ấy. Giấc mơ đã giúp tôi nhận ra và cân nhắc những điều mà lý trí ban ngày không thể thấy, và nhờ đó, tôi đã có thể tránh được một quyết định sai lầm.

Nếu bạn cũng đang trải qua tình trạng lưỡng lự, đắn đo lựa chọn một quyết định có thể thay đổi sự nghiệp kinh doanh của mình như tái cấu trúc hay ra quyết định đầu tư,... bạn có thể ứng dụng kỹ thuật "Điều khiển giấc mơ để giải quyết vấn đề kinh doanh" dưới đây để có những lựa chọn sáng suốt nhất.

Bước 1: Nhớ một giấc mơ

Mục tiêu: Ghi nhớ một giấc mơ sau khi tỉnh dậy.

- Trước khi đi ngủ, đi vào trạng thái Alpha bằng phương pháp đếm ngược từ 3 đến 1 rồi tiếp tục từ 10 đến 1. Hãy tự nhủ với mình rằng bạn sẽ nhớ giấc mơ của mình. Bạn có thể nói: "Tôi muốn nhớ và sẽ nhớ giấc mơ của mình khi thức dậy".

- Đặt một cuốn sổ và bút cạnh giường để bạn có thể ghi lại giấc mơ ngay khi tỉnh dậy. Việc viết lại giấc mơ ngay lập tức sẽ giúp bạn ghi nhớ chi tiết hơn.

- Khi tỉnh dậy, hãy nằm yên trong vài phút và cố gắng nhớ lại bất kỳ chi tiết nào của giấc mơ. Sau đó, ghi lại tất cả những gì bạn nhớ.

Bước 2: Nhớ nhiều giấc mơ

Mục tiêu: Ghi nhớ nhiều giấc mơ trong một đêm.

- Lặp lại quy trình của Bước 1, nhưng lần này hãy tự nhủ rằng bạn sẽ nhớ nhiều giấc mơ. Bạn có thể nói: "Tôi muốn và sẽ nhớ nhiều giấc mơ của mình khi thức dậy."

- Hãy chia sổ ghi chép của bạn thành các phần để ghi lại từng giấc mơ riêng biệt. Điều này giúp bạn dễ dàng phân biệt và ghi nhớ chi tiết của mỗi giấc mơ.

- Trong suốt đêm, nếu bạn thức dậy giữa chừng và nhớ lại một giấc mơ, hãy ghi lại ngay lập tức. Sau đó, tiếp tục ngủ và lặp lại quy trình này cho đến sáng.

Bước 3: Hiểu và xử lý vấn đề bằng những thông tin của giấc mơ

Mục tiêu: Sử dụng thông tin từ giấc mơ để hiểu và giải quyết vấn đề trong cuộc sống.

- Lặp lại quy trình của Bước 1, nhưng lần này hãy tự nhủ rằng bạn sẽ kiến tạo một giấc mơ. Bạn có thể nói: "Tôi muốn có một giấc mơ chứa đựng những thông tin để giải quyết vấn đề tôi đang gặp, đang cần. Tôi sẽ kiến tạo nó, nhớ nó và hiểu giấc mơ đó". *Trong phần này, bạn hãy nghĩ thật chi tiết và cụ thể về vấn đề bạn đang cần phải giải quyết liên quan đến lĩnh vực kinh doanh của bạn, đó có thể là tình hình doanh thu của công ty, doanh số bán hàng, vấn đề nhân sự, cắt giảm chi phí,...* Ví dụ: "Tôi muốn có một giấc mơ chứa đựng thông tin giúp tôi giải quyết tình hình tài chính của công ty, doanh thu đang sụt giảm và các khoản nợ ngân hàng đang đến kỳ thanh toán, hãy cho tôi thông tin để giúp tôi giải quyết vấn đề".

- Khi bạn đã ghi lại giấc mơ, hãy dành thời gian để xem lại và phân tích chúng. Tìm hiểu các biểu tượng và thông điệp mà giấc mơ mang lại. Liên kết các yếu tố trong giấc mơ với các vấn đề hiện tại của bạn. Hỏi bản thân xem giấc mơ có thể đang gợi ý giải pháp nào hoặc cho thấy khía cạnh nào của vấn đề mà bạn chưa nhìn thấy. Đó có thể là những gợi ý liên quan đến tái cấu trúc, sắp xếp nhân sự, tiết kiệm chi phí, thay đổi sản phẩm,... Hãy phân tích và liên kết chúng với các vấn đề kinh doanh của mình

- Sử dụng những hiểu biết từ giấc mơ để đưa ra quyết định hoặc hành động cụ thể trong kinh doanh. Tin tưởng vào trực giác và thông điệp tiềm thức của bạn.

Nếu bạn quan tâm đến việc rèn luyện chuyên sâu kỹ thuật "Điều khiển giấc mơ" và những kỹ thuật hữu ích khác, mời bạn tham gia lớp học Silva Method Vietnam Workshop được dẫn dắt bởi chính tôi – Lan Bercu – nhà đào tạo đầu tiên được Silva International ủy quyền giảng dạy bộ môn này bằng tiếng Việt.

Đây là cơ hội tuyệt vời để bạn phát triển kỹ năng và ứng dụng vào công việc kinh doanh và cuộc sống. Hãy bắt đầu hành trình kỳ diệu này!

Tham khảo lớp học tại đường link sau:

www.SilvaMethodVietnam.com/classes

CHƯƠNG 8

TẠO DÒNG TIỀN HẠNH PHÚC

Hồi nhỏ, gia đình tôi hầu như đã mất tất cả... Những ngày ấy, cái đói, cái nghèo bám riết lấy từng bữa cơm, từng buổi học. Mỗi buổi sáng tôi chỉ đủ tiền mua một nắm xôi nhỏ, vừa đủ để lót dạ trước khi bước vào lớp học. Khi bạn bè cùng lớp tụ tập vui cười, hào hứng bên những gánh cơm sườn thơm ngây ngất hay bên tô phở bốc khói nghi ngút, tôi chỉ có thể chạy vội ngang thật nhanh, cúi gằm mặt, vì biết rằng những thứ ấy không thuộc về mình.

Mỗi ngày, khi mọi người vẫn còn say giấc, mẹ tôi đã dậy từ lúc tinh mơ. Mẹ gầy tong teo, đôi mắt sâu hõm vì thiếu ngủ, lặng lẽ chờ đợi chuyến xe buýt đầu tiên để đến nơi may thêu nhận hàng về. Suốt cả ngày, mẹ cặm cụi bên chiếc máy may cũ kĩ, tiếng máy cót két vang lên không ngừng. Đến tận khuya, khi mọi nhà đã tắt đèn đi ngủ, mẹ vẫn ngồi đó, trong ánh đèn mờ mờ, mắt vẫn chăm chú từng đường kim, từng mũi chỉ.

Cả tuần mẹ làm việc không nghỉ ngơi, để cuối tuần có đủ tiền mua gạo cho ba mẹ con. Mỗi miếng cơm ấy không chỉ là hạt gạo, mà còn là mồ hôi, là nước mắt, là tất cả tình yêu và sự hy sinh mà mẹ đã dành cho hai chị em tôi.

Và rồi một cơ duyên nho nhỏ đã đến với gia đình tôi vài năm sau đó. Mẹ mượn được tiền, liều mình mua một miếng đất nhỏ. Để có thêm vốn xây nhà, mẹ quyết định bán nơi đang ở, dù biết rằng sẽ phải đối mặt với muôn vàn khó khăn phía trước. Trong thời gian đó, hai chị em tôi phải sang nhà dì ở trọ, chờ đợi ngôi nhà mới được xây dựng.

Mỗi ngày, mẹ lại ra công trường, không chỉ để giám sát mà còn tự mình làm thay lương cho một thợ hồ. Đôi bàn tay gầy guộc, chai sạn của mẹ không quản nắng mưa, vẫn kiên cường từng viên gạch, từng xô vữa. Và khi màn đêm buông xuống, mẹ cũng không về nhà dì với hai chị em tôi mà quyết định ngủ lại công trường. Mẹ bảo ngủ lại đó để đỡ tốn tiền bảo vệ và cũng để tiện trông coi công trình.

Rồi quãng thời gian vất vả về tài chính cũng dần qua đi, gia đình tôi bắt đầu cảm nhận được một chút thoải mái hơn về vật chất. Không còn những ngày phải đắn đo từng miếng ăn, từng bộ quần áo. Cuộc sống có chút sáng sủa hơn, nhưng điều quan trọng hơn là, sau tất cả, tôi đã thực sự thấm thía giá trị của đồng tiền, từng giọt mồ hôi, và biết trân quý những gì mình có.

Nhớ về mẹ, tôi luôn tự nhắc nhở bản thân rằng, phải luôn cố gắng, luôn mạnh mẽ để không phụ lòng mẹ, để một ngày nào đó tôi có thể đền đáp lại tất cả những gì mẹ đã hy sinh.

Khi vào đại học, tôi từng nói với các bạn rằng tôi sẽ phấn đấu trở thành triệu phú. Các bạn xung quanh trêu tôi ngay: "Lan ơi, thân con gái thì phấn đấu lấy chồng triệu phú sẽ khả dĩ hơn là tự mình trở thành triệu phú". Nhưng tôi lại nói: "Tôi thích làm triệu phú tự thân".

Và rồi mấy chục năm sau, cái ngày ấy cũng đến khi tôi tự mình kiếm được những triệu đô đầu tiên. Tôi nghĩ rằng đó sẽ là ngày mà tôi thấy hạnh phúc tột đỉnh. Nhưng, thực sự mọi việc vẫn bình thường. Tôi vẫn sống như vậy, vẫn cảm thấy rằng, à, còn những mục tiêu tài chính khác cao hơn nữa để phấn đấu.

Khi trò chuyện với những người bạn là triệu phú trăm triệu đô, tôi nhận ra rằng đối với họ, họ cũng luôn có những mục tiêu cao hơn nữa. Họ vẫn có những vấn đề, vẫn còn những lo toan và áp lực. Vậy, như thế nào mới là đủ? Như thế nào mới là đồng tiền và hạnh phúc thực sự?

Câu hỏi này luôn làm tôi suy ngẫm. Tiền bạc là phương tiện, không phải là đích đến. Hạnh phúc không đến từ con số trong tài khoản, mà từ cách chúng ta sống và cảm nhận cuộc sống hằng ngày. Sự đủ đầy có lẽ là khi chúng ta biết dừng lại để trân trọng những gì mình đang có, khi chúng ta tìm thấy niềm vui và ý nghĩa trong từng khoảnh khắc, chứ không phải là chạy đua theo những con số mãi không có điểm dừng.

Ồ, bạn đừng hiểu lầm tôi. Tiền bạc rất quan trọng và trong bản chất sâu xa nhất, tiền không chỉ là những tờ giấy hay con số vô tri. Tiền là một dạng năng lượng, một dòng chảy liên tục xuyên suốt cuộc sống của chúng ta. Giống như dòng nước, tiền có thể mang lại sự tươi mát, nuôi dưỡng và chắp cánh cho những ước mơ, khát vọng của chúng ta phát triển. Nhưng tiền cũng có thể trở thành một dòng chảy dữ dội, cuốn chúng ta vào những cảm xúc tiêu cực như lo lắng, sợ hãi và căng thẳng nếu chúng ta không biết cách kiểm soát và hài hòa với nó.

Bài học về tiền từ tỷ phú

Tác giả Ken Honda trong cuốn sách *Happy Money: The Japanese Art of Making Peace with Your Money* chia sẻ rằng ông đã học được nhiều điều quý giá từ Wahei Takeda, một tỷ phú Nhật Bản được ví như Warren Buffet của thế giới. Từ Wahei Takeda, Ken Honda học được rằng tiền không chỉ là một phương tiện thanh toán mà còn là một dạng năng lượng. Cách chúng ta đối xử với tiền bạc, bằng lòng biết ơn và sự vui vẻ, sẽ ảnh hưởng trực tiếp đến hạnh phúc của chúng ta.

Ông Takeda đã dạy Ken Honda về khái niệm "Happy Money" – tiền hạnh phúc. Đây là loại tiền được nhận và chi tiêu với cảm giác biết ơn, tạo nên một dòng chảy năng lượng tích cực trong cuộc sống. Ngược lại, "Unhappy Money" – tiền buồn rầu, lại đi kèm với cảm giác lo lắng, áp lực và oán giận. Ken Honda cũng học được rằng để có mối quan hệ lành mạnh với tiền bạc, chúng ta cần thay đổi tư duy, không để tiền điều khiển cảm xúc và cuộc sống của mình. Thay vào đó, chúng ta nên dùng tiền để phục vụ cho những mục tiêu cao cả hơn, giúp chúng ta đạt được sự đủ đầy và hạnh phúc.

Những bài học từ Wahei Takeda đã giúp Ken Honda nhận ra tầm quan trọng của việc thực hành lòng biết ơn với tiền bạc, chia sẻ và giúp đỡ người khác, cũng như xây dựng một mối quan hệ lành mạnh với tiền. Đó là những nguyên tắc cốt lõi giúp chúng ta có được cuộc sống tài chính hạnh phúc và viên mãn.

Đối với tiền, mỗi người chúng ta thường có cách nghĩ khác nhau về nó. Và chính cách nghĩ này sẽ dẫn chúng ta đến những cảm xúc, thái độ khác nhau về cuộc sống. Tuy vậy, có những suy nghĩ chiếm đa số và nổi bật lên, tạo thành những khuynh hướng chính.

1. *Tiền bạc luôn là mối bận tâm hàng đầu.* Đây là kiểu người thường xuyên sống trong trạng thái căng thẳng, lo âu về việc không đủ tiền để chi trả cho các nhu cầu cuộc sống hoặc đạt được các mục tiêu tài chính. Những người này có xu hướng dành nhiều thời gian để lên kế hoạch, dự phòng và kiểm soát tài chính một cách chặt chẽ. Họ lo vì sợ không có tiền, họ lo khi có tiền, họ vẫn lo khi có nhiều tiền. Sự lo lắng này không chỉ ảnh hưởng đến chất lượng cuộc sống mà còn có thể làm giảm khả năng tận hưởng những niềm vui đơn giản trong cuộc sống, vì họ luôn sợ hãi về những gì có thể xảy ra với tiền.

2. *Thái độ gần như không bận tâm đến tiền bạc.* Đây là những người tin rằng tiền không phải là điều quan trọng nhất trong cuộc sống và không để nó chi phối quyết định của mình. Với họ, những giá trị tinh thần, cảm xúc và trải nghiệm mới là điều đáng quý. Họ không tích trữ, không tính toán quá kỹ lưỡng về tài chính và thường không lo lắng về tương lai tài chính của mình. Tuy nhiên,

thái độ này đôi khi có thể dẫn đến việc thiếu kế hoạch dài hạn, thiếu hụt, bất cẩn và rơi vào tình huống khó khăn khi đối mặt với những bất trắc tài chính.

3. *Thái độ phức tạp về tiền bạc.* Đây là những người có thể không quá bận tâm đến việc kiếm nhiều tiền, nhưng lại sợ rằng tiền bạc có thể làm hỏng các mối quan hệ và phẩm giá của mình. Họ sợ rằng nếu có quá nhiều tiền, lòng tham và những cám dỗ sẽ làm họ thay đổi, đánh mất những giá trị bản thân hoặc thậm chí làm tổn thương những người thân yêu. Họ sợ rằng những người xung quanh chỉ quan tâm đến họ vì tiền. Họ sống trong nỗi sợ rằng tiền bạc là cội nguồn của tội lỗi và có thể làm hỏng mối quan hệ với bạn bè, gia đình, hoặc đẩy họ vào những hành động trái với lương tâm. Vì vậy, họ giữ một khoảng cách an toàn với tiền bạc, tránh những cuộc thảo luận về tài chính hay đầu tư.

Vậy, khuynh hướng nổi trội của bạn là gì?

Nếu bạn thấy mình có khuynh hướng nổi trội quá lớn ở một trong những thái độ trên đối với tiền, điều đó có thể không hiệu quả và thậm chí còn gây hại trong cuộc sống và công việc. Từ trải nghiệm cá nhân của tôi trong nhiều năm đào tạo cho rất nhiều học viên là những chủ doanh nghiệp nhỏ, tôi nhận ra rằng sự cân bằng là điều cốt lõi.

Tại Lan Bercu University, chúng tôi có những học viên bắt đầu rất khó khăn, nhưng khi họ chạm đến những cột mốc tài chính quan trọng như đạt được lợi nhuận từ nửa triệu hay một triệu đô la đầu tiên sau khi trừ tất cả các chi phí, tôi nhận thấy rõ rằng các học viên không chỉ đã hiểu cách kiếm tiền với kỹ năng "cứng" mà còn phát triển những kỹ năng "mềm" liên quan đến tiền bạc. Đó là việc vượt qua tư duy khan hiếm, lo âu và giới hạn về đồng tiền. Chỉ khi bạn bắt đầu mối quan hệ tích cực với tiền, bạn mới có thể kiếm ra nhiều tiền hơn và tận hưởng cuộc sống một cách trọn vẹn hơn.

Tôi còn nhớ lần đầu tiên tôi kiếm được một số tiền rất lớn, thay vì cảm thấy vui sướng, tôi lại rơi vào trạng thái căng thẳng tột độ. Tôi nhận ra rằng số tiền mình phải đóng thuế nhiều hơn rất nhiều so với trước đây, và điều đó làm tôi lo lắng. Trong một cuộc trò chuyện, tôi tâm sự với người bạn như chú của mình, một kế toán rất giỏi ở Atlanta, về những nỗi lo này. Chú đã nói một câu làm tôi vỡ òa: "Con hãy biết ơn là con đóng thuế nhiều, biết ơn vì mình làm ra nhiều nên mới đóng ra nhiều, và biết ơn là số tiền đóng thuế đó sẽ giúp cho những con người thiếu hụt, những công trình cần thiết của xã hội".

Câu nói đó đã làm tôi thức tỉnh. Tôi nhận ra rằng mình cần thay đổi cách nhìn nhận về tiền bạc và những trách nhiệm đi kèm với nó. Dường như vũ trụ cũng dẫn lối để tôi học sâu hơn về mối quan hệ với tiền bạc. Trong hành trình đó, tôi đã bắt gặp kỹ thuật Arigato Money do tỷ phú Takeda chia sẻ với tác giả Ken Honda. Kỹ thuật này dạy tôi biết ơn tiền bạc, dù là khi nhận vào hay khi chi ra.

Tôi bắt đầu áp dụng kỹ thuật này, dạy lại cho con mình, và tự dạy chính bản thân. Tôi cũng kết hợp với trạng thái Alpha để ứng dụng vào công việc và cuộc sống hằng ngày. Và bây giờ, tôi muốn chia sẻ với bạn để chúng ta cùng nhau tạo dựng một mối quan hệ tích cực và lành mạnh hơn với tiền bạc.

Tiền là năng lượng

Tiền không chỉ là những tờ giấy hay con số trong tài khoản ngân hàng; nó còn là một dạng năng lượng đang lưu thông trong cuộc sống của chúng ta. Giống như dòng nước chảy, tiền cần phải được luân chuyển để duy trì sự cân bằng và thịnh vượng. Hiểu được tiền như một dòng năng lượng giúp chúng ta có thể duy trì một mối quan hệ tích cực với tiền bạc và cải thiện chất lượng cuộc sống.

1. Năng lượng vào = thu

Khi bạn nhận tiền, dù là từ công việc, quà tặng, hay những nguồn thu nhập khác, hãy đón nhận nó với lòng biết ơn. Hãy cảm nhận rằng mỗi đồng tiền bạn nhận được là một phần của dòng năng lượng tích cực đang chảy vào cuộc sống của bạn. Sự biết ơn này không chỉ làm cho bạn cảm thấy hạnh phúc hơn mà còn mở rộng cánh cửa để thu hút thêm nhiều cơ hội tài chính khác.

2. Năng lượng ra = chi

Khi bạn chi tiền, hãy làm điều đó với một tâm thế nhẹ nhàng và thoải mái. Thay vì lo lắng hay tiếc nuối, hãy cảm nhận rằng bạn đang gửi năng lượng ra bên ngoài, góp phần vào việc nuôi dưỡng và phát triển những giá trị mà bạn tin tưởng. Khi tiền được chi ra với sự tích cực, nó sẽ tạo nên một vòng tuần hoàn năng lượng, mang lại những điều tốt đẹp hơn trong tương lai. Hãy biết ơn khi bạn thanh toán tiền lương, chi phí dự án và ngay cả những khoản nợ.

Duy trì dòng luân lưu tích cực

Trong kinh doanh, các quyết định tài chính thường chỉ xoay quanh những con số khô khan. Nhưng đôi khi, những quyết định khó khăn nhất không chỉ đòi hỏi sự tính toán trên giấy tờ mà còn cần đến lòng trắc ẩn, niềm tin và sự tin tưởng rằng vũ trụ sẽ trả lại những gì bạn đã cho đi.

Gia đình tôi có công việc kinh doanh phát đạt với các trung tâm mua sắm trên các tiểu bang ở nước Mỹ trong nhiều năm. Giống như bao doanh nghiệp khác, chúng tôi dựa vào dòng tiền ổn định từ các khách thuê là những chủ doanh nghiệp nhỏ để đáp ứng các nghĩa vụ tài chính của mình, bao gồm cả các khoản vay từ nhiều ngân hàng khác nhau để cấp vốn cho các dự án của chúng tôi. Mọi thứ đang diễn ra tốt đẹp cho đến khi đại dịch Covid-19 ập đến. Đột nhiên, thế giới thay đổi, và công việc kinh doanh của chúng tôi cũng không ngoại lệ.

Các khách thuê của chúng tôi, những người chủ của các cửa hàng dịch vụ nhỏ, bán lẻ cho đến nhà hàng, đều bị ảnh hưởng nặng nề. Với các lệnh phong tỏa, nhiều người không thể hoạt động hết công suất, và một số thậm chí không thể mở cửa kinh doanh. Các khoản thanh toán tiền thuê mà chúng tôi dựa vào đó để trả nợ cho ngân hàng và các khoản chi phí vận hành gần như cạn kiệt chỉ sau một đêm. Tuy nhiên, bất chấp tình hình chưa từng có này, các ngân hàng vẫn yêu cầu chúng tôi phải trả đầy đủ lãi suất của khoản vay. Chúng tôi chứng kiến thiệt hại tăng lên từng ngày, lên đến gần hai triệu đô la.

Đối mặt với tình huống nguy cấp này, chúng tôi buộc phải đưa ra một quyết định khó khăn. Chúng tôi có thể yêu cầu các khách thuê trả tiền thuê đầy đủ, giống như cách mà các ngân hàng yêu cầu chúng tôi, hoặc chúng tôi có thể chọn một con đường khác – con đường của sự cảm thông và hỗ trợ, ngay cả khi điều đó có nghĩa là chúng tôi phải đối mặt với rủi ro tài chính của chính mình.

Chúng tôi biết rằng nếu ép các khách thuê phải trả tiền thuê đầy đủ thì có thể đẩy nhiều người trong số họ đến bờ vực phá sản và không chỉ phá hủy công việc kinh doanh của họ mà còn khiến các trung tâm mua sắm của chúng tôi rơi vào tình trạng trống rỗng và khó khăn. Mặt khác, nếu chúng tôi giúp họ bằng cách giảm hoặc hoãn tiền thuê thì chúng ta sẽ tự đặt lên vai mình một gánh nặng tài chính to lớn. Đó là một quyết định nặng nề đối với chúng tôi.

Cuối cùng, chúng tôi đã chọn giúp đỡ họ. Chúng tôi tin vào nguyên tắc "Tiền là dòng luân lưu năng lượng" – ý tưởng rằng khi bạn cho đi với tinh thần hào phóng, vũ trụ sẽ tìm cách trả lại cho bạn. Chúng tôi đã sắp xếp với các khách thuê, giảm các nghĩa vụ tiền thuê và cho họ thêm thời gian để vượt qua đại dịch. Đó là một bước nhảy vọt của niềm tin, cả về mặt cảm xúc lẫn tài chính, nhưng chúng tôi tin rằng bằng cách nào đó, vũ trụ sẽ giúp chúng tôi.

Rồi điều kỳ diệu đã xảy ra.

Ngay sau đó, hai ngân hàng nhỏ ở địa phương, những ngân hàng trước đây rất cứng nhắc trong yêu cầu của họ, đã liên lạc với chúng tôi. Họ sẵn sàng ngồi lại và thảo luận về tình hình của chúng tôi. Trong một loạt các cuộc họp, chúng tôi đã chia sẻ một cách cởi mở về những khó khăn của mình và cam kết hỗ trợ các khách thuê. Đáng ngạc nhiên, các ngân hàng rất đồng cảm. Họ đã làm việc với chúng tôi để thương lượng lại các khoản vay, cắt giảm lãi suất và giảm bớt gánh nặng tài chính của doanh nghiệp chúng tôi.

Đó thực sự là một phép màu – một sự khẳng định rằng quyết định giúp đỡ người khác trong thời điểm khó khăn đã tạo ra một chuỗi các sự kiện tích cực. Bằng cách chọn lòng trắc ẩn thay vì tính toán lạnh lùng, chúng tôi không chỉ hỗ trợ các chủ cửa hàng nhỏ lẻ vượt qua những ngày tăm tối nhất mà còn nhận được sự hỗ trợ bất ngờ từ chính những tổ chức tài chánh mà chúng tôi nghĩ luôn là lạnh lùng và cứng rắn nhất.

Trải nghiệm này đã củng cố niềm tin của chúng tôi "Tiền là dòng luân lưu năng lượng". Khi bạn hành động với lòng tốt, kể cả phải đối mặt với rủi ro lớn, vũ trụ sẽ đáp lại theo cách tương tự. Công việc kinh doanh của chúng tôi đã sống sót, các khách thuê vẫn hoạt động, và chúng tôi học được rằng đôi khi, khoản lợi nhuận lớn nhất không được đo lường bằng tiền bạc mà bằng sự thiện chí và năng lượng tích cực mà bạn nhận lại khi cho đi mà không mong đợi điều gì đáp lại.

Thay vì lo lắng về sự thiếu hụt, hãy tập trung vào sự dư dả và khả năng nhận được nhiều hơn trong tương lai. Một tư duy dồi dào giúp bạn không chỉ cảm thấy an tâm mà còn thu hút thêm nhiều cơ hội tài chính đến với bạn.

Mỗi lần bạn nhận tiền, hãy nói "Cảm ơn" với lòng biết ơn sâu sắc. Mỗi lần bạn chi tiền, cũng hãy nói "Cảm ơn" với sự nhẹ nhàng và cảm nhận rằng bạn đang góp phần duy trì sự cân bằng trong cuộc sống.

Hãy luôn duy trì sự cân bằng giữa dòng năng lượng vào và ra, tức là việc thu nhập và chi tiêu. Đừng để dòng chảy bị tắc nghẽn bởi sự tiết kiệm quá mức hay chi tiêu vô tội vạ. Cân bằng là chìa khóa để giữ cho dòng năng lượng tiền bạc lưu thông một cách hài hòa.

Bước vào trạng thái Alpha để tạo dòng tiền hạnh phúc

Khi bạn bước vào trạng thái Alpha – trạng thái của sự thư giãn và tập trung cao độ – bạn có thể hình dung và lập trình lại tư duy của mình để đón nhận năng lượng tiền bạc một cách tích cực. Bằng cách kết hợp sự biết ơn và hình dung trong trạng thái này, bạn không chỉ thu hút tiền bạc mà còn tạo ra một mối quan hệ lành mạnh và hạnh phúc với tiền, mang lại sự thịnh vượng lâu dài. Bạn làm theo những bước sau:

Bước 1: Đưa bản thân vào trạng thái Alpha

Ngồi thoải mái ở một nơi yên tĩnh. Nhắm mắt lại và hít thở sâu vài lần, cho phép cơ thể bạn thư giãn với mỗi lần thở ra.

Tập trung vào hơi thở của bạn. Hít vào thật sâu, cảm nhận không khí tràn đầy trong phổi, và thở ra chậm rãi, giải phóng mọi căng thẳng. Khi bạn thở, hãy đưa sự chú ý của mình vào khoảnh khắc hiện tại, buông bỏ mọi lo lắng hay sự xao lãng.

Nhắm mắt và chếch mắt lên 20 độ, đếm ngược và hình dung con số từ 3 đến 1, rồi đếm ngược từ 10 xuống 1.

Bước 2: Hình dung tiền như là năng lượng

Hãy tưởng tượng tiền như một dòng sông năng lượng, đang chảy một cách dễ dàng qua cuộc sống của bạn. Hãy xem năng lượng này như một nguồn dư dả, không chỉ trong tài chính mà còn trong tất cả các khía cạnh của cuộc sống – sức khỏe, các mối quan hệ, cơ hội.

Bước 3: Bày tỏ lòng biết ơn

Khi bạn hít vào, hãy thầm nói "Cảm ơn" cho số tiền bạn đã nhận được trong cuộc đời mình. Hãy nhớ lại những trường hợp cụ thể khi tiền đến với bạn, dù là qua công việc, quà tặng hay những cách khác, và cảm nhận lòng biết ơn chân thành cho mỗi lần như thế.

Bước 4: Nhẹ nhàng khi tiền đi ra

Khi bạn thở ra, hãy âm thầm nói "Cảm ơn" cho số tiền bạn đang chi tiêu. Hãy hình dung số tiền bạn chi tiêu như một dạng trao đổi năng lượng, góp phần vào sự hạnh phúc của người khác và hỗ trợ nền kinh tế. Cảm ơn số tiền đã giúp bạn chi trả cho những nhu cầu và mong muốn của mình, và nhận thức rằng nó sẽ tiếp tục quay trở lại với bạn.

Bước 5: Giải phóng nỗi sợ hãi và lo lắng

Nếu bạn cảm thấy bất kỳ nỗi lo lắng hay sợ hãi nào liên quan đến tiền bạc, hãy tưởng tượng những cảm giác đó bị cuốn trôi đi bởi dòng sông năng lượng. Hãy thay thế những cảm xúc đó bằng sự tin tưởng và lòng biết ơn, biết rằng tiền sẽ tiếp tục chảy vào và ra khỏi cuộc sống của bạn một cách hài hòa.

Bước 6: Kết thúc với lòng biết ơn

Dành vài phút để bày tỏ lòng biết ơn sâu sắc cho sự dồi dào toàn diện trong cuộc sống của bạn. Khi bạn đã sẵn sàng, nhẹ nhàng mở mắt ra, mang theo cảm giác biết ơn và sự dồi dào này vào suốt ngày hôm nay.

Lặp lại bài thiền này thường xuyên để củng cố tư duy tích cực và dư dả về tiền bạc.

Mỗi khi bạn nhận hoặc chi tiền, hãy âm thầm nói "Cảm ơn" và để lòng biết ơn dẫn dắt mọi tương tác và hoạt động tài chính của bạn.

Dùng kỹ thuật 3 cảnh cho tình trạng nợ nần

Trong xã hội hiện đại ngày nay, nơi mà cám dỗ và sự hài lòng tức thì luôn hiện diện mọi xó xỉnh, chúng ta rất dễ bị cuốn vào vòng xoáy nợ nần. Áp lực phải chạy theo những xu hướng mới nhất và sự lôi cuốn của việc thỏa mãn ngay lập tức dẫn đến tiêu xài quá mức và tình trạng căng thẳng tài chính. Tuy nhiên, thay vì coi nợ nần là một gánh nặng, hãy thử thay đổi cách nhìn, coi nó như một tình huống tạm thời mà bạn có khả năng thay đổi. Hãy xem tiền như một dạng năng lượng, liên tục chảy vào và ra khỏi cuộc sống của bạn. Tập trung vào việc xây dựng một mối quan hệ tích cực với tiền bạc, biết trân trọng vai trò của nó ngay cả khi bạn đang trả nợ.

Để kiểm soát tình hình tài chính của mình, bạn có thể sử dụng kỹ thuật 3 cảnh của Silva. Bằng cách hình dung những thách thức hiện tại, tưởng tượng rõ ràng các bước bạn cần thực hiện và hình dung một cách chi tiết tương lai không còn nợ nần mà bạn mong muốn, bạn có thể lập trình tâm trí để tập trung vào giải pháp và thực hiện các hành động quyết đoán hướng đến sự tự do tài chính. Để áp dụng kỹ thuật này trong việc thoát khỏi nợ xấu, bạn có thể làm theo các bước sau:

1. Vào trạng thái Alpha

- Bắt đầu bằng cách thư giãn cơ thể và tâm trí. Tìm một nơi yên tĩnh để không bị quấy rầy, nhắm mắt lại và hít thở sâu vài lần. Dần dần thư giãn từng phần cơ thể, bắt đầu từ ngón chân lên đến đầu.

- Đếm ngược từ 3 đến 1 rồi 10 đến 1 trong tâm trí, hình dung mình đi sâu hơn vào trạng thái thư giãn với mỗi con số. Khi đếm đến 1, bạn nên ở trong trạng thái thư giãn sâu, tập trung – thường được gọi là trạng thái Alpha.

2. Cảnh 1: Hình dung vấn đề (tình hình nợ hiện tại của bạn)

- Hình dung tình hình tài chính hiện tại của bạn. Thấy mình đang nặng gánh nợ nần, cảm nhận căng thẳng và lo âu đi kèm với nó. Cảnh này đại diện cho hoàn cảnh của bạn bây giờ.

- Hãy làm cho hình ảnh trong đầu trở nên sống động nhất có thể. Tưởng tượng các hóa đơn chồng chất, sự lo lắng trên khuôn mặt của bạn và những cảm xúc tiêu cực mà bạn trải qua. Đây là điểm khởi đầu của bạn, và điều quan trọng là phải thừa nhận nó một cách đầy đủ.

- Nhưng nhớ khi xong thì lướt qua cảnh này thật nhanh, đừng dừng ở đây lâu!

3. Cảnh 2: Hình dung giải pháp đang tiến triển

- Chuyển sang cảnh thứ hai, nơi bạn thấy mình đang thực hiện các bước tích cực để vượt qua nợ nần. Điều này có thể bao gồm việc lập ngân sách, cắt giảm các khoản chi tiêu không cần thiết, tìm kiếm các nguồn thu nhập bổ sung hoặc đàm phán điều khoản tốt hơn với các chủ nợ.

- Trong cảnh này, hình dung bản thân cảm thấy tự tin và kiểm soát được tài chính của mình. Hãy tưởng tượng bạn đang tiến bộ đều đặn, trả hết nợ và giảm dần gánh nặng tài chính.

- Tập trung vào các hành động bạn đang thực hiện và cảm xúc tích cực liên quan đến việc kiểm soát tình hình của mình.

4. Cảnh 3: Hình dung kết quả mong muốn (thoát nợ và đạt được an toàn tài chính)

- Trong cảnh cuối cùng, hình dung bản thân hoàn toàn thoát nợ. Thấy mình đang sống một cuộc sống tự do tài chính, không còn cảm thấy gánh nặng của nợ nần. Tưởng tượng sự nhẹ nhõm và niềm vui trên khuôn mặt của bạn và cách cuộc sống của bạn đã được cải thiện.

- Hình dung chi tiết cụ thể về cuộc sống thoát nợ của bạn – bạn có khoản tiết kiệm, bạn có thể đầu tư, hoặc bạn đang chi tiêu tiền cho những thứ mang lại niềm vui mà không lo lắng.

- Cảm nhận những cảm xúc hạnh phúc, tự do và tự hào đi kèm với việc đạt được mục tiêu này. Cảnh này nên sống động và tích cực, củng cố niềm tin của bạn rằng kết quả này là khả thi.

5. Khẳng định sự thành công

- Khi hình dung cảnh thứ ba, hãy khẳng định sự thành công của bạn bằng những câu nói tích cực như: "Tôi đang tự do tài chính", "Tôi kiểm soát tài chính của mình" hoặc "Tôi không còn nợ và đang sống trong sự thịnh vượng".

- Lặp lại những khẳng định này với sự tin tưởng, tin vào khả năng biến điều này thành hiện thực của bạn.

6. Thoát khỏi trạng thái Alpha và hành động thực tế

- Khi bạn đã sẵn sàng, từ từ đếm từ 1 đến 5 để đưa mình ra khỏi trạng thái Alpha. Khi đếm, cảm nhận bản thân trở nên tỉnh táo và hiện diện hơn, mang theo những cảm xúc tích cực và quyết tâm từ việc hình dung vào cuộc sống thực tại của bạn.

- Sau khi hoàn thành kỹ thuật 3 cảnh của Silva, hãy thực hiện các bước thực tế trong cuộc sống hằng ngày để đạt được sự tự do tài chính mà bạn đã hình dung. Việc hình dung đặt ra một ý định mạnh mẽ, nhưng thực hiện các hành động thực tế, đều đặn là rất quan trọng để biến nó thành hiện thực.

Hãy sử dụng kỹ thuật 3 cảnh của Silva thường xuyên, đặc biệt khi bạn cảm thấy chán nản hoặc quá tải trước tình hình nợ nần của mình. Việc luyện tập thường xuyên sẽ giúp bạn lập trình lại tâm trí, củng cố quyết tâm, tập trung vào mục tiêu và giải pháp, vượt qua nợ nần và đạt được tự do tài chính.

Dùng kỹ thuật 3 cảnh cho tình trạng túng thiếu hoặc phá sản

Cảm giác túng thiếu là một trải nghiệm đầy áp lực và gây nản lòng. Đó là trạng thái mà mỗi khoản chi tiêu đều trở thành một gánh nặng, và sự căng thẳng trong việc xoay xở cho đủ khiến tâm trí bạn trở nên nặng nề. Những lo lắng liên tục về việc làm sao để trả được hóa đơn, có đủ tiền ăn uống, và duy trì các nhu cầu cơ bản có thể làm cạn kiệt năng lượng và tinh thần của bạn. Trong hoàn cảnh này, bạn rất dễ cảm thấy bị mắc kẹt và bất lực, như thể không có lối thoát khỏi tình trạng tài chính khó khăn mà bạn đang gặp phải.

Tuy nhiên, ngay cả trong những lúc tối tăm nhất, vẫn có cách để thay đổi góc nhìn và kiểm soát tình hình tài chính của bạn. Kỹ thuật 3 cảnh của Silva là một công cụ mạnh mẽ để giúp bạn làm điều đó. Sử dụng kỹ thuật này, bạn có thể tái định hình thực tế hiện tại, hình dung ra con đường phục hồi tài chính, và thấy được hình ảnh của chính mình khi đạt được sự ổn định và dồi dào. Thông qua việc hình dung, bạn có thể huấn luyện tâm trí để tập trung vào giải pháp thay vì vấn đề khó khăn, từ đó trao quyền cho chính mình để thực hiện các hành động cần thiết nhằm cải thiện tình hình tài chính.

Dưới đây là cách bạn có thể áp dụng kỹ thuật này:

1. Vào trạng thái Alpha

- Bắt đầu bằng cách thư giãn cơ thể và tâm trí. Tìm một nơi yên tĩnh để không bị quấy rầy, nhắm mắt lại và hít thở sâu vài lần. Dần dần thư giãn từng phần cơ thể, bắt đầu từ ngón chân lên đến đầu.

- Đếm ngược từ 3 đến 1 rồi 10 đến 1 trong tâm trí, hình dung mình đi sâu hơn vào trạng thái thư giãn với mỗi con số. Khi đếm đến 1, bạn nên ở trong trạng thái thư giãn sâu, tập trung – thường được gọi là trạng thái Alpha.

2. Cảnh 1: Hình dung vấn đề (tình hình tài chính hiện tại của bạn)

- Trong cảnh đầu tiên này, hãy hình dung rõ ràng những khó khăn tài chính hiện tại của bạn. Bạn thấy mình đang đối mặt với những thách thức khi bị hết tiền – có thể là lo lắng về hóa đơn, cảm giác căng thẳng, hoặc thiếu thốn nguồn lực cho nhu cầu hằng ngày.

- Hãy làm cho hình ảnh trong đầu trở nên sống động nhất có thể. Thừa nhận những cảm xúc như lo lắng, thất vọng, hoặc tuyệt vọng. Cảnh này đại diện cho tình trạng hiện tại của bạn.

- Nhưng nhớ khi xong thì lướt qua cảnh này thật nhanh, đừng dừng ở đây lâu!

3. Cảnh 2: Hình dung giải pháp đang tiến triển

- Chuyển sang cảnh thứ hai, nơi bạn thấy mình đang thực hiện các hành động tích cực để cải thiện tình hình tài chính. Tưởng tượng bạn đang tìm kiếm cơ hội thu nhập mới, cắt giảm các khoản chi tiêu không cần thiết, hoặc tìm kiếm sự giúp đỡ từ các cố vấn tài chính.

- Hình dung bạn đang kiểm soát tài chính của mình, đưa ra các quyết định khôn ngoan và dần dần cải thiện tình hình. Hãy tưởng tượng sự nhẹ nhõm và sức mạnh mà bạn cảm nhận khi thấy tình hình tài chính tiến triển.

- Tập trung vào những hành động bạn đang thực hiện và những thay đổi tích cực mà những hành động này mang lại cho cuộc sống của bạn.

4. Cảnh 3: Hình dung kết quả mong muốn (ổn định tài chính và dồi dào)

- Trong cảnh cuối cùng, hình dung bản thân trong trạng thái ổn định tài chính và dồi dào. Thấy mình không còn lo lắng về tài chính, có đủ tiền để trang trải mọi nhu cầu và còn hơn thế nữa.

- Tưởng tượng những chi tiết cụ thể của cuộc sống này – có một công việc ổn định hoặc kinh doanh thành công, một tài khoản tiết kiệm ổn định và khả năng tận hưởng cuộc sống mà không lo lắng. Hình dung bạn cảm thấy tự tin, an toàn và hạnh phúc.

- Cảm nhận những cảm xúc vui vẻ, thỏa mãn và bình yên đi kèm với việc đạt được sự ổn định tài chính. Làm cho cảnh này sống động và tích cực, củng cố niềm tin của bạn rằng kết quả này là khả thi.

5. Khẳng định sự thành công của bạn

- Khi hình dung cảnh thứ ba, hãy khẳng định sự thành công của bạn bằng những câu nói tích cực như: "Tôi ổn định tài chính", "Tôi thu hút sự dồi dào" hoặc "Tôi kiểm soát vận mệnh tài chính của mình".

- Lặp lại những khẳng định này với sự tin tưởng, tin vào khả năng biến điều này thành hiện thực của bạn.

6. Thoát khỏi trạng thái Alpha & Hành động thực tế

- Khi bạn đã sẵn sàng, từ từ đếm từ 1 đến 5 để đưa mình ra khỏi trạng thái Alpha. Khi đếm, cảm nhận bản thân trở nên tỉnh táo và hiện diện hơn, mang theo những cảm xúc tích cực và quyết tâm từ việc hình dung vào cuộc sống thực tại của bạn.

- Sau khi hoàn thành kỹ thuật 3 cảnh của Silva, hãy thực hiện các bước thực tế trong cuộc sống hằng ngày để cải thiện tình hình tài chính của mình. Việc hình dung giúp thiết lập một ý định mạnh mẽ, nhưng hành động thực tế là yếu tố cần thiết để biến nó thành hiện thực.

- Bắt đầu bằng cách lập một kế hoạch để cải thiện tài chính, có thể là tìm một công việc, bắt đầu một công việc phụ, hoặc cắt giảm các khoản chi tiêu không cần thiết. Thực hiện những bước nhỏ, đều đặn hướng tới mục tiêu tài chính của bạn.

- Sử dụng kỹ thuật 3 cảnh của Silva thường xuyên, đặc biệt khi bạn cảm thấy chán nản hoặc quá tải bởi tình hình tài chính của mình. Việc luyện tập thường xuyên sẽ giúp bạn tập trung vào mục tiêu và duy trì tư duy tích cực để hành động và không bỏ cuộc.

Tiền không chỉ là phương tiện trao đổi mà còn là dòng năng lượng luôn luân lưu trong cuộc sống của chúng ta. Hiểu được bản chất này sẽ giúp bạn duy trì một mối quan hệ tích cực và hài hòa với tiền bạc, ngay cả khi đối mặt với nợ nần hay khó khăn tài chính. Bằng cách áp dụng các kỹ thuật như bước vào trạng thái Alpha, thực hành lòng biết ơn và hình dung sự dồi dào, bạn có thể chuyển hóa tư duy từ thiếu thốn sang thịnh vượng, và từ đó có niềm tin vững chắc để hành động và không bỏ cuộc.

Hãy nhớ rằng, khi bạn đối xử với tiền bạc như một dòng năng lượng cần luân chuyển, bạn không chỉ cải thiện tài chính mà còn tạo ra một cuộc sống phong phú và hạnh phúc hơn.

CHƯƠNG 9

LÃO HÓA NGƯỢC – SỐNG TRẺ, KHỎE, VUI VẺ

Thuở ấy, Kim đẹp rạng rỡ như một đóa hoa hồng vừa hé nở. Gò má ửng hồng như trái đào chín, làn da căng bóng và mịn màng như nhung, đôi mắt long lanh như giọt sương mai. Thân hình hoàn hảo choàng lên chiếc váy lụa kiêu sa, mỗi đường nét đều hài hòa, tinh tế. Cuộc sống của Kim lúc ấy thật nhẹ nhàng và tươi đẹp trong "tam giác tuổi trẻ".

Tuy nhiên, thời gian, kẻ thù không đội trời chung của sắc đẹp, đã bắt đầu để lại dấu ấn trên gương mặt Kim. Gò má hồng hào ngày nào giờ đây đã nhạt màu như cánh hoa hồng tàn úa sau một đêm mưa. Chiếc cổ từng uyển chuyển và tinh tế, giờ đây chảy xệ như chiếc áo len cổ lọ cũ kỹ mà cô cất dưới đáy tủ.

Cái gọi là "tam giác tuổi trẻ" của Kim dường như đã bị lật ngược hoàn toàn. Lớp mỡ căng mọng thay vì tập trung ở khuôn mặt, lại quyết định "xâm lăng" xuống bụng, hông và đùi. Vòng eo thon gọn giờ đây phồng lên như những chiếc phao gắn trên tàu du lịch. Cô suy tư trước gương và tự nhủ: "Có vẻ như cơ thể tôi đang có một cuộc cách mạng âm thầm, và tôi chính là người bị lật đổ!".

Khi bạn bè nhận xét: "Cậu có vẻ... khác lạ!", cô chỉ biết đáp lại bằng sự hài hước: "Đúng vậy, cơ thể tớ không hề thay đổi mà chỉ là đang tái phân bổ tài sản của mình về phía nam mà thôi".

Riêng tôi, hành trình lão hóa không chỉ là câu chuyện về thời gian trôi qua, mà đó là một cuộc khám phá cá nhân về ý nghĩa của việc già đi một cách duyên dáng. Tôi không là một người đẹp. Tôi không phải là người mẫu và cũng không làm việc trong ngành nghề mà ngoại hình là yếu tố then chốt. Tôi tự nhận mình là một con mọt sách, thích viết lách và dạy học. Là một nhà huấn luyện và tác giả chuyên đào tạo cho các nhà quản lý và chủ doanh nghiệp làm kinh doanh hiệu quả, tôi cảm thấy không có áp lực phải duy trì một vẻ bề ngoài hoàn hảo.

Nhưng khi bước vào tuổi 40, thời kỳ được xem là bắt đầu của tuổi trung niên, tôi bắt đầu trải qua những dấu hiệu không thể tránh khỏi của quá trình lão hóa. Đó là một sự thật chung mà tất cả chúng ta đều phải đối mặt – quá trình tiến triển tự nhiên hướng tới lão hóa và cuối cùng là cái chết. Những dấu hiệu này tuy nhỏ nhưng không thể nhầm lẫn: vài sợi tóc rụng, thị lực giảm sút, cơ thể thi thoảng đau nhức và khả năng phục hồi chậm sau những hoạt động thể chất.

Đó là lúc tôi nhận ra rằng quá trình lão hóa có thể diễn ra nhanh chóng, giống như một chiếc xe đang lao xuống dốc không phanh. Điều làm tôi đáng lo ngại hơn cả những thay đổi về thể chất là những nguy cơ sức khỏe tiềm ẩn đi kèm với quá trình lão hóa như bệnh tim, đột quỵ, bệnh Alzheimer và sự suy giảm khả năng nhận thức và trí nhớ.

Nhận thức này đã khơi dậy trong tôi một nguyện vọng sâu xa, không chỉ là muốn trông trẻ trung, mà còn là muốn cảm thấy trẻ trung trong tâm hồn bằng việc duy trì sự hứng thú trong cuộc sống với một tinh thần khỏe mạnh bất kể tuổi tác. Điều này đã đưa tôi đến con đường tìm hiểu về các phương pháp dựa trên khoa học và áp dụng các thói quen vào cuộc sống hằng ngày. Hành trình này không chỉ là cuộc chiến chống lại những dấu hiệu lão hóa bề ngoài; nó đã trở thành một cuộc tìm kiếm sức khỏe toàn diện. Đó là việc tìm kiếm sự cân bằng, nuôi dưỡng sức khỏe tinh thần và thể chất, đón nhận sự khôn ngoan đến với tuổi tác, và chống lại những tác động tiêu cực mà thời gian có thể gây ra cho cơ thể lẫn tâm trí của tôi.

Ý tưởng về việc "lão hóa ngược", hoặc làm chậm quá trình lão hóa, trở thành một tia hy vọng. Tôi đã đắm chìm trong nghiên cứu và thực hành các phương pháp tập trung vào chế độ ăn uống, tập thể dục, sức khỏe tâm trí và cả những tiến bộ y học có thể đảo ngược thời gian, không chỉ về ngoại hình mà còn về sức sống và sức khỏe.

Tôi khát khao một cuộc sống chất lượng nơi tôi có thể cảm thấy mãi mãi trẻ trung trong tâm hồn, bất kể năm tháng. Đó là vượt qua những dấu hiệu của thời gian và đón nhận một cách sâu sắc hơn về bản thân mình, và sống cuộc sống trọn vẹn mỗi ngày.

6 yếu tố đạt đến ngôi đền tuổi trẻ

Hành trình duy trì sức khỏe và sự trẻ trung, thậm chí đảo ngược quá trình lão hóa, là một quá trình đa diện. Nó bao gồm một cách tiếp cận toàn diện với thức ăn, giấc ngủ, sức khỏe tinh thần, vận động cơ thể, quản lý stress và chăm sóc bản thân. Mỗi yếu tố này đóng một vai trò quan trọng, và hiểu chúng một cách khoa học có thể giúp chúng ta đưa ra những lựa chọn thông minh cho một cuộc sống khỏe mạnh và toàn diện.

1. *Thực phẩm*: Dinh dưỡng là nền tảng trong việc chống lão hóa. Một chế độ ăn giàu chất chống oxy hóa trong trái cây, rau củ, đặc biệt là rau xanh, có thể chống lại stress oxy hóa, một trong những nguyên nhân chính của lão hóa. Axit béo omega-3, phổ biến trong cá và các loại hạt, thúc đẩy sức khỏe não bộ và giảm viêm. Hơn nữa, giảm tiêu thụ đường có thể giảm việc tạo thành các sản phẩm glycation cuối cùng (AGEs), những hợp chất có thể đẩy nhanh quá trình lão hóa.

2. *Ngủ:* Giấc ngủ chất lượng là cần thiết cho quá trình tái tạo và sửa chữa. Trong khi ngủ, cơ thể trải qua các quá trình quan trọng cho sức khỏe não và chức năng nhận thức. Thiếu ngủ có thể dẫn đến lão hóa nhanh hơn và gây ra các bệnh liên quan như Alzheimer. Thêm vào đó, hệ thống Glymphatic có tác dụng làm sạch chất thải từ não chỉ hoạt động chủ yếu trong khi ngủ, vì vậy ngủ không đủ giấc có thể dẫn đến suy giảm sức khỏe não và chức năng nhận thức.

3. *Tinh thần*: Sức khỏe tinh thần và hoạt động nhận thức ảnh hưởng đáng kể đến quá trình lão hóa. Tham gia vào các hoạt động kích thích tinh thần như học kỹ năng mới và duy trì mối quan hệ xã hội có thể cải thiện tính đàn hồi thần kinh (neuroplasticity), khả năng của não bộ trong việc hình thành và tổ chức lại các kết nối synapse. Điều này giúp duy trì chức năng nhận thức và giảm nguy cơ suy giảm tinh thần liên quan đến lão hóa.

4. *Vận động*: Hoạt động thể chất thường xuyên là cần thiết để duy trì khối cơ, tính linh hoạt và mật độ xương, những yếu tố có xu hướng giảm đi theo tuổi tác. Tập thể dục cũng thúc đẩy sức khỏe tim mạch và kích thích sản xuất protein neurotrophic từ não (BDNF), một protein hỗ trợ sức khỏe não và có thể chống lại suy giảm nhận thức.

5. *Stress*: Stress mạn tính có thể đẩy nhanh quá trình lão hóa thông qua việc sản xuất hormone stress như cortisol, gây tác động tiêu cực đối với nhiều hệ thống cơ thể, bao gồm hệ thống miễn dịch. Các cách quản lý stress hiệu quả, như thiền, yoga và chánh niệm, có thể giảm tác động của stress đối với cơ thể và tâm trí, từ đó làm chậm quá trình lão hóa.

6. *Chăm sóc bản thân*: Danh mục rộng lớn này bao gồm các phương pháp như chăm sóc da, chăm sóc răng miệng, giữ ẩm, giải phóng độc tố và nghỉ ngơi đủ. Bảo vệ da khỏi tổn thương do ánh nắng mặt trời có thể ngăn ngừa lão hóa sớm. Giữ ẩm quan trọng trong việc duy trì độ đàn

hồi của da và các chức năng cơ thể nói chung. Chăm sóc bản thân cũng bao gồm chăm sóc sức khỏe tinh thần, bởi giải quyết sức khỏe tinh thần là một phần của chiến lược chống lão hóa.

Để đảo ngược quá trình lão hóa và duy trì sự trẻ trung cần có cách tiếp cận toàn diện. Đó không chỉ là về một khía cạnh của sức khỏe mà đòi hỏi sự cân bằng giữa sức khỏe thể chất, tinh thần và cảm xúc. Bằng cách hiểu và áp dụng những nguyên lý khoa học này trong cuộc sống hằng ngày, chúng ta có thể ảnh hưởng đáng kể đến việc làm chậm hoặc đảo ngược quá trình lão hóa, dẫn đến một cuộc sống khỏe mạnh, hài lòng hơn bất kể năm tháng trôi qua.

Thực phẩm và chế độ ăn uống

Ăn uống để trẻ trung: Tác dụng chống lão hóa của siêu thực phẩm

Làn da của bạn – cơ quan lớn nhất và là hàng rào bảo vệ đầu tiên của cơ thể, phản ánh sức khỏe bên trong của bạn. Cách bạn chăm sóc bên trong cơ thể sẽ thể hiện qua làn da. Bằng việc cung cấp cho cơ thể các chất chống oxy hóa, chất béo lành mạnh, nước, vitamin và dưỡng chất cần thiết, bạn có thể duy trì làn da rạng rỡ và trẻ trung.

Nhớ rằng, hành trình có được làn da trẻ trung bắt đầu từ bên trong. Thức ăn giàu vitamin và khoáng chất đóng một vai trò quan trọng trong việc đảo ngược các dấu hiệu lão hóa. Thêm vào đó, kết hợp việc bảo vệ da khỏi ánh nắng mặt trời và một quy trình chăm sóc da chuyên dụng cũng góp phần bảo tồn tuổi trẻ của làn da.

Collagen là thành phần nằm trong lớp giữa của làn da, chìa khóa để duy trì làn da căng mọng, đầy đặn. Thức ăn chứa nhiều vitamin, axit ellagic và các yếu tố tự nhiên sẽ giúp tăng cường collagen. Mặc dù collagen tự nhiên giảm đi theo tuổi tác, nhưng những thức ăn đúng đắn có thể giúp duy trì độ sáng và sự rạng rỡ tự nhiên của làn da. Đặc biệt, thực phẩm giàu vitamin C là đồng minh của bạn trong việc giảm bớt các dấu hiệu lão hóa rõ rệt.

Hãy cùng khám phá những thực phẩm chống lão hóa tốt nhất. Những nguồn dinh dưỡng mạnh mẽ này không chỉ hiệu quả trong việc chống nhăn mà còn trong việc tăng cường collagen và độ ẩm, dẫn đến một làn da khỏe mạnh, trẻ trung hơn.

1. Bơ

Bơ chiếm một vị trí đặc biệt trong căn bếp của tôi. Chúng là nguồn cung cấp tuyệt vời cho các chất béo không bão hòa (bao gồm chất béo đơn và đa) lý tưởng cho việc nuôi dưỡng làn da và ngăn ngừa khô da. Với tính chất chống viêm, bơ giúp tăng cường hệ thống miễn dịch. Bơ có lutein và zeaxanthin giúp bảo vệ da khỏi tác hại của tia UV. Bơ cũng rất giàu vitamin A, B, C, E và K. Tôi thường trộn bơ vào salad hay làm thành sốt chấm dipping mịn màng. Bơ luôn là loại thực phẩm không thể thiếu trong nhà tôi, thậm chí mỗi chuyến đi xa tôi đều chuẩn bị bơ để mang theo.

2. Bông cải xanh

Trước đây tôi vốn không thích bông cải xanh, nhưng nhờ thay đổi trong cách nấu ăn, từ việc hấp chúng thật xanh tươi và chấm với nước mắm kho quẹt, cá kho tộ hay với thịt kho, tôi đã biến loại rau này từ một món ăn không được ưa chuộng thành một món ngon hấp dẫn.

Các loại rau lá xanh khác, bao gồm rau bina, cải xoăn cũng chứa nhiều chất chống oxy hóa, giúp trung hòa các gốc tự do vốn là những phân tử không ổn định gây ra stress oxy hóa và tổn thương tế bào. Stress oxy hóa đẩy nhanh quá trình lão hóa bằng cách gây tổn thương tế bào và DNA. Ngoài ra, những loại rau này rất giàu vitamin K, cần thiết cho xương và ngăn ngừa các tình trạng như loãng xương, thường gặp ở người lớn tuổi.

Hàm lượng chất xơ cao trong những loại rau này rất có lợi cho tiêu hóa và hỗ trợ một hệ vi sinh vật đường ruột khỏe mạnh, rất quan trọng cho hệ thống miễn dịch. Bông cải xanh, đặc biệt chứa sulforaphane, được biết đến với tính chất chống lão hóa mạnh mẽ. Sulforaphane kích hoạt các cơ chế phòng vệ tế bào, dẫn đến tăng sản xuất chất chống oxy hóa và cải thiện sức đề kháng của tế bào. Những loại rau này cũng hỗ trợ quá trình giải độc trong gan, giúp loại bỏ các chất độc hại khỏi cơ thể. Các vitamin và khoáng chất mà chúng cung cấp, như vitamin C và vitamin E, là chìa khóa để duy trì sức khỏe da, độ đàn hồi và vẻ ngoài của da. Chiến thắng ngoạn mục nhất của tôi là tôi cũng dẫn dụ hai cậu con trai yêu quý là Levi và Joshua ăn bông cải xanh.

3. Các loại hạt

Các loại hạt, với đa dạng dưỡng chất như protein, vitamin E, dầu thiết yếu, khoáng chất và chất chống oxy hóa, là một phần quan trọng trong chế độ ăn của gia đình tôi. Chồng tôi, một người Do Thái, đã truyền cho tôi niềm đam mê nấu ăn theo phong cách Địa Trung Hải này. Chúng tôi thích rắc các loại hạt lên salad hoặc trộn vào súp để tạo thêm độ giòn. Hạt hạnh nhân và óc chó, với hàm lượng vitamin E cao, là cứu tinh cho làn da, bảo vệ da khỏi tác động của tia UV khi trời nắng gắt và tăng cường sức mạnh và độ rạng rỡ cho da. Hạt óc chó, được biết đến với hàm lượng chất chống oxy hóa và axit omega-3 cao, không chỉ là món ăn vặt trong nhà chúng tôi mà còn là thành phần quan trọng cho cả sức khỏe da và hệ tiêu hóa.

4. Khoai lang

Ai ngờ rằng thời thơ ấu của tôi ở Việt Nam, với cuộc sống thiếu thốn và suốt ngày ăn khoai lang dại (bây giờ là thực phẩm hữu cơ), thực sự lại là một phước lành cho làn da của tôi! Những củ khoai lang rực rỡ đầy ắp vitamin A, là chiến binh bí mật chống lại nếp nhăn và vết chân chim, tái tạo collagen bị lão hóa. Hồi nhỏ, chúng tôi thường chế biến theo cách đơn giản nhất, nhưng giờ đây tôi thích nấu chúng thành một món ăn cao cấp. Tôi phủ chúng bằng dầu ô liu nguyên chất, rắc muối và tiêu, và nướng đến độ chín hoàn hảo. Hóa ra, những ngày ăn khoai lang suốt không chỉ là để vượt qua nghèo khó, mà chúng đã đặt nền móng cho làn da rạng rỡ của tôi ngày nay!

5. Cà chua

Cà chua không chỉ là một loại trái cây mà còn là ngôi sao sáng trong các món ăn Việt Nam yêu thích của tôi. Đầy ắp lycopene, carotenoid bảo vệ da tự nhiên, cà chua là thành phần bí mật để chăm sóc da từ trong ra ngoài. Chúng tôi tăng cường hàm lượng lycopene bằng cách nấu chín cà chua, kết hợp vào những món canh chua ngon miệng, bún riêu cua đậm đà hay đậu hũ sốt cà chua. Danh sách các món ăn từ cà chua trong nhà chúng tôi không bao giờ cạn.

6. Cá béo

Lớn lên dọc theo bờ biển hình chữ S tuyệt đẹp của Việt Nam, tôi đã được ban phước với sự phong phú của cá và hải sản, những thành phần chính của chế độ ăn uống lành mạnh của người Việt. Cá béo như cá hồi, cá thu và cá ngừ giống như món quà của đại dương cho sức khỏe da, chứa đầy axit béo omega-3 thiết yếu cho làn da rạng rỡ. Những chất béo này không chỉ giữ ẩm cho da mà còn giảm viêm. Hơn nữa, vitamin E và kẽm trong những loại cá này là các tác nhân chữa lành của tự nhiên, giải quyết mọi thứ từ mụn trứng cá đến kích ứng. Tôi biết ơn sâu sắc nguồn gốc Việt Nam của mình với thói quen ăn uống lành mạnh từ hải sản đã nuôi dưỡng làn da tôi trong suốt những năm qua.

7. Nước hầm xương nổi tiếng – phở

Trong gia đình tôi, nước hầm xương luôn là một món ăn phải có, đặc biệt là dưới dạng món phở, một món ăn mà mẹ tôi luôn chuẩn bị bất kể mùa nào. Dù ngày nóng hay lạnh, bếp nhà luôn ngập tràn hương thơm mời gọi của nước hầm xương bổ dưỡng này, đun sôi trong nhiều giờ, chiết xuất tinh túy từ xương bò hoặc gà cùng với hỗn hợp các loại gia vị thơm ngon.

Khi xương và mô kết nối được đun sôi, chúng giải phóng collagen, axit amin như glycine và proline, và các khoáng chất như canxi và magiê. Những dưỡng chất này là nguồn thiết yếu giúp cải thiện sức khỏe và sự trẻ trung. Collagen luôn được mẹ tôi đặc biệt nhấn mạnh là thành phần bí mật giúp duy trì làn da khỏe mạnh, đàn hồi. Bà thường tự hào về ngoại hình trẻ trung của mình nhờ thường xuyên sử dụng nước dùng này, giàu collagen tự nhiên, hỗ trợ độ đàn hồi và sức khỏe của da.

Ngoài lợi ích cho da, nước hầm xương dùng trong phở cũng là phương thuốc hữu hiệu cho xương khớp và sức khỏe ruột. Axit amin từ nước dùng rất quan trọng trong việc hỗ trợ sức khỏe khớp, trong khi gelatin, một sản phẩm phụ của collagen trong xương, được biết đến với khả năng chữa lành đường ruột. Những ngày nào chúng tôi cảm thấy không khỏe hoặc có vấn đề tiêu hóa, một tô phở luôn là giải pháp của mẹ tôi.

Cảnh báo! Glycation và tác hại của đường trong quá trình lão hóa

Nói chuyện về đường không bao giờ là dễ dàng! Đây là bí mật nhỏ của tôi: Tôi cố gắng tránh xa những cám dỗ "ngọt ngào" không phải vì tôi không thèm ngọt. Tất cả là vì quá trình lén lút và rất quái ác của thứ gọi là glycation. Hãy tưởng tượng các phân tử đường phản loạn, kết hợp với protein hoặc lipid để tạo ra "quái vật lão hóa" – thứ được biết đến với tên gọi sản phẩm glycation cuối cùng nâng cao (AGEs). Nghe có vẻ như một nhân vật phản diện trong phim khoa học viễn tưởng, phải không?

Quá trình glycation này tăng tốc khi bạn đang ăn đường một cách quá độ, giống như tổ chức một bữa tiệc tung hô đón chào quá trình lão hóa. Những AGEs này tấn công collagen và elastin, chính là những protein giữ cho làn da của tôi trông "mùa xuân trẻ trung" và "mùa đông căng mịn". Khi những protein này bị phá hủy dưới sự tiệc tùng không ngừng của AGEs, làn da sẽ có nguy cơ tham gia vào cuộc vui nếp nhăn và chảy xệ.

Và đây không chỉ là vấn đề bề ngoài. Glycation giống như một kẻ phá hoại bữa tiệc toàn diện, ảnh hưởng đến nhiều cơ quan và gắn liền với những vấn đề liên quan đến tuổi tác như tiểu đường và rối loạn tim mạch. Vì vậy, tôi nói "không, cảm ơn" với thìa đường thêm vào, mạnh mẽ đứng lên chống lại bữa tiệc AGEs. Hãy nói "không" với kẻ cám dỗ ngọt ngào nhưng rất quái ác này!

Hiểu đúng về nhịn ăn gián đoạn

Nhịn ăn gián đoạn (Intermittent Fasting – IF) là một phương pháp dựa trên cơ chế khoa học, đang ngày càng được công nhận với những lợi ích chống lão hóa tiềm năng của nó. Nổi bật nhất đó chính là quá trình tự phân hủy tế bào, nơi tế bào loại bỏ các thành phần bị hỏng, thúc đẩy sức khỏe tế bào và giảm nguy cơ bệnh tật.

Là một người gầy, tôi thấy rằng nhịn ăn gián đoạn phù hợp với tôi khi tôi bắt đầu nhịn ăn từ 7 giờ tối, bỏ bữa sáng, và sau đó ăn trưa vào lúc 12:00 trưa ngày hôm sau. Lịch trình này tạo ra một khoảng thời gian nhịn ăn khoảng 16 giờ, tần suất một hay hai lần một tuần. Nó giúp tôi duy trì cân nặng và cảm thấy năng lượng hơn.

Nếu mục tiêu của bạn là giảm cân, bạn có thể xem xét một cách tiếp cận tương tự nhưng tăng tần suất. Thực hiện điều này 4 lần một tuần có thể mang lại kết quả đáng kể. Nhớ rằng, việc lắng nghe cơ thể và điều chỉnh khi cần thiết là rất quan trọng. Bạn nên tham khảo ý kiến của chuyên gia y tế trước khi bắt đầu bất kỳ chế độ ăn uống hoặc tập luyện mới, đặc biệt nếu bạn đang có bất kỳ tình trạng sức khỏe nào.

IF cũng giúp giảm viêm mạn tính, một yếu tố góp phần vào lão hóa và các bệnh liên quan. Ngoài ra, nó giúp cải thiện độ nhạy cảm với insulin, giảm nguy cơ tiểu đường type 2, một tình trạng liên quan đến lão hóa nhanh. Nhịn ăn kích thích một phản ứng stress nhẹ, được biết đến là hormesis, tăng cường khả năng chống chịu stress lớn hơn của tế bào, một khía cạnh quan trọng của quá trình lão hóa.

Trong khi IF thường dẫn đến việc giảm tổng lượng calo tiêu thụ, tương tự như hạn chế calo, nó cải thiện hiệu quả chuyển hóa và giảm stress oxy hóa, cả hai đều quan trọng trong quá trình lão hóa. Một lợi ích đáng chú ý khác của IF đó là nó kích hoạt sirtuin, các protein tham gia vào sửa chữa DNA và giảm viêm, góp phần vào sự trường thọ. IF cũng có lợi cho sức khỏe não bộ vì nó kích thích sản xuất yếu tố tăng trưởng neurotrophic từ não (BDNF), hỗ trợ sự sống còn của tế bào thần kinh và duy trì chức năng nhận thức.

Giấc ngủ: Tầm quan trọng đối với chống lão hóa và phòng chống bệnh tật

Hai con trai tôi, Joshua và Levi, hiện lần lượt là 20 tuổi và 16 tuổi. Có thể bạn nghĩ rằng hai con của tôi còn quá trẻ để phải bận tâm đến quá trình lão hóa. Nhưng điều đáng ngạc nhiên là từ khi các con bắt đầu luyện tập thể lực và thể hình, hai con đã ý thức rất rõ về tầm quan trọng của giấc ngủ. Mỗi đêm, Joshua và Levi luôn đảm bảo rằng mình ngủ đủ giấc, vì hơn ai hết, hai con hiểu rằng chính trong lúc ngủ, cơ bắp của chúng mới thực sự hồi phục và tăng trưởng.

Giấc ngủ không chỉ đơn thuần là thời gian để nghỉ ngơi, mà còn là thời điểm vàng để cơ thể tự sửa chữa và phát triển. Các con đã học cách coi trọng giấc ngủ như một phần không thể thiếu trong chế độ luyện tập ở phòng gym, vì chúng biết rằng không có giấc ngủ, mọi nỗ lực trên phòng tập cũng sẽ trở nên vô ích. Chính sự nhận thức này đã giúp các con phát triển cơ bắp và duy trì sức khỏe một cách toàn diện, ngay cả khi tuổi còn rất trẻ.

Giấc ngủ không chỉ là thời gian để cơ thể và tâm trí được nghỉ ngơi sau một ngày dài mệt mỏi mà còn là một yếu tố vô cùng quan trọng trong việc duy trì sức khỏe tổng thể và ngăn ngừa quá trình lão hóa. Nghiên cứu khoa học đã chỉ ra rằng giấc ngủ chất lượng là chìa khóa giúp cơ thể phục hồi và tái tạo, đồng thời đóng vai trò quan trọng trong việc bảo vệ cơ thể khỏi các bệnh lý nghiêm trọng.

Trong Chương 3, chúng ta đã đi sâu vào khám phá chi tiết về cách giấc ngủ ảnh hưởng đến quá trình lão hóa và khả năng phòng chống bệnh tật. Bạn sẽ hiểu rõ hơn tại sao giấc ngủ không chỉ là nhu cầu sinh học mà còn là "vũ khí bí mật" chống lại các dấu hiệu tuổi tác và bệnh tật.

Giấc ngủ và chống lão hóa

Khi chúng ta ngủ, cơ thể bắt đầu một quá trình phục hồi và tái tạo tự nhiên. Hormone tăng trưởng, đóng vai trò quan trọng trong việc sửa chữa các mô cơ và da, được sản xuất nhiều nhất khi chúng ta chìm sâu vào giấc ngủ. Điều này giúp làm chậm quá trình lão hóa, giữ cho làn da căng mịn và cơ bắp khỏe mạnh.

Hơn nữa, giấc ngủ cũng giúp điều hòa các hormone như cortisol – một hormone liên quan đến căng thẳng. Khi giấc ngủ bị thiếu hoặc không đủ chất lượng, mức cortisol tăng cao có thể dẫn đến tình trạng viêm nhiễm và gia tăng quá trình lão hóa.

Giấc ngủ và khả năng phòng chống bệnh tật

Giấc ngủ không chỉ giúp làm chậm quá trình lão hóa mà còn là lá chắn bảo vệ cơ thể khỏi nhiều bệnh tật. Trong giấc ngủ, hệ thống miễn dịch hoạt động mạnh mẽ hơn, tạo ra các tế bào miễn dịch cần thiết để chống lại vi khuẩn, virus và các tác nhân gây hại khác.

Thiếu ngủ làm suy yếu hệ thống miễn dịch, khiến cơ thể dễ mắc các bệnh nhiễm trùng và mạn tính như tiểu đường, bệnh tim và thậm chí là ung thư. Một giấc ngủ đầy đủ và chất lượng giúp cơ thể duy trì sự cân bằng, từ đó giảm nguy cơ mắc các bệnh lý này.

Giấc ngủ và sức khỏe tinh thần

Không chỉ có lợi cho cơ thể, giấc ngủ còn ảnh hưởng sâu sắc đến sức khỏe tinh thần. Ngủ đủ giấc giúp giảm căng thẳng, lo âu và nguy cơ mắc các bệnh tâm lý như trầm cảm. Trong Chương 3, chúng ta đã đi qua chi tiết về cách giấc ngủ ảnh hưởng đến sức khỏe tâm lý và cách nó có thể trở thành nền tảng cho một cuộc sống khỏe mạnh và hạnh phúc hơn.

Hãy xem kỹ Chương 3 để hiểu rõ hơn về tầm quan trọng của giấc ngủ và cách bạn có thể tận dụng giấc ngủ như một phương pháp tự nhiên để chống lại lão hóa và bảo vệ sức khỏe khỏi bệnh tật.

Tâm trí: Tìm thấy sức sống và sự tươi trẻ bằng lòng biết ơn

Trong các chương trước, tôi đã giải thích chi tiết và hướng dẫn về các khía cạnh của tâm trí và quản lý stress, cũng như tầm quan trọng của việc vận động. Như một phần tặng thêm, tôi chia sẻ một bài tập tâm trí đóng góp đáng kể cho sự an lành tổng thể của bạn. Bài tập này được thiết kế không chỉ để giúp bạn quản lý stress và duy trì trạng thái tinh thần minh mẫn mà còn để thúc đẩy một ngoại hình trẻ trung và rạng rỡ của làn da. Tập thói quen này hằng ngày, bạn có thể giúp làn da của mình trông tươi mới và giữ được sự trẻ trung dù cuộc sống luôn đem đến vô vàn thách thức.

Bạn có bao giờ tự hỏi tôi làm thế nào để trông tươi tắn và đầy năng lượng bất chấp những thách thức mà cuộc sống mang lại?

Bí mật nằm trong một phương pháp đơn giản nhưng sâu sắc: lòng biết ơn. Hãy để tôi đưa bạn đi vào hành trình của tôi, một thói quen đã trở thành nền tảng của cuộc sống tôi.

Mỗi đêm, trước khi chìm vào giấc ngủ, tôi thực hành một nghi thức biết ơn. Trong màn đêm tĩnh lặng, khi thế giới xung quanh lắng đọng, tôi dành thời gian để suy ngẫm về một ngày vừa qua. Không phải là nghĩ về những thành tựu lớn lao hay vĩ đại, mà là để tìm thấy vẻ đẹp trong những điều bình dị nhất như hơi ấm của ánh nắng mặt trời, nhịp đập đều đặn của trái tim hay nụ cười tinh nghịch của con trai.

Tương tự, mỗi buổi sáng, khi vừa thức giấc, tôi lưu lại trong trạng thái yên bình của Alpha – điểm ngọt ngào giữa giấc mơ và ý thức. Ở đây, tôi không chỉ đánh thức cơ thể mà còn đánh thức cả tâm hồn mình với một tâm trạng biết ơn. Trước khi chạm chân xuống sàn, trước khi bắt đầu ngày mới hối hả, tôi dành một khoảnh khắc để trân trọng những khía cạnh đơn giản của cuộc sống.

Đừng chờ đợi những khoảnh khắc lớn lao để bày tỏ lòng biết ơn. Phép màu thường nằm trong những điều rất đỗi bình thường. Một hành động tử tế của người lạ giữa dòng xe cộ hỗn loạn, cảm giác bình yên khi lật từng trang sách cũ hay thư thả nhâm nhi ly cà phê buổi sáng, tất cả những khoảnh khắc nhỏ bé này chính là những sợi chỉ tinh tế dệt nên tấm thảm biết ơn trong cuộc sống hằng ngày.

Thực hành thói quen biết ơn mỗi ngày, tôi đã tìm thấy một nguồn năng lượng và một quan điểm giúp tôi vững chãi và lạc quan. Biết ơn không chỉ là việc nhận ra điều tốt đẹp; đó là việc chủ động tìm kiếm điều tốt đẹp trong mọi tình huống, bất kể khó khăn. Tâm trạng này không loại bỏ những khó khăn của cuộc sống, nhưng nó thay đổi cách tôi nhìn nhận và phản ứng với thử thách. Lòng biết ơn không phải là một cái đích đến để đạt tới; đó là một con đường để đi, một lăng kính để nhìn thế giới. Đó là lựa chọn để trân trọng hiện tại, tìm niềm vui trong hành trình và đón nhận mỗi ngày với trái tim đầy yêu thương. Đây là cách tôi giữ được sự tươi mới, tràn đầy năng lượng và sẵn sàng đối mặt với bất cứ điều gì cuộc sống mang đến.

Cảm thấy biết ơn bất chấp những thách thức mà cuộc sống mang lại là một quan điểm đã được hỗ trợ bởi nhiều nghiên cứu khoa học, chủ yếu từ lĩnh vực tâm lý học. Dưới đây là một số lý do khoa học chứng minh tầm quan trọng của lòng biết ơn:

- *Cải thiện tinh thần*: Lòng biết ơn liên kết với sức khỏe tinh thần tốt hơn. Các nghiên cứu đã chỉ ra rằng việc thực hành lòng biết ơn có thể giảm cảm giác lo âu và trầm cảm. Tập trung vào các khía cạnh tích cực của cuộc sống có thể thay đổi cách chúng ta nhận thức về hoàn cảnh và quản lý cảm xúc tiêu cực.

- *Cải thiện thể chất*: Biết ơn thường xuyên dẫn đến ngủ ngon giấc hơn, ít mệt mỏi hơn và giảm viêm nhiễm ở tế bào.

- *Củng cố mối quan hệ*: Bày tỏ lòng biết ơn với người khác có thể cải thiện mối quan hệ. Nó tăng cảm giác kết nối, tăng khả năng hình thành và duy trì mối quan hệ, một phần quan trọng của sự lành mạnh xã hội.

- *Tăng cường khả năng phục hồi*: Biết ơn giúp xây dựng khả năng phục hồi, giúp cá nhân đối phó tốt hơn với tình huống căng thẳng và phục hồi nhanh hơn sau các sự kiện gây chấn thương. Có quan điểm tích cực hơn sẽ giúp họ đối mặt với khó khăn dễ dàng hơn.

- *Nâng cao tự tin*: Biết ơn giảm bớt việc so sánh xã hội. Thay vì trở nên ghen tị, những người có lòng biết ơn có thể đánh giá cao thành tựu của người khác và cảm thấy hài lòng với chính mình.

- *An yên và hài lòng*: Thường xuyên thực hành lòng biết ơn sẽ dẫn đến hạnh phúc lâu dài hơn. Giúp nhận ra những điều tốt đẹp và gia tăng sự hài lòng chung về cuộc sống.

- *Khuyến khích hành vi tích cực*: Những người biết ơn thường tham gia vào các hành vi lành mạnh như tập thể dục thường xuyên và ăn uống lành mạnh, góp phần vào sức khỏe tổng thể.

Về mặt khoa học, những lợi ích của cảm giác biết ơn được đo lường thông qua các thang đo tâm lý và các dấu hiệu sinh lý như mức độ căng thẳng và chức năng miễn dịch. Thực hành lòng biết ơn chân thành có thể tái cấu trúc não bộ, củng cố đường dẫn truyền thần kinh đem đến hạnh phúc và năng lượng tích cực.

Bây giờ bạn đã hiểu vì sao tôi thực hành điều này ít nhất hai lần mỗi ngày.

Đi vào trạng thái Alpha với lòng biết ơn

Kết hợp việc thực hành lòng biết ơn với trạng thái sóng não Alpha làm tăng cường hiệu quả của cả hai. Sóng Alpha là những dao động sóng não trong phạm vi tần số khoảng 8-13 Hz, là trạng thái thư giãn nhưng hoàn toàn ý thức mọi thứ chung quanh. Dưới đây là hướng dẫn để kết hợp hai phương pháp này.

Bước 1: Tạo môi trường thư giãn

- Chọn một không gian yên tĩnh: Tìm một nơi thoải mái, yên tĩnh để thực hành.
- Loại bỏ xao nhãng chi phối: Tắt điện thoại hoặc các thiết bị gây xao nhãng khác.

Bước 2: Đi vào trạng thái sóng Alpha

- Thực hiện thở sâu: Thở sâu và chậm giúp cơ thể thư giãn, dẫn đến việc tăng sóng Alpha.
- Thiền hoặc chánh niệm: Việc thực hành thiền hoặc chánh niệm giúp tâm trí chuyển từ trạng thái bận rộn sang trạng thái thư giãn, tăng cường sóng Alpha.

Bước 3: Bắt đầu thực hành lòng biết ơn

- Nhận thức về điều tích cực: Nghĩ về những điều bạn cảm thấy biết ơn trong cuộc sống, từ những điều quan trọng đến những điều nhỏ bé bình dị nhất.
- Ghi chép hoặc hình dung: Viết xuống hoặc hình dung những điều bạn biết ơn, cảm nhận sâu sắc về chúng.

Bước 4: Nâng cao trải nghiệm

- Tập trung vào cảm giác: Chú ý đến cảm giác biết ơn trong cơ thể – đó có thể là cảm giác ấm áp, nhẹ nhàng hoặc bình yên.

- Duy trì hơi thở đều đặn: Giữ hơi thở của bạn ổn định và sâu để duy trì trạng thái sóng Alpha.

Bước 5: Kết thúc phiên

- Trở lại thực tế một cách từ từ: Sau khi hoàn thành, dành vài phút để trở lại thực tế một cách từ từ.

- Ghi chép cảm xúc: Ghi lại trải nghiệm của bạn, và nhận thấy sự khác biệt về tâm trạng và cảm xúc sau khi thực hành.

Việc thực hành này có thể mất thời gian để làm quen và phát huy hiệu quả. Thực hiện thường xuyên mỗi ngày hoặc mỗi tuần để thấy sự thay đổi tích cực trong tâm trạng và suy nghĩ.

Kết hợp thực hành lòng biết ơn với trạng thái sóng Alpha không chỉ giúp cải thiện tâm trạng và sức khỏe tinh thần mà còn tăng cường sự nhận thức sâu sắc và kết nối với bản thân.

Vận động

Cuộc sống của tôi luôn tràn ngập tiếng vang của những tràng pháo tay, rồi những buổi thất vọng vì đội banh bị thua cuộc hay bị loại – đó là những buổi luyện tập và cuộc thi đấu của hai con trai. Tôi may mắn có một gia đình vô cùng yêu thích thể thao và đam mê vận động. Tôi biết ơn khi kết hôn với Douglas, cuộc sống của anh từ nhỏ đến lớn luôn xoay quanh thể thao. Chồng tôi không chỉ là một ngôi sao bóng bầu dục ở trường trung học mà anh ấy còn tiếp tục theo đuổi đam mê này đến tận thời đại học. Anh ấy có một sự nghiệp thể thao ngắn ngủi nhưng khó quên với tư cách là một cầu thủ chuyên nghiệp đá phạt cho đội USFL Oklahoma Outlaws. Những tháng ngày tràn ngập năng lượng sôi động của các sân vận động và sự rèn luyện cao độ đã để lại dấu ấn không thể phai mờ trong anh cũng như trong tính cách kiên cường bền bỉ của anh khi bước chân vào thế giới kinh doanh.

Là bậc cha mẹ, Douglas và tôi luôn chăm chỉ nuôi dưỡng các con trai của mình, Joshua và Levi, trong một thế giới đầy ắp các hoạt động thể chất. Từ những năm đầu, các con đã tham gia nhiều môn thể thao. Douglas và tôi trở thành huấn luyện viên và trợ lý cho đội bóng rổ, bóng đá và cả võ thuật của các con ở trường. Chúng tôi muốn đảm bảo rằng các con có sự tiếp xúc toàn diện với thế giới đa dạng của thể thao.

Có thể bạn tự hỏi tại sao gia đình chúng tôi lại đặt ưu tiên cao đến vậy vào việc vận động và tập thể dục. Dưới đây là lý do đằng sau động lực của chúng tôi.

Khi bước sang tuổi 14, Joshua và Levi phát triển một niềm đam mê mãnh liệt với việc tập thể hình. Sự cam kết và kỷ luật của các con tôi dành cho lĩnh vực này thật đáng kinh ngạc. Bốn đến năm lần một tuần, các con sẽ đến phòng tập gym, kiên định với các bài tập của mình. Các con tỉ mỉ về chế độ ăn uống, lựa chọn những thực phẩm tốt nhất để hỗ trợ sự phát triển cơ bắp, sức khỏe và thể lực. Sự thay đổi bùng nổ của các con không chỉ ở chiều cao mà còn ở cả cơ bắp và sức mạnh thể chất lẫn tinh thần.

Thế giới thể thao đã hình thành nên một nền tảng vững chắc cho sự phát triển của các con, giúp các con trở nên tự tin và có lợi thế cạnh tranh. Theo dõi sự trưởng thành và phát triển của các con là một niềm hạnh phúc và nguồn cảm hứng lớn nhất trong cuộc đời tôi.

Ngồi quá lâu! Nguy cơ đáng sợ của cuộc sống thụ động

Lối sống ít vận động của cuộc sống hiện đại, với hàng giờ ngồi trước máy tính, chơi video game, xem Netflix liên tục và lái xe nhiều, đang đặt sức khỏe của chúng ta vào những nguy cơ nghiêm trọng. Bác sĩ Sara Gottfried – chuyên gia biến đổi di truyền và lão hóa ngược, chỉ ra một số hậu quả đáng báo động của lối sống này, đặc biệt là sự tăng tốc quá trình lão hóa và nguy cơ tử vong sớm.

Tăng tốc quá trình lão hóa: Việc ngồi kéo dài góp phần đẩy nhanh quá trình lão hóa. Khi chúng ta ngồi sáu tiếng hoặc nhiều hơn mỗi ngày, nguy cơ tử vong sớm tăng khoảng 34%.

Yếu cơ và xương: Lối sống ít vận động dẫn đến tình trạng teo cơ hoặc yếu cơ do các nhóm cơ, đặc biệt là phần dưới cơ thể ít được sử dụng. Tương tự, xương có thể trở nên yếu hơn nếu không hoạt động thường xuyên, vì thế các bài tập kháng lực là cần thiết để duy trì mật độ xương.

Mất cân bằng hormone: Hoạt động thể chất đóng vai trò quan trọng trong việc duy trì cân bằng hormone. Ngồi lâu có thể làm rối loạn quá trình sản xuất và điều chỉnh hormone, dẫn đến sự mất cân bằng nhiều chức năng của cơ thể.

Vấn đề lưng: Ngồi lâu, đặc biệt là sai tư thế, có thể dẫn đến đau lưng mãn tính và các vấn đề về cột sống khác. Điều này là do sự căng thẳng gây áp lực lên cơ lưng, đĩa đệm cột sống và cổ.

Ảnh hưởng tới cơ quan:

- Tim: Thiếu hoạt động thể chất có thể dẫn đến tăng mức cholesterol và huyết áp, góp phần vào bệnh tim mạch.
- Tụy: Lối sống ít vận động có thể ảnh hưởng đến khả năng kiểm soát đường huyết của cơ thể, dẫn đến rủi ro cao là mắc bệnh tiểu đường type 2.
- Ruột kết: Ngồi lâu cũng có liên quan đến nguy cơ cao mắc ung thư ruột kết, do giảm nhạy cảm với insulin và các vấn đề trao đổi chất khác.

Suy giảm sức khỏe: Sự kết hợp của các yếu tố này góp phần vào sự suy giảm sức khỏe thể chất tổng thể và sức khỏe tinh thần. Lối sống ít vận động tăng nguy cơ trầm cảm và lo âu vì thiếu endorphin. Khi vận động, cơ thể giải phóng endorphin – một hormone thần kinh làm hưng phấn, giảm đau thể chất lẫn tinh thần và đặc biệt cải thiện tâm trạng.

Lợi ích của vận động: Từ tăng cường não bộ đến tim mạch và làn da săn chắc

Việc tập thể dục mang lại nhiều lợi ích không chỉ giới hạn ở thể chất. Nghiên cứu khoa học đã liên tục chứng minh rằng hoạt động thể chất đều đặn có tác động tích cực đến nhiều khía cạnh của sức khỏe, bao gồm chức năng nhận thức, hệ thần kinh tự chủ, sức khỏe làn da, tình trạng sức khỏe tổng thể và chất lượng giấc ngủ. Hãy khám phá chi tiết hơn về những lợi ích này.

1. *Cải thiện nhận thức và sức khỏe não bộ*

- Sinh tạo thần kinh và tính đàn hồi não: Việc tập thể dục kích thích sản xuất tế bào thần kinh mới (sinh tạo thần kinh) và cải thiện khả năng thích ứng và tổ chức lại của não bộ (tính đàn hồi não). Các bài tập aerobic giúp tăng kích thước của hồi hải mã, phần não chịu trách nhiệm về trí nhớ và học tập.

- Tăng cường lưu lượng máu: Hoạt động thể chất cải thiện lưu lượng máu đến não, cung cấp thêm oxy và dưỡng chất, tăng cường chức năng nhận thức.

- Giảm thiểu suy giảm nhận thức: Việc tập thể dục đều đặn ngăn chặn nguy cơ suy giảm nhận thức và các bệnh thoái hóa thần kinh như Alzheimer và sa sút trí tuệ ở người lớn tuổi.

2. *Điều chỉnh hệ thần kinh tự chủ*

- Phản ứng căng thẳng: Tập thể dục giúp điều chỉnh hệ thần kinh tự chủ, kiểm soát phản ứng "chiến đấu hoặc bỏ chạy" của cơ thể. Hoạt động thể chất đều đặn có thể làm giảm mức căng thẳng cơ bản của cơ thể và cải thiện phản ứng của nó với căng thẳng.

- Cải thiện biến đổi nhịp tim: Việc tập thể dục đều đặn cải thiện biến đổi nhịp tim (HRV), một chỉ số cho thấy khả năng của tim phản ứng với căng thẳng và là dấu hiệu của cân bằng tự chủ và khả năng phục hồi.

3. Tăng cường sức khỏe cho làn da

- Cải thiện tuần hoàn máu: Việc tập thể dục tăng cường lưu lượng máu, giúp nuôi dưỡng tế bào da và giữ cho chúng khỏe mạnh. Máu vận chuyển oxy và dưỡng chất đến các tế bào làm việc trên toàn cơ thể, bao gồm cả da.

- Thải độc: Mồ hôi có thể loại bỏ các chất ô nhiễm và bụi bẩn khỏi da, giảm thiểu nguy cơ mụn trứng cá và các tình trạng da khác.

- Tác dụng chống lão hóa: Hoạt động thể chất kích thích sản xuất collagen, giúp da giữ được độ săn chắc và đàn hồi, giảm thiểu dấu hiệu lão hóa.

4. Nâng cao tình trạng sức khỏe tổng thể

- Sức khỏe tinh thần: Tập thể dục là công cụ mạnh mẽ cho sức khỏe tinh thần. Nó giải phóng endorphin, giúp cải thiện tâm trạng và giảm cảm giác trầm cảm, lo âu và căng thẳng.

- Tăng cường năng lượng: Hoạt động thể chất đều đặn tăng cường năng lượng và cải thiện hiệu suất thể chất tổng thể.

5. Điều chỉnh chất lượng giấc ngủ

- Điều chỉnh giấc ngủ: Tập thể dục, đặc biệt là các bài tập aerobic, có thể làm giấc ngủ được sâu hơn hoặc giúp điều chỉnh giấc ngủ. Điều này rất có ích cho những người mắc chứng mất ngủ hoặc các rối loạn giấc ngủ khác.

- Điều hòa nhiệt độ: Sự tăng nhiệt độ cơ thể khi tập thể dục và giai đoạn hạ nhiệt sau tập luyện có thể giúp ngủ nhanh hơn.

Tập thể dục không chỉ là một hoạt động thể chất, nó còn là một chiến lược sức khỏe toàn diện có ảnh hưởng tích cực đến nhiều hệ thống sinh học. Lợi ích của nó kéo dài từ việc tăng cường chức năng não bộ và điều chỉnh hệ thần kinh tự chủ đến việc duy trì sức khỏe da, cải thiện tình trạng sức khỏe tổng thể và thúc đẩy giấc ngủ ngon.

Tập kiểu gì? Tập bao lâu cho đủ và đúng?

Bây giờ, bạn có lẽ đã biết rằng tập thể dục giúp đốt cháy mỡ, xây dựng cơ bắp, giảm căng thẳng và tăng cường sản xuất endorphin, những hormone mang lại cảm giác thoải mái và hạnh phúc. Có thể bạn có những lý do như thiếu thời gian hoặc đơn giản là không thích tập thể dục. Tuy nhiên, bạn phải hiểu rằng tập thể dục cải thiện đáng kể sức khỏe của bạn, tăng cường năng lượng, nâng cao tâm trạng và góp phần vào cuộc sống hạnh phúc. Vậy, bạn còn chờ gì nữa!

Khi nói đến tập thể dục, việc tìm kiếm loại hình và luyện tập ở mức độ phù hợp với lối sống và sở thích của bạn là rất quan trọng. Lý tưởng nhất là một lịch trình cân đối bao gồm cả bài tập tim mạch và tập luyện sức mạnh sẽ mang lại lợi ích tốt nhất cho sức khỏe và tình trạng sức khỏe tổng thể.

Các bài tập tim mạch (cardio) như đi bộ nhanh, chạy bộ, bơi lội hoặc đạp xe rất tốt cho việc cải thiện sức khỏe tim, tăng sức bền và đốt cháy calo. Những hoạt động này làm tăng nhịp tim và cải thiện lưu thông máu, điều cần thiết để duy trì một trái tim và phổi khỏe mạnh. Hiệp hội Tim mạch Hoa Kỳ khuyến nghị người lớn nên dành ít nhất 150 phút mỗi tuần cho hoạt động aerobic cường độ vừa phải hoặc 75 phút cho hoạt động aerobic cường độ mạnh. Bạn cũng có thể kết hợp cả hai loại hình, và lý tưởng nhất là phân bổ thời gian tập luyện đều đặn trong suốt cả tuần.

Các bài tập luyện sức mạnh rất quan trọng để xây dựng khối lượng cơ bắp, cải thiện mật độ xương và tăng cường trao đổi chất. Điều này bao gồm các hoạt động như nâng đẩy tạ, tập với dây kháng lực, hoặc các bài tập sử dụng trọng lượng cơ thể như hít đất và squat. Bạn nên tập luyện sức mạnh ít nhất hai lần mỗi tuần.

Bạn cần kết hợp cả cardio và tập luyện sức mạnh để đảm bảo một chế độ tập luyện toàn diện. Bạn cũng nên thêm vào các bài tập dẻo dai và cân bằng, như Yoga hoặc Pilates, giúp cải thiện tư thế, giảm rủi ro chấn thương và nâng cao hiệu suất thể chất tổng thể.

Với cá nhân tôi, việc tìm ra sự kết hợp những hoạt động mình yêu thích đã giữ cho tôi luôn tràn đầy động lực và không bao giờ bỏ cuộc. Tôi thích đi bộ nhanh, không chỉ cung cấp cho tôi một bài tập tốt cho tim mạch mà còn cho tôi thời gian khai sáng tâm trí và nảy ra ý tưởng mới. Bơi lội là một sở thích khác của tôi, một bài tập toàn thân vừa mát mẻ vừa sảng khoái. Tôi cũng thích nhảy hip-hop, không chỉ là một cách vui vẻ để tập thể dục mà còn cho phép tôi thể hiện mình một cách sáng tạo. Ngoài ra, tôi cũng thêm bài tập nâng tạ nhẹ trong lịch trình của mình, giúp xây dựng và duy trì sức mạnh cơ bắp.

Việc tìm ra các bài tập mà bạn thích là chìa khóa để duy trì một lịch trình tập luyện đều đặn. Đối với tôi, sự kết hợp của đi bộ nhanh, bơi lội, nhảy hip-hop và nâng tạ nhẹ cung cấp sự cân bằng hoàn hảo giữa cardio và tập luyện sức mạnh, giữ cho tôi có động lực, khỏe mạnh và hạnh phúc.

Đi vào Alpha để tối đa hóa kết quả tập luyện

Arnold Schwarzenegger, một huyền thoại trong lĩnh vực thể hình, đã luôn đi vào trạng thái Alpha trong quá trình tập luyện của mình. Cách tiếp cận tập thể dục của ông không chỉ về sức mạnh thể chất mà còn về kỷ luật tinh thần. Schwarzenegger thường nói về tầm quan trọng của sự kết nối tâm trí và cơ bắp, nơi ông hoàn toàn tập trung vào cơ bắp đang được tập luyện, dồn toàn bộ năng lượng tinh thần và tâm trí vào mỗi thớ cơ trong mỗi lần tập. Sự tập trung mạnh mẽ và hình dung này là chìa khóa cho thân hình hoàn hảo và thành công phi thường của ông.

Michael Phelps, vận động viên bơi lội được nhắc đến nhiều nhất trong lịch sử Olympic, cũng đã thể hiện sức mạnh của việc ở trong trạng thái Alpha. Lịch trình tập luyện khắc nghiệt của anh không chỉ về sức chịu đựng thể chất mà còn về sức mạnh tinh thần. Phelps sử dụng kỹ thuật hình dung, tưởng tượng cho mọi cú bơi và lượt quay vòng khi bơi, đồng bộ hóa tâm trí và cơ thể để tạo ra một trạng thái "bay lượn" trong nước. Sự chuẩn bị tinh thần và tâm trí này cho phép anh thực hiện mỗi cuộc thi đấu với độ chính xác và tự tin, vượt xa những đối thủ chỉ đơn thuần tập trung vào việc luyện tập thể chất.

Tương tự, trải nghiệm cá nhân của tôi với nhảy hip-hop cũng mang đến một trạng thái "thăng hoa" độc đáo, vượt qua sự vận động thể chất thuần túy. Khi tôi nhảy, đó là sự kết hợp hoàn hảo của nhịp điệu, biểu hiện và chánh niệm. Mỗi bước nhảy và tiết tấu đưa tôi sâu hơn vào không gian nơi sự sáng tạo và thể chất giao thoa, mang lại cảm giác giải thoát và vui sướng. Trạng thái "thăng hoa" này không chỉ là hưng phấn; đó là nơi tôi tìm thấy nguồn cảm hứng cho những ý tưởng mới mẻ. Chính trong những khoảnh khắc này, ý tưởng và tựa đề cuốn sách bạn đang cầm trên tay đã lóe lên.

Những ví dụ này nhấn mạnh sức mạnh đáng kinh ngạc của trạng thái Alpha trong việc tối đa hóa sự tập trung và hiệu suất trong các hình thức tập thể dục khác nhau. Cho dù là nâng tạ, bơi lội, trượt băng, hay nhảy theo điệu nhạc hip-hop, bước vào không gian tập trung tinh thần cao độ và trạng thái Alpha này giúp nâng cao hiệu suất thể chất và mở khóa tiềm năng sáng tạo của bạn.

Quản lý stress

Hãy tưởng tượng điều này: Bạn đang sống trong vòng xoáy hối hả của cuộc sống, nhảy từ nhiệm vụ này sang nhiệm vụ khác như một chiến binh hiện đại. Bạn chiến đấu với những trách nhiệm hằng ngày như lái xe, ngồi hàng giờ trước máy tính. Bạn như bị giam cầm trong cái "hộp" của văn phòng, xe hơi và phòng khách.

Và bỗng nhiên một buổi sáng thức dậy, bạn thấy như mình đã già đi cả chục tuổi. Cơ bắp, khớp xương và cả những phần cơ thể ít được nhắc đến như fascia (một loại mô liên kết quan trọng trong cơ thể, đóng vai trò như một lớp bao bọc và hỗ trợ các cơ quan, cơ bắp, xương và các cấu trúc khác) đều la hét phản đối. Cơ thể bạn như đang tổ chức một cuộc đình công, với chủ đề là "đau nhức và khó chịu". Bạn có thể nghĩ: "Chờ đã, tôi chưa đến 40 tuổi mà!". Nhưng không, cuộc sống hiện đại có cách khiến bạn cảm thấy mình như một món đồ cổ mà không cần đợi đến tuổi già. Chào mừng bạn đến với câu lạc bộ "Lão hóa sớm", nơi mà cơ thể bạn rõ ràng muốn nói: "Tôi không hài lòng với lối sống ít vận động này".

Vậy bạn có thực sự già đi chỉ sau một đêm không? Đừng lo, đó chỉ là cơ thể bạn đang vỗ vào vai và nhắc nhở bạn: "Này, tôi cần được duỗi ra, di chuyển và vận động!". Tôi cũng không phải là ngoại lệ! Những năm tháng di chuyển khắp thế giới, những chuyến bay dài và hàng giờ gõ máy tính hoặc cầm điện thoại đã khiến cổ, vai và cánh tay phải của tôi bắt đầu kêu gào. Khi tôi bước qua tuổi 40, những hoạt động này, từng là bình thường và không đáng chú ý, bắt đầu có tác động rõ rệt hơn đến cơ thể tôi. Chuyện xảy ra trong nhà bếp là một hồi chuông cảnh báo. Khi tôi đang chuẩn bị nâng một nồi súp từ bếp lên, một hành động tôi đã thực hiện vô số lần thì cánh tay của tôi bỗng dưng từ chối hợp tác. Một cơn tê lan rộng qua vai và cánh tay khiến tôi không thể hoàn thành công việc đơn giản này.

Đó là một hồi chuông cảnh báo đối với tôi. Nó cho thấy lối sống không ngừng nghỉ và áp lực công việc đã ảnh hưởng đến sức khỏe thể chất của tôi. Nó cho thấy đã đến lúc tôi cần bắt đầu chú ý nhiều hơn đến nhu cầu và giới hạn của cơ thể. Trải nghiệm này là bước ngoặt đánh dấu sự thay đổi trong cách sống của tôi, nơi tôi học cách lắng nghe cơ thể mình một cách cẩn thận hơn và điều chỉnh lối sống để đáp ứng nhu cầu thay đổi của nó.

Chúng ta đều có những "khu vực tích tụ" khác nhau trong cơ thể của mình – những điểm chịu đựng sự căng thẳng, vết rách nhỏ và tổn thương vi mô lặng lẽ tích tụ theo thời gian. Nếu những vấn đề này bị bỏ qua hoặc phớt lờ, chúng có thể trở thành những vấn đề sức khỏe nghiêm trọng hơn. Bạn nên tham khảo ý kiến của bác sĩ nếu bạn đang trải qua đau đớn hoặc khó chịu kéo dài, vì họ có thể cung cấp lời khuyên và các lựa chọn điều trị phù hợp. Thêm vào đó, khi mô kết nối bên trong của chúng ta trở nên hạn chế hoặc "bị kẹt", nó sẽ đẩy nhanh quá trình lão hóa. Điều này không chỉ là cảm giác già đi mà nó thể hiện ở những dấu hiệu nhìn thấy được như da nhăn và những dấu hiệu tinh tế hơn như sự phối hợp cơ bắp kém, cùng với các vấn đề khác.

Để chống lại những vấn đề này, có một số bước chủ động bạn có thể tự mình thực hiện hoặc nhờ sự giúp đỡ của chuyên gia. Cá nhân tôi tham gia cả thực hành tự chăm sóc lẫn điều trị chuyên nghiệp để giảm nhẹ các điểm căng thẳng và đau đớn. Dưới đây là một số cách bạn có thể tham khảo.

Duỗi cơ định kỳ: Dành thời gian để duỗi cơ mỗi ngày không chỉ giúp duy trì sự linh hoạt mà còn giảm tình trạng căng cứng. Đặc biệt, việc duỗi cơ trước và sau khi tập luyện là rất cần thiết.

Liệu pháp massage: Massage chuyên nghiệp là giải pháp tuyệt vời để giải phóng căng thẳng trong cơ bắp và fascia, cải thiện tuần hoàn và khả năng vận động.

Vật lý trị liệu: Đối với những vấn đề cụ thể hoặc chấn thương, làm việc với một nhà vật lý trị liệu có thể mang lại sự khác biệt lớn. Họ cung cấp các bài tập và bài điều trị nhắm trúng mục tiêu để đáp ứng nhu cầu riêng của bạn.

Yoga hoặc Pilates: Những phương pháp này giúp củng cố cơ lõi, cải thiện tư duy và nâng cao nhận thức về cơ thể tổng thể.

Liệu pháp nhiệt: Sử dụng túi nhiệt hoặc ngâm mình trong bồn tắm ấm có thể giúp thư giãn cơ bắp đang bị căng thẳng và giảm đau.

Tự giải phóng myofascial – một thuật ngữ liên quan đến mối liên hệ giữa cơ bắp (myo) và fascia, là lớp mô liên kết bao quanh các cơ): Các kỹ thuật như lăn foam (là một kỹ thuật tự massage sử dụng một thiết bị gọi là con lăn xốp – foam roller) có thể tự thực hiện tại nhà để giải phóng các nút cơ và cải thiện tính đàn hồi của mô.

Chánh niệm và thiền: Giảm căng thẳng thông qua chánh niệm có thể có tác động tích cực đến sức khỏe thể chất của bạn, vì căng thẳng thường tích tụ trong cơ thể.

Đủ nước và dinh dưỡng: Giữ cơ thể được hydrat hóa và dinh dưỡng tốt giúp duy trì các mô khỏe mạnh và hỗ trợ quá trình phục hồi.

Châm cứu: Phương pháp cổ truyền này sử dụng những cây kim mỏng để kích thích các điểm cụ thể trên cơ thể, hiệu quả trong việc giảm đau mạn tính và giải quyết các khu vực căng thẳng.

EFT (kỹ thuật giải phóng cảm xúc): Đây là một kỹ thuật đáng chú ý kết hợp các yếu tố của liệu pháp nhận thức hiện đại với áp lực học cổ xưa. EFT bao gồm việc gõ nhẹ vào các điểm cụ thể trên cơ thể trong khi tập trung vào các vấn đề cảm xúc hoặc các chấn thương trong quá khứ. Quá trình này giúp giải phóng các rối loạn cảm xúc, và thường biểu hiện dưới dạng đau đớn hoặc khó chịu về mặt thể chất.

Liệu pháp EFT: sự kết hợp của y học cổ truyền và tâm lý học hiện đại

Hãy quay lại câu chuyện về Dana ở chương trước, người mà tôi đã gặp tại Sedona. Dana là minh chứng sống cho sức mạnh chuyển đổi của Kỹ thuật giải phóng cảm xúc (EFT). Cô đã chăm chỉ áp dụng phương pháp này để đối mặt và giảm bớt nỗi ám ảnh từ chấn thương thời thơ ấu của mình – trải nghiệm đau thương về lạm dụng tình dục. Câu chuyện của cô mô tả sinh động mối quan hệ sâu sắc giữa sức khỏe tinh thần và thể chất. Thông qua EFT, Dana đã dũng cảm điều hướng những vết thương tinh thần của mình, mở ra con đường giải thoát khỏi những chấn thương quá khứ, từ đó, đã giảm đáng kể những đau đớn về mặt thể chất.

Kỹ thuật giải phóng cảm xúc (EFT) là một phương pháp chữa bệnh toàn diện kết hợp các yếu tố của y học Trung Hoa và tâm lý học hiện đại. Nó bao gồm việc gõ nhẹ vào các điểm kinh lạc cụ thể trên cơ thể trong khi nói những khẳng định tích cực để giải phóng căng thẳng và chấn thương. Dưới đây là hướng dẫn đơn giản để bạn bắt đầu với EFT:

Bước 1: Xác định vấn đề

Bắt đầu bằng cách xác định vấn đề cụ thể bạn muốn giải quyết, dù đó là cảm giác căng thẳng, ký ức chấn thương, hay thách thức tinh thần.

Bước 2: Kiểm tra cường độ cảm xúc

Đánh giá cường độ vấn đề của bạn trên thang điểm từ 0 đến 10, với 10 là cường độ cao nhất. Điều này sẽ giúp bạn theo dõi sự thay đổi trong cảm xúc của mình sau mỗi lần thực hiện.

Bước 3: Thiết lập

Bắt đầu bằng cách gõ nhẹ vào điểm "karate chop" (cạnh ngoài của bàn tay) bằng đầu ngón tay. Trong khi gõ nhẹ, đọc một câu khẳng định thừa nhận vấn đề và khẳng định sự chấp nhận bản thân. Ví dụ: "Dù tôi cảm thấy lo lắng lúc này, tôi hoàn toàn và sâu sắc chấp nhận bản thân".

Bước 4: Chuỗi gõ nhẹ

Sử dụng một lực nhẹ nhưng chắc chắn, gõ mỗi điểm sau đây khoảng 7-10 lần.

- Điểm chân mày: Gõ nhẹ gần phần đầu chân mày, gần cầu mũi.
- Cạnh mắt: Gõ nhẹ trên xương bao quanh góc ngoài của mắt.
- Dưới mắt: Gõ nhẹ cách mắt khoảng 2,5 cm.
- Dưới mũi: Gõ nhẹ ở khu vực giữa mũi và môi trên.
- Điểm cằm: Gõ nhẹ ở nếp dưới môi dưới.
- Xương đòn: Gõ nhẹ ngay dưới gờ cứng của xương đòn.
- Dưới cánh tay: Gõ nhẹ cách nách khoảng 10 cm.
- Đỉnh đầu: Gõ nhẹ lên đỉnh đầu.

Bước 5: Nhắc nhở tích cực

Trong khi gõ, nói những khẳng định tích cực liên quan đến vấn đề của bạn. Ví dụ, "Tôi giải phóng căng thẳng này", hoặc "Tôi đang buông bỏ chấn thương này".

Bước 6: Hít thở sâu

Sau khi hoàn thành chuỗi gõ, hãy hít thở sâu và thư giãn.

Bước 7: Đánh giá lại cường độ cảm xúc của bạn

Suy nghĩ lại về vấn đề của bạn và đánh giá cường độ cảm xúc của bạn trên thang điểm từ 0 đến 10. Chú ý bất kỳ thay đổi nào trong cảm xúc hoặc cảm giác thể chất của bạn.

Bước 8: Lặp lại nếu cần thiết

Nếu cường độ của bạn vẫn cao hơn bạn mong muốn, bạn có thể lặp lại quá trình, điều chỉnh khẳng định của bạn để phản ánh bất kỳ thay đổi hoặc tiến triển nào, như "Dù tôi vẫn cảm thấy một chút lo lắng, tôi hoàn toàn và sâu sắc chấp nhận bản thân mình".

Bạn hãy nhớ, quá trình gõ EFT là linh hoạt, và bạn có thể điều chỉnh nó để phù hợp với nhu cầu của mình. Nếu bạn mới làm quen với EFT hoặc đang đối mặt với chấn thương nghiêm trọng, bạn nên nhờ chuyên gia EFT có chứng chỉ hỗ trợ.

Trong Chương 4, chúng ta đã đi qua rất chi tiết nhiều phương pháp khác nhau để quản lý lo lắng, stress và cảm giác bồn chồn trong cuộc sống. Đây không chỉ là những công cụ giúp bạn cải thiện trạng thái tinh thần mà còn là chìa khóa để ngăn ngừa quá trình lão hóa sớm. Hãy xem lại và thực hành những kỹ thuật này thường xuyên để giữ cho tâm trí và cơ thể luôn trẻ trung và khỏe mạnh.

Chăm sóc bản thân

Trong những chương trước, chúng ta đã đi sâu vào các khía cạnh quan trọng của giấc ngủ, tâm trí, vận động và quản lý căng thẳng, mỗi thứ đóng vai trò then chốt trong sức khỏe toàn diện của chúng ta. Bây giờ, hãy cùng nhau khám phá lĩnh vực chăm sóc bản thân, một yếu tố quan trọng trong nỗ lực quay ngược thời gian và đảo ngược dấu hiệu của quá trình lão hóa. Ở đây, chúng ta sẽ khám phá các phương pháp, các chiến lược và thói quen không chỉ nuôi dưỡng cơ thể mà còn làm mới tinh thần, hướng chúng ta đến một phiên bản trẻ trung, rực rỡ hơn của chính mình.

Chăm sóc răng miệng

Trong suốt 18 tháng của đại dịch Covid-19, thói quen hằng ngày và thói quen chăm sóc bản thân của tôi đã bị gián đoạn nghiêm trọng. Trong số các khía cạnh bị bỏ qua thì vệ sinh răng miệng là điều tôi cảm thấy xấu hổ nhất. Bị cô lập và bận rộn với những mối quan tâm khác, tôi ít chú ý đến răng mình.

Theo thời gian, thói quen chăm sóc răng của tôi trở nên thất thường. Việc đánh răng đúng cách và dùng chỉ nha khoa đã bị lãng quên, và tôi hầu như không nhận thấy những thay đổi dần dần xảy ra trong miệng mình. Chỉ đến gần hai năm sau, khi đi khám răng thì tôi đã phải đối diện với một thực tế rất phũ phàng.

Nha sĩ thốt lên một cách kinh hoàng: "Cô đã làm gì với răng của mình vậy?". Dĩ nhiên là tôi không có câu trả lời. Các chẩn đoán nghiêm trọng về nướu và mảng bám khiến tôi cảm thấy quá ư là xấu hổ và tiếp tục tự hỏi: "Làm thế nào tôi lại để điều này xảy ra?".

Việt Nam có câu tục ngữ "Cái răng và cái tóc là góc con người". Câu nói này khiến tôi nhận ra rằng khi bỏ bê răng của mình, tôi đã bỏ bê một phần quan trọng trong chăm sóc vẻ ngoài và bản thân.

Nha sĩ đề xuất một kế hoạch điều trị toàn diện, bắt đầu với việc làm sạch răng sâu để loại bỏ tất cả vi khuẩn và mảng bám màu vàng đã tích tụ trong hai năm qua. Khi tôi ngồi trên ghế nha sĩ, trải qua quá trình làm sạch đầy ê buốt, tôi đã thề với chính mình: Tôi sẽ không bao giờ bỏ bê việc chăm sóc răng miệng nữa.

Bạn có biết rằng khoang miệng của chúng ta là ngôi nhà trú ẩn của hơn bảy trăm loài vi khuẩn không? Trong số những vi sinh vật phức tạp này, một số có lợi, đóng vai trò quan trọng trong hệ sinh thái răng miệng của chúng ta. Tuy nhiên, một số khác có thể gây hại, dẫn đến các vấn đề răng miệng khác nhau. Một trong những nơi phổ biến nhất để vi khuẩn gây hại tích tụ và hình thành màng sinh học là lưỡi. Những màng sinh học này là nguyên nhân chính gây ra hôi miệng, viêm nhiễm, mảng bám, sâu răng và thậm chí là quá trình lão hóa sớm của răng và nướu.

Để chống lại những vấn đề này, việc duy trì một thói quen vệ sinh răng miệng nghiêm ngặt là cần thiết. Chúng ta cần đi khám nha sĩ ít nhất hai lần một năm. Các cuộc kiểm tra nha khoa định kỳ và làm sạch răng chuyên nghiệp rất quan trọng trong việc loại bỏ mảng bám và cao răng mà việc đánh răng và dùng chỉ nha khoa hằng ngày không thể làm sạch tận gốc. Những lần thăm khám này giúp nha sĩ sớm phát hiện các vấn đề răng miệng và giải quyết chúng kịp thời.

Ngoài ra, việc dùng chỉ nha khoa hai lần một ngày là một nhiệm vụ không thể thương lượng của chăm sóc răng miệng. Việc dùng chỉ nha khoa giúp loại bỏ các mảnh thức ăn và mảng bám ở giữa răng, nơi mà bàn chải đánh răng không tiếp cận được. Thói quen này rất quan trọng trong việc ngăn chặn bệnh nướu và sâu răng. Đánh răng sau mỗi bữa ăn, thường là ba lần một ngày, là một trụ cột khác của vệ sinh răng miệng tốt. Đánh răng không chỉ làm sạch răng mà còn giúp giữ hơi thở thơm tho và ngăn chặn sự tích tụ của vi khuẩn có hại.

Để giữ cho miệng luôn khỏe mạnh và ngăn ngừa các vấn đề răng miệng, việc đi khám ở nha sĩ định kỳ, duy trì vệ sinh răng miệng đều đặn, sử dụng chỉ nha khoa cẩn thận và đánh răng thường xuyên là hoàn toàn bắt buộc. Không có ngoại lệ cho những thói quen này! Chúng là nền tảng vững chắc cho sức khỏe răng miệng tốt, duy trì sự trẻ trung và cải thiện tổng thể sức khỏe của bạn.

Chăm sóc da

Khi bước vào tuổi 40, tôi nhận thấy những thay đổi tinh tế nhưng không thể phủ nhận trên làn da của mình. Ánh sáng rạng rỡ của tuổi trẻ dường như mờ đi theo từng năm tháng, và tôi cảm thấy khao khát được lấy lại nó. Nguyệt Võ, một học trò cũ của tôi và cũng là một chuyên gia chăm sóc da tài năng với niềm đam mê giúp đỡ mọi người tỏa sáng từ bên trong, đã giới thiệu cho tôi một quy trình chăm sóc không chỉ về sự trẻ hóa mà còn về tình yêu bản thân. Từ những loại sữa rửa mặt nhẹ nhàng không làm mất đi lớp dầu tự nhiên của da đến những loại serum dưỡng ẩm thấm sâu, mỗi sản phẩm em ấy chỉ dẫn đều là minh chứng cho chuyên môn và tình yêu thương. Nhưng quan trọng hơn, em ấy đã dạy tôi nghệ thuật của sự kiên nhẫn – chăm sóc da không phải là phép màu một đêm mà là hành trình chăm sóc và yêu thương bản thân liên tục.

Tôi đã học cách chấp nhận những thói quen mà tôi hay bỏ qua như massage mặt để tăng cường tuần hoàn hay bảo vệ da khỏi ánh nắng mặt trời để duy trì sức khỏe của làn da. Mỗi lần tư vấn, Nguyệt không chỉ hướng dẫn cách sử dụng sản phẩm, mà còn giúp tôi hiểu ngôn ngữ của làn da và đối xử với làn da của mình một cách tử tế. Thời gian trôi qua, tôi đã bắt đầu nhận thấy không chỉ sự rạng ngời mới mẻ trên làn da mà còn là sự sống lại của sự tự tin.

Tình trạng của làn da chịu ảnh hưởng từ nhiều yếu tố bao gồm di truyền, lối sống, cách chăm sóc, sự tiếp xúc với môi trường và quá trình lão hóa tự nhiên. Khi chúng ta già đi, đặc biệt là từ 40 tuổi trở đi, việc chăm sóc da trở nên cần thiết hơn bao giờ. Ở độ tuổi này, da mất đi độ đàn hồi và săn chắc do quá trình sản xuất collagen và elastin giảm sút. Khả năng giữ ẩm của da suy giảm, khiến da trở nên khô hơn và dễ nhăn hơn. Ngoài ra, nhiều năm tiếp xúc với ánh nắng mặt trời có thể dẫn đến sự thay đổi sắc tố, tăng đốm nâu và tăng nguy cơ mắc các rối loạn da.

Với những thay đổi này, việc áp dụng một quy trình chăm sóc da phù hợp là cần thiết để duy trì sự trẻ trung và sức khỏe của da. Điều này không chỉ bao gồm các phương pháp điều trị tại chỗ và sản phẩm chăm sóc da mà còn bao gồm một cách tiếp cận toàn diện về sức khỏe như dinh dưỡng đúng cách, tạo độ ẩm, bảo vệ da khỏi ánh nắng mặt trời, và lựa chọn lối sống lành mạnh như tránh hút thuốc và hạn chế tiêu thụ rượu.

Lộ trình chăm sóc da toàn diện

Tất cả chúng ta, dù là nam hay nữ, đều khát khao có được làn da trẻ trung. Dưới đây là một quy trình chăm sóc da toàn diện dựa trên nghiên cứu da liễu để bạn có thêm niềm tin và động lực:

- *Làm sạch nhẹ nhàng*: Bắt đầu và kết thúc ngày của bạn với một loại sữa rửa mặt nhẹ nhàng để loại bỏ bụi bẩn, dầu và lớp trang điểm. Tránh sử dụng xà phòng có độ tẩy rửa mạnh có thể làm mất đi dầu tự nhiên của da. Thay vào đó, hãy chọn những loại sữa rửa mặt nhẹ, cân bằng pH.

- *Bảo vệ khỏi ánh nắng mặt trời*: Một trong những bước quan trọng nhất trong chăm sóc da là bảo vệ da khỏi ánh nắng mặt trời. Sử dụng kem chống nắng phổ rộng với chỉ số SPF ít nhất 30 hằng ngày, ngay cả khi trời âm u. Tiếp xúc với ánh nắng mặt trời là nguyên nhân chính gây lão hóa sớm, bao gồm nếp nhăn và vết đốm nắng.

- *Serum chống oxy hóa*: Sau khi rửa mặt vào buổi sáng, hãy áp dụng serum chống oxy hóa. Tìm kiếm các thành phần như vitamin C, vitamin E và axit ferulic – chất chống oxy hóa bảo vệ da khỏi các gốc tự do và các yếu tố môi trường gây lão hóa.

- *Dưỡng ẩm*: Việc giữ ẩm cho da là thiết yếu. Sử dụng kem dưỡng ẩm phù hợp với loại da của bạn. Đối với da lão hóa, tìm kiếm sản phẩm chứa axit hyaluronic, glycerin, hoặc ceramides, giúp giữ ẩm và cải thiện kết cấu da.

- *Retinoid*: Vào buổi tối, sau khi rửa mặt, cân nhắc sử dụng retinoid. Retinoid là dẫn xuất của vitamin A, được chứng minh có công hiệu làm giảm nếp nhăn và vết chân chim, cải thiện quá trình sản xuất collagen và kích thích tái tạo tế bào da. Mới bắt đầu, bạn nên sử dụng loại có nồng độ retinoid thấp và sau đó mới tăng dần. Nên cẩn thận nếu bạn có làn da nhạy cảm vì retinoid gây bong tróc da.

- *Kem mắt*: Da quanh mắt mỏng hơn và nhạy cảm hơn. Hãy sử dụng kem mắt đặc biệt để giải quyết các vấn đề như quầng thâm, sưng húp và vết chân chim. Tìm kiếm các sản phẩm có thành phần chứa peptide, caffeine và axit hyaluronic.

- *Tẩy tế bào chết*: Việc tẩy tế bào chết nhẹ nhàng có thể giúp loại bỏ tế bào da chết và thúc đẩy tái tạo da. Tuy nhiên, việc tẩy tế bào chết quá mức có thể gây hại cho hàng rào bảo vệ da. Chỉ thực hiện tẩy tế bào chết từ một đến hai lần một tuần, sử dụng các chất tẩy da hóa học như AHAs (alpha-hydroxy acids) hoặc BHAs (beta-hydroxy acids).

- *Chế độ ăn uống và làm ẩm da*: Sức khỏe của da liên quan sâu sắc đến sức khỏe tổng thể. Một chế độ ăn uống cân đối giàu chất chống oxy hóa, axit béo omega-3 và vitamin, kết hợp với việc uống đủ nước sẽ hỗ trợ sức khỏe da.

- *Giấc ngủ đầy đủ*: Giấc ngủ chất lượng là cần thiết cho quá trình tái tạo và sửa chữa da. Hãy cố gắng ngủ 7-8 giờ mỗi đêm.

- *Quản lý stress*: Stress mạn tính ảnh hưởng tiêu cực đến da. Các phương pháp như thiền, yoga, hoặc tập thể dục thường xuyên giúp quản lý mức độ stress.

Bạn nên nhớ rằng, sự nhất quán là chìa khóa trong chăm sóc da. Điều quan trọng là bạn phải kiên nhẫn, vì kết quả có thể mất vài tuần mới có thể thấy được. Hãy cân nhắc tư vấn với một bác sĩ da liễu hoặc chuyên gia chăm sóc da trước khi bắt đầu bất kỳ chương trình chăm sóc da mới nào, đặc biệt nếu bạn có làn da nhạy cảm hoặc tình trạng da hiện tại đang không tốt.

Phơi nhiệt: phòng sauna – phòng xông hơi ẩm – bồn tắm nước nóng

Mỗi tối thứ Sáu, tôi và con trai, Levi, đều có một cuộc hẹn hò đặc biệt mà chúng tôi đều mong đợi. Chúng tôi đến phòng tập gym, nơi chúng tôi thách thức cơ thể và làm mới tinh thần. Chúng tôi bắt đầu nhảy vào bơi trong làn nước lạnh mát, một trải nghiệm thú vị làm thức tỉnh mọi giác quan. Sau đó sẽ là phần thưởng thú vị kế tiếp: ngâm mình trong bồn tắm nước nóng, tiếp theo là các phiên xông hơi khô sauna hoặc phòng xông hơi ẩm. Đây không chỉ là thời gian quý báu mẹ con trò chuyện, mà đó còn là một thói quen chăm sóc sức khỏe mà cả hai chúng tôi đều háo hức chờ đợi mỗi tuần.

Theo bác sĩ Sara Gottfried, sauna không chỉ là sự trải nghiệm về nhiệt độ, mà còn là một yếu tố căng thẳng nhiệt giúp tái tạo và làm mới cơ thể, bao gồm cả DNA. Khi chúng tôi ngồi trong sauna, bao bọc trong nhiệt độ gay gắt, chúng tôi đang kích hoạt một sức mạnh nguyên thủy có lợi cho sức khỏe. Điều này đã được khoa học chứng minh, Sauna kích hoạt gene tuổi thọ FOXO3, làm bật một loạt gene chịu trách nhiệm cho sự kiên cường trước căng thẳng, sản xuất chất chống oxy hóa, duy trì protein, sửa chữa DNA, và thậm chí ức chế khối u. Những gene này thường giảm biểu hiện khi chúng ta già đi, nên việc sử dụng sauna là một cách quan trọng để kích thích chúng.

Nhưng lợi ích không dừng lại ở đó. Sauna cũng tăng cường khả năng chịu đựng căng thẳng của cơ thể, nhờ việc giảm adrenaline và cortisol. Nó tăng cường hormone tăng trưởng và testosterone, những thay đổi hormone này rất quan trọng cho sự phát triển và tăng trưởng của Levi.

Theo *Tạp chí Hiệp hội Y khoa Hoa Kỳ*, những người sử dụng sauna từ bốn đến bảy lần mỗi tuần có thể giảm nguy cơ tử vong đến 40%. Thống kê đáng chú ý này đã truyền cảm hứng cho tôi để đặt mục tiêu ít nhất bốn buổi sauna hoặc xông hơi mỗi tuần.

Đối với Levi, việc tăng hormone tăng trưởng và testosterone không chỉ là lợi ích sức khỏe, đó còn là một động lực mạnh mẽ, hoàn toàn phù hợp với giai đoạn phát triển và mục tiêu tập luyện của con. Thói quen mỗi tối thứ Sáu của chúng tôi không chỉ là thời gian để thư giãn mà còn là một cam kết hướng đến sức khỏe và năng lượng.

> *"Tình yêu đầu tiên và tình yêu cuối cùng*
> *chính là tình yêu bản thân."*
>
> — Christian N. Bovee

Trong những khoảnh khắc yên bình của cuộc đời, bản chất đích thực của tuổi trẻ không nằm trong những ký ức của quá khứ, mà tỏa sáng trong tinh thần sống động và tràn đầy năng lượng bên trong chúng ta. Mỗi nếp nhăn là minh chứng cho tiếng cười đã chia sẻ, mỗi sợi tóc bạc là chiếc cúp cho trí tuệ đã đạt được. Trái tim chúng ta, mãi trẻ trung, đập theo nhịp của sự tò mò không ngừng, hòa quyện với giai điệu của những ước mơ và hoài bão không bao giờ tắt. Trong vòng tay ấm áp của những người thân yêu, trong sự an ủi dịu dàng của ký ức quý báu, chúng ta tìm thấy tuổi trẻ vĩnh hằng mà mình tìm kiếm.

Tuổi trẻ không phải là trong hình ảnh phản chiếu của những năm tháng đã qua, mà là trong tiếng vọng vui vẻ của một cuộc sống có ý nghĩa, một tâm hồn cháy bỏng với đam mê, và một trái tim mãi mãi hiếu kỳ học hỏi những điều mới lạ. Trong những khoảnh khắc hiện tại, chúng ta hiểu rằng, già đi không phải là phai tàn, mà là nở rộ trong khu vườn của cuộc sống với những thói quen và lựa chọn hằng ngày lành mạnh... mãi đẹp đẽ... mãi mạnh mẽ, mãi là chính chúng ta.

CHƯƠNG 10

PHÁT TRIỂN TRỰC GIÁC & KHẢ NĂNG NGOẠI CẢM

Nhà tương lai học, nhà phát minh Nikola Tesla từng nói: "Trực giác là một thứ vượt qua cả tri thức. Chúng ta, không nghi ngờ gì, có những sợi dây tinh vi cho phép chúng ta nhận biết sự thật khi suy luận logic, hoặc khi bất kỳ nỗ lực ý chí nào của bộ não đều trở nên vô ích".

Trong lớp học tràn ngập sự tò mò và khao khát được khai sáng, tôi ngồi cùng với Nigrissi – người bạn học đồng thời là một nhà trị liệu trong bệnh viện tại thành phố Atlanta. Chúng tôi đang tập trung để rèn luyện kỹ năng trực giác. Trong không gian thiêng liêng ấy, ánh mắt giao nhau, trái tim mở rộng, Nigrissi nghiêng người về phía tôi và nhẹ nhàng nói: "Lan, tôi cảm nhận được bạn là một cô gái được ba yêu thương rất nhiều. Tôi cảm thấy ông ấy luôn chăm sóc bạn, luôn yêu thương bạn".

Bị bất ngờ, tôi cảm thấy một nỗi đau như cắt xen lẫn sự bối rối. "Nhưng ông ấy đã qua đời trước khi tôi sinh ra. Ông ấy bị bắn chết khi mẹ tôi đang mang thai tôi. Làm sao ông ấy có thể chăm sóc tôi được?", tôi nói với Nigrissi mà không kìm được nước mắt. Không hiểu sao, trải qua bao nhiêu thập kỷ, tôi vẫn còn rất đau đớn khi nhắc đến điều này.

Tôi có thể thấy rõ sự thất vọng dâng lên trong ánh mắt của Nigrissi. Trong chốc lát, cô ấy trở nên bối rối. Một cảm giác tội lỗi dâng trào trong tôi khi nhận ra mình đã phản ứng quá vội vàng. Lẽ ra tôi nên nói: " Tôi chưa nhận được thông tin gì về cảm nhận của bạn. Chúng hãy chờ xem sao".

Nhưng ngay sau đó, Nigrissi và tôi ngồi lại cùng nhau, và ngay khoảnh khắc ấy, như có ai đó bật nút "play" trên cuộn phim quá khứ của tôi. Những ký ức tràn về như thác nước cảm xúc, từng khung hình ghi lại khoảnh khắc quan trọng trong cuộc đời tôi bắt đầu hiện ra.

Tôi nhớ lại buổi chiều kinh hoàng sau giờ học trước cổng trường THCS Ngô Mây, lúc tôi học lớp 6. Tôi bị bắt cóc và bị đưa đến một nơi mà họ dự định sẽ chuyển tôi sang Campuchia. Tim tôi đập dồn dập như tiếng sấm rền vang trong đêm bão. Nhưng rồi, giữa sự hỗn loạn, một giọng nói bình tĩnh thì thầm vào tai tôi, thúc giục tôi chạy. Trong lúc những kẻ bắt cóc đang sơ hở bàn bạc hay thương lượng gì đó... tôi đã thoát ra ngoài và chạy như điên trong một con hẻm xa lạ. Như một la bàn thần thánh, giọng nói đó dẫn dắt tôi thoát ra con hẻm dài ngoằng, và tôi đã đứng ngay xa lộ. Rồi ngay lập tức một bác xích lô chạy tới, hỏi tôi muốn đi đâu... và bác đã chở tôi về nhà an toàn.

Qua nhiều năm, tôi nhận ra đây không phải là một sự trùng hợp ngẫu nhiên. Mỗi khi tôi đứng trên bờ vực của một quyết định đáng tiếc hoặc sắp sửa phạm phải cám dỗ hay sai lầm nào đó, giọng nói đó lại xuất hiện để chuyển hướng tôi. Giống như một tấm khiên luôn bên cạnh bảo vệ, dẫn dắt tôi tránh xa nguy hiểm. Mặc dù tôi chưa bao giờ gặp cha mình, tôi có thể cảm nhận được sự hiện diện của ông bao quanh tôi, hướng dẫn tôi, yêu thương tôi vô bờ bến.

Khi tôi chia sẻ câu chuyện này với các bạn trong lớp, không khí trong căn phòng trở nên im lặng và tràn ngập cảm xúc. Những giọt nước mắt lăn dài trên khuôn mặt họ, và từng người bạn học của tôi đứng dậy và bao quanh tôi trong một cái ôm tập thể – một vòng tròn của tình yêu và sự đồng cảm.

Khi mọi người quay lại ghế, tôi bắt gặp ánh mắt của Nigrissi. Cô ấy nhìn tôi với khuôn mặt rạng rỡ, ngập tràn sự hài lòng và hạnh phúc. "Bạn thấy không?", tôi xúc động nói, "Bạn đã đúng. Vượt qua thế giới hữu hạn vật lý, cha tôi luôn ở bên tôi, yêu thương và bảo vệ tôi".

Trực giác của Nigrissi hóa ra đã hoàn toàn chính xác. Và trong khoảnh khắc đầy cảm xúc đó, tất cả chúng tôi đã nhận ra một bài học sâu sắc về sức mạnh của trực giác – đôi khi nó dẫn chúng ta đến những sự thật sâu xa và huyền bí hơn bất cứ điều gì chúng ta có thể nắm bắt bằng năm giác quan thông thường.

Bộ não của chúng ta giống như những máy phát tín hiệu phức tạp, có khả năng bắt được tần số vượt qua thế giới vật lý. Sức mạnh của các giác quan này có thể biểu hiện dưới dạng sự hiểu biết sâu sắc, những linh cảm, hoặc thậm chí là nhận thức nhạy bén về năng lượng xung quanh. Khi phát triển và rèn luyện các giác quan ngoại cảm này thông qua các phương pháp như Phương pháp Silva, chúng ta có thể đạt được một mức độ nhận thức cao hơn, nâng tầm hiểu biết về bản thân và vũ trụ.

Cha đẻ của ngành cận tâm lý hiện đại

Tiến sĩ J. B. Rhine (Joseph Banks Rhine) là một nhà tâm lý học người Mỹ, được xem là cha đẻ của ngành cận tâm lý hiện đại (parapsychology). Cùng với vợ của mình, Tiến sĩ Louisa E. Rhine, ông đã tiến hành những nghiên cứu tiên phong về khả năng ngoại cảm (ESP) và tâm động học tại Đại học Duke ở Durham, Bắc Carolina.

Rhine là giảng viên tại Duke vào năm 1927, nơi ông bắt đầu nghiên cứu về hiện tượng siêu nhiên, được truyền cảm hứng từ sự quan tâm của ông đối với công trình của Sir Arthur Conan Doyle và những bài giảng của William McDougall, một nhà tâm lý học ủng hộ nghiên cứu về tâm linh. Rhine đã tiến hành các cuộc nghiên cứu về ESP tại Phòng Thí nghiệm Cận Tâm lý của Duke nhằm áp dụng các phương pháp khoa học nghiêm ngặt vào các lĩnh vực thường bị bao phủ bởi sự huyền bí và hoài nghi.

Rhine là người đầu tiên phổ biến thuật ngữ "ngoại cảm" (ESP). Đây là một thuật ngữ chung mô tả cách một số người dùng để thu thập thông tin mà không sử dụng năm giác quan thông thường – vị giác, xúc giác, thị giác, thính giác và khứu giác – hoặc bất kỳ giác quan nào khác đã được khoa học biết đến, như thăng bằng hay cảm nhận bản thể. ESP bao gồm nhiều hiện tượng khác nhau, chẳng hạn như thần giao cách cảm (giao tiếp tư tưởng giữa hai người), thấu thị (nhận thông tin về các đối tượng ở xa hoặc không nhìn thấy ngoài phạm vi của các giác quan thông thường), và tiên tri (biết trước các sự kiện).

Lý thuyết và niềm tin của Rhine về ESP dựa trên ý tưởng rằng có một kênh hoặc khả năng riêng cho loại cảm nhận này nhưng chưa được biết đến trong khuôn khổ hiện tại của sinh lý học hoặc vật lý học của con người. Ông đưa ra giả thuyết rằng, ngoài các giác quan đã tiến hóa như thị giác và thính giác, có thể tồn tại một cơ quan cảm nhận cho ESP, dù nó không hoạt động thông qua các cơ chế vật lý thông thường.

Để nghiên cứu những hiện tượng này, Rhine và các đồng nghiệp của ông đã phát triển các quy trình thử nghiệm chuẩn hóa và có kiểm soát, nổi tiếng nhất là việc sử dụng các thẻ Zene với năm kiểu thiết kế hình vuông, vòng tròn, đường lượn sóng, dấu cộng và ngôi sao, được in trên các thẻ dùng để thử nghiệm thấu thị và thần giao cách cảm. Những người được thử nghiệm sẽ cố gắng đoán các biểu tượng trên thẻ mà không có bất kỳ gợi ý thông thường nào. Vợ chồng Rhine sau đó sẽ áp dụng phân tích thống kê để xác định xem số lượng câu trả lời đúng có cao hơn so với xác suất dự đoán ngẫu nhiên hay không.

Mặc dù Rhine đã nỗ lực đưa nghiên cứu về hiện tượng siêu nhiên vào nền tảng khoa học, công việc của ông vẫn gặp phải sự hoài nghi đáng kể. Các nhà phê bình đã chỉ ra những điểm yếu về phương pháp, khả năng thiên vị của người thực hiện thí nghiệm, và các vấn đề với phân tích thống kê được sử dụng trong các nghiên cứu của ông.

Tuy nhiên, di sản của Rhine vẫn rất đáng kể. Ông đã thành lập *Tạp chí Cận Tâm lý* vào năm 1937 để công bố nghiên cứu về chủ đề này, thành lập Hiệp hội Cận Tâm lý vào năm 1957, và viết nhiều cuốn sách đưa ý tưởng về ESP đến với công chúng. Công việc của ông tại Duke đã đặt nền móng cho nghiên cứu tiếp tục về hiện tượng tâm linh, vẫn tồn tại dưới tên gọi cận tâm lý học (parapsychology) cho đến ngày nay.

Khả năng ngoại cảm và ứng dụng trong quân đội

Trong một buổi thiền của Phương pháp Silva, tôi ngồi cạnh Thomas, một nhà toán học 65 tuổi người Mỹ đã nghỉ hưu. Sự điềm tĩnh và thông thái của ông ấy khiến tôi vô cùng tò mò. Nửa đùa nửa thật, tôi quay sang ông và nói: "Này Mr. Logic, ông đang làm gì ở đây vậy, đây đâu phải là nơi dành cho ông?". Câu bông đùa của tôi dựa trên định kiến rằng các nhà toán học là những người đại diện tối thượng của dữ liệu, logic và tư duy phân tích.

Thật bất ngờ, Thomas mỉm cười ấm áp và đáp lại với sự bình thản: "Toán học không chỉ là về logic và con số. Nó còn là sự gắn kết sâu sắc với tư duy não phải nữa". Bị thu hút bởi câu trả lời, tôi nhờ ông giải thích thêm. Thomas giải thích rằng toán học, ở cốt lõi, bao gồm rất nhiều sự sáng tạo và trực giác. "Khi giải quyết các vấn đề phức tạp hoặc đưa ra lý thuyết mới, các nhà toán học thường dựa vào những cái nhìn sâu sắc vượt ngoài tư duy phân tích", ông nói, "Đó là sự kết hợp của logic và trực giác, giống như thiền định vậy".

Cuộc trò chuyện của chúng tôi càng trở nên thú vị hơn khi Thomas giới thiệu với tôi về khái niệm dùng toán học giải thích những điều tâm linh trong cuộc sống, hay về sinh lão bệnh tử. Ông nói tiềm năng của tâm trí con người vượt qua các giới hạn vật lý và khám phá những thế giới vượt ra ngoài nhận thức thông thường. Đây là một chủ đề tôi không bao giờ nghĩ mình sẽ thảo luận với một nhà toán học.

Thomas sau đó chia sẻ một câu chuyện vô cùng thú vị từ sự nghiệp của mình trong quá khứ. Khi đó, ông đang là thành viên của một nhóm tham gia vào việc định vị một chính trị gia Hoa Kỳ bị bắt cóc ở Ý. "Tôi chỉ đóng vai trò nhỏ", ông khiêm tốn thừa nhận, "Cuối cùng chúng tôi đã định vị chính xác và giải cứu được người bị bắt cóc, nhưng thành công thực sự không phải do những nhà toán học chúng tôi mà là nhờ một nhà ngoại cảm chuyên nghiệp dùng kỹ thuật remote-viewing (nhìn xa) mà chúng ta đang thực hành trong lớp học Silva này".

Tôi cảm thấy thực sự bị cuốn hút bởi câu chuyện. Nhìn xa – khả năng nhận thức các mục tiêu xa xôi hoặc không thấy được bằng tâm trí – nghe như điều gì đó trong tiểu thuyết khoa học viễn tưởng. Thomas đảm bảo với tôi rằng nó có thật và đã được nghiên cứu rộng rãi bởi nhiều cơ quan tình báo, kể cả CIA của Hoa Kỳ.

Ông khuyến khích tôi khám phá các tài liệu đã được giải mật có sẵn trên trang web của CIA, nơi có thông tin chi tiết về việc sử dụng ESP trong các ngữ cảnh quân sự và gián điệp. "Cô sẽ thấy rất nhiều điều thú vị", ông nói với một nụ cười ấm áp làm tôi cảm giác giống như một ông tiên đem đến cho tôi một chiếc chìa khóa thần, giúp tôi tiếp tục mở những cánh cửa đi vào kho báu tri thức vô tận.

Liên Xô trong thời kỳ Chiến tranh Lạnh

Vào đầu thế kỷ 20, Liên Xô không chỉ quan tâm về khả năng ngoại cảm và các hiện tượng tâm linh khác, mà còn coi đây là một phần quan trọng trong chiến lược quân sự và tình báo trong thời kỳ Chiến tranh Lạnh. Quân đội và cộng đồng khoa học Liên Xô đã đầu tư nhiều nguồn lực để nghiên cứu và khai thác những khả năng này cho mục đích chiến lược.

Những cuộc cạnh tranh gay gắt với Hoa Kỳ đã thúc đẩy cả hai siêu cường khám phá các phương pháp phi truyền thống để thu thập thông tin tình báo và đạt được lợi thế chiến lược. Các báo cáo của Hoa Kỳ về hiện tượng tâm linh khiến Liên Xô quyết định mở một cuộc điều tra mạnh mẽ và có hệ thống về ESP.

Liên Xô đã thành lập nhiều viện nghiên cứu và tài trợ cho các dự án khác nhau để khám phá ESP và các hiện tượng liên quan dưới sự bảo trợ của các cơ quan quân sự và tình báo, điều này đã phản ánh tầm quan trọng chiến lược của khả năng ngoại cảm.

Một trong những trung tâm chính cho nghiên cứu ESP là Viện Nghiên cứu Não bộ ở Moscow. Các nhà khoa học tại viện này đã tiến hành nhiều thí nghiệm về thần giao cách cảm, nhìn xa và tâm động học, nhằm khám phá cơ chế đằng sau những hiện tượng này và ứng dụng tiềm năng của chúng.

Nhiều nhà nghiên cứu nổi tiếng như Tiến sĩ Leonid Vasiliev và Tiến sĩ Gennady Sergeyev đã đóng vai trò quan trọng trong việc thúc đẩy nghiên cứu ESP của Liên Xô. Tiến sĩ Vasiliev đã tiến hành công trình tiên phong về thần giao cách cảm và thôi miên, trong khi Tiến sĩ Sergeyev tập trung vào các khía cạnh sinh lý của hiện tượng tâm linh.

Quân đội Liên Xô cũng sử dụng tiềm năng của ESP cho các hoạt động quân sự như gián điệp, do thám và liên lạc. Các thí nghiệm nhìn xa (remote-viewing) nhằm huấn luyện cá nhân thu thập thông tin tình báo về các mục tiêu ở xa hoặc bị che giấu, trong khi nghiên cứu thần giao cách cảm khám phá khả năng liên lạc bảo mật, từ tâm trí đến tâm trí, vượt qua khỏi giám sát điện tử.

Một số chương trình và thí nghiệm nổi bật đã được thực hiện để đánh giá hiệu quả của ESP cho mục đích quân sự như:

Thần giao cách cảm và điện tâm học: Liên Xô đã khám phá thần giao cách cảm thông qua các thí nghiệm kiểm tra việc truyền tải suy nghĩ và hình ảnh giữa các cá nhân cách xa nhau. Điện tâm học, một lĩnh vực kết hợp tâm lý học và điện tử học, cũng được nghiên cứu để khuếch đại tín hiệu tâm linh bằng các thiết bị điện tử.

Nhìn xa (remote viewing): Tương tự như Dự án Stargate của CIA, Liên Xô đã tiến hành các thí nghiệm nhìn xa. Các thí nghiệm này bao gồm việc các cá nhân cố gắng mô tả các địa điểm, đối tượng hoặc sự kiện không thể tiếp cận vật lý. Kết quả của các thí nghiệm này thay đổi, nhưng một số được coi là hứa hẹn để tiếp tục nghiên cứu.

Sau khi Liên Xô sụp đổ vào năm 1991, nhiều tài liệu về các nghiên cứu này đã được giải mật, cung cấp cái nhìn sâu sắc về mức độ quan trọng của nghiên cứu ESP trong quân đội và tình báo Liên Xô, tương tự như các nỗ lực ở Hoa Kỳ.

Dự án Stargate của CIA

Vào đầu những năm 1970, CIA bắt đầu chú ý đến khả năng ngoại cảm sau khi nhận được thông tin tình báo cho thấy Liên Xô đang nghiên cứu sâu rộng về các hiện tượng tâm linh. Lo ngại về các ứng dụng quân sự tiềm năng của những khả năng này, CIA đã khởi xướng các cuộc nghiên cứu của riêng mình để đánh giá xem liệu có thể tận dụng ESP cho việc thu thập tình báo và các mục đích chiến lược khác hay không.

Một trong những chương trình nổi bật và quan trọng nhất trong lĩnh vực này là Dự án Stargate, được thành lập để khám phá tiềm năng của khả năng nhìn xa. Nhìn xa liên quan đến khả năng nhận biết các địa điểm xa hoặc không thấy được chỉ bằng tâm trí, và CIA muốn xác định xem kỹ năng này có thể cung cấp thông tin tình báo chính xác trong các tình huống mà các phương pháp thông thường không thể thực hiện được hay không.

Dự án Stargate kéo dài nhiều năm, tập hợp một nhóm đa dạng gồm các nhà khoa học, quân nhân và những người có khả năng tâm linh được cho là có năng lực đặc biệt. Chương trình được tiến hành tại Viện Nghiên cứu Stanford (SRI) và sau đó tại Fort Meade (bang Maryland). Các nhân vật chính trong dự án này bao gồm nhà vật lý Harold Puthoff và Russell Targ, những người đã tiến hành các thí nghiệm để kiểm tra và tinh chỉnh khả năng của những người tham gia nhìn xa.

Trong các thí nghiệm của Dự án Stargate, những người tham gia được giao nhiệm vụ mô tả các địa điểm, đối tượng và sự kiện bị ẩn giấu, đôi khi nằm cách xa hàng ngàn dặm. Kết quả rất khác nhau, nhưng có những trường hợp đáng chú ý khi những người tham gia nhìn xa đã đưa ra các mô tả chính xác đến mức không thể giải thích bằng sự ngẫu nhiên may rủi hay dựa trên các phương tiện thông thường khác.

CIA và các cơ quan tình báo khác, bao gồm Cơ quan Tình báo Quốc phòng (DIA), đã thỉnh thoảng sử dụng nhìn xa trong các hoạt động thực tế. Những người tham gia nhìn xa được yêu cầu xác định vị trí người mất tích, mô tả nội thất của các đại sứ quán nước ngoài và xác định các cơ sở quân sự bí mật. Mặc dù một số nghiên cứu này mang lại thông tin tình báo hữu ích, độ tin cậy tổng thể của khả năng nhìn xa vẫn là một chủ đề tranh luận trong cộng đồng tình báo.

Bất chấp kết quả khác nhau, Dự án Stargate và các chương trình liên quan vẫn tiếp tục trong nhiều năm, được thúc đẩy bởi niềm tin rằng việc tinh chỉnh và hiểu biết thêm về ESP có thể mang lại những khả năng quý giá. Tuy nhiên, với bản chất gây tranh cãi của nghiên cứu, cùng với sự hoài nghi từ cả các cơ quan khoa học và quân sự, cuối cùng Dự án Stargate chấm dứt vào giữa những năm 1990.

Ngày nay, di sản nghiên cứu ESP của CIA tiếp tục gây hứng thú và truyền cảm hứng cho cả các nhà nghiên cứu và công chúng. Mặc dù cộng đồng khoa học vẫn có ý kiến trái chiều về tính hợp lệ của ESP, Dự án Stargate vẫn đại diện cho một chương hấp dẫn trong lịch sử thu thập tình báo, với sự lôi cuốn và bí ẩn về tiềm năng chưa được khai thác của tâm trí con người.

Ứng dụng khả năng ngoại cảm và trực giác trong cuộc sống

Khả năng ngoại cảm và trực giác không chỉ giúp phát triển nhận thức của con người mà còn có thể mang lại nhiều lợi ích trong cuộc sống cá nhân và công việc. Dưới đây là những giải thích ngắn gọn về trực giác và khả năng ngoại cảm.

Trực giác

Trực giác (intuition) là khả năng hiểu hoặc biết điều gì đó mà không cần phải suy luận có ý thức. Đó là những "linh cảm" hay "giác quan thứ sáu" mà nhiều người tin rằng phát sinh từ tiềm thức, nơi các mẫu hoặc thông tin mà ý thức chưa xử lý. Trực giác biểu hiện dưới nhiều hình thức khác nhau, chẳng hạn như cảm giác chắc chắn hoặc không chắc chắn về một tình huống, một sự thôi thúc khó giải thích để hành động theo một cách nhất định, hoặc thậm chí là khả năng kỳ lạ để dự đoán các sự kiện tương lai.

Khả năng ngoại cảm

Mặc dù khả năng ngoại cảm (Extrasensory Perception – ESP) không phải là một thuật ngữ khoa học hoặc tâm lý học được công nhận rộng rãi, nhưng nó thường được hiểu như là khả năng mở rộng mở rộng năng lực cảm nhận hoặc trực giác vượt ra ngoài giới hạn thông thường. Trong lĩnh vực phát triển trực giác hoặc khả năng tâm linh, điều này có thể có nghĩa là:

Khả năng nhìn xa (remote viewing): Khả năng "nhìn thấy" những nơi, sự kiện, hoặc người không nằm trong phạm vi của năm giác quan thông thường.

Khả năng thấu thị (clairvoyance): Nhận thông tin trực giác dưới dạng hình ảnh hoặc thị giác.

Khả năng nghe thấu (clairaudience): "Nghe" các thông điệp hoặc thông tin từ trực giác.

Khả năng cảm nhận/cảm thấu (clairsentience): Cảm nhận thông tin qua các ấn tượng cảm xúc.

Thần giao cách cảm (telepathy): Khả năng hiểu suy nghĩ hoặc cảm xúc của người khác mà không cần giao tiếp trực tiếp.

Những điều này thường được coi là khả năng ngoại cảm. Khi tôi tham gia luyện tập ở Mỹ, tôi đã gặp rất nhiều chuyên gia trong lĩnh vực y tế như bác sĩ, y tá và nhà trị liệu, cùng với các huấn luyện viên coaching, tất cả đều tham gia cùng với tôi. Điều này cho thấy rằng những kỹ năng này không chỉ giới hạn trong lĩnh vực tâm linh mà còn được áp dụng rộng rãi trong các ngành như quân đội, y khoa và trị liệu, nhằm tăng cường khả năng giải quyết vấn đề và phát triển cá nhân. Dưới đây là những lý do cụ thể hơn cho biết vì sao chúng ta nên quan tâm đến việc phát triển những khả năng này.

Khám phá tiềm năng con người

Mở rộng ý thức: Phát triển ESP là một phần trong quá trình khám phá toàn bộ phổ ý thức của con người. Nhiều người tin rằng tâm trí có khả năng vượt ra ngoài nhận thức thông thường, và những kỹ thuật như thiền định có thể giúp bạn khai thác những khả năng tiềm ẩn này. Bằng cách này, bạn không chỉ mở rộng ý thức mà còn kết nối sâu sắc hơn với bản thân.

Tiến hóa con người: Ý tưởng này cho rằng con người đang trong quá trình tiến hóa liên tục và ESP có thể là một khả năng mới nổi. Việc rèn luyện những khả năng này có thể là một bước tự nhiên trong quá trình phát triển của con người.

Phát triển cá nhân

Nhận thức về bản thân: Phát triển trực giác thường liên quan đến việc nâng cao nhận thức về bản thân, lắng nghe tiềm thức và các tín hiệu nội tâm để ra quyết định sáng suốt.

Trí tuệ cảm xúc: Trực giác không chỉ giúp bạn nhận ra cảm xúc của mình mà còn giúp bạn nhạy bén hơn với cảm xúc và nhu cầu của người khác, từ đó củng cố các mối quan hệ trong gia đình và xã hội.

Ứng dụng trong đời sống

Ra quyết định: Trong những tình huống phức tạp, khi không phải tất cả các biến số đều có thể phân tích rõ ràng, trực giác có thể là công cụ mạnh mẽ giúp bạn đưa ra quyết định nhanh chóng và hiệu quả.

Cảm hứng sáng tạo: Cả ESP và trực giác đều đóng vai trò trong quá trình sáng tạo, cho phép các cá nhân có được các bước nhảy vọt về nhận thức hoặc đổi mới mà không cần lý luận rõ ràng.

Ứng dụng chuyên môn

Sử dụng trong trị liệu: Nếu bạn làm việc trong lĩnh vực tâm lý hoặc tư vấn, trực giác có thể giúp bạn hiểu rõ hơn về khách hàng, từ đó cảm nhận được những vấn đề nằm dưới bề mặt và đưa ra giải pháp hiệu quả hơn.

Đánh giá an ninh và rủi ro: Một số chuyên gia trong lĩnh vực an ninh cho rằng bản năng trực giác có thể quan trọng trong việc đánh giá các mối đe dọa hoặc tình huống đáng ngờ.

Ứng dụng tâm linh

Giao tiếp với thế giới phi vật chất: Một số người tin rằng ESP có thể tạo điều kiện cho việc giao tiếp với các thực thể phi vật chất hoặc người đã khuất, thường trong bối cảnh tâm linh.

Nhìn xa: ESP đôi khi được liên kết với khả năng nhận biết các địa điểm hoặc sự kiện xa xôi, được gọi là nhìn xa, điều này đã được ứng dụng trong quân sự và gián điệp khác nhau như đã đề cập ở trên trong tình báo Liên Xô và Mỹ.

Các phương pháp phát triển khả năng ngoại cảm và trực giác

Mặc dù khoa học vẫn đang tranh cãi về sự tồn tại của ESP, nhiều người vẫn tin rằng có những phương pháp có thể giúp bạn luyện tập và phát triển khả năng này. Dưới đây là một số cách bạn có thể khám phá, nuôi dưỡng ESP và trực giác của mình:

Thiền và chánh niệm: Đây là những thực hành giúp tâm trí bạn trở nên tĩnh lặng, mở ra khả năng lắng nghe những tín hiệu tinh tế từ trực giác. Khi bạn tập trung vào hiện tại và buông bỏ những xao lãng, trực giác của bạn có thể phát triển mạnh mẽ hơn.

Suy ngẫm và đi vào bên trong: Việc giữ một cuốn nhật ký để ghi lại và suy ngẫm về những trải nghiệm cá nhân có thể giúp bạn hiểu rõ hơn về bản thân và tăng cường trực giác. Quá trình này không chỉ giúp bạn kết nối với tiềm thức mà còn khuyến khích bạn nhận thức sâu sắc hơn về những dấu hiệu mà bạn thường bỏ qua.

Giảm kích thích giác quan: Bằng cách giảm bớt các kích thích từ giác quan thông thường, bạn có thể tạo ra một không gian yên tĩnh cho tâm trí, giúp bạn dễ dàng nhận thức và cảm nhận các tín hiệu nội tâm hơn.

Huấn luyện kiểm soát tâm trí: Có nhiều khóa học và tài liệu huấn luyện về những khả năng này như thần giao cách cảm, thấu thị và tiên tri. Tại khóa học Siêu Trí tuệ Silva, bên cạnh luyện tập nhiều kỹ thuật kiểm soát tâm trí khác nhau, học viên còn học cách phát triển và trải nghiệm ESP.

Trực giác là một phần tự nhiên trong nhận thức của con người. Đó là khả năng của não bộ để xử lý và phản ứng với các tín hiệu nội và ngoại một cách nhanh chóng và không cần suy nghĩ có ý thức. Dù trực giác vẫn là một bí ẩn và khó định lượng so với các quá trình nhận thức khác, nhiều nhà tâm lý học thừa nhận rằng trực giác đóng vai trò quan trọng trong cách chúng ta hiểu và tương tác với thế giới xung quanh.

Sự khác biệt trong Phương Pháp Silva

Trong Phương pháp Silva, cả trực giác và khả năng ngoại cảm được coi là những thành phần quan trọng trong việc mở rộng khả năng của tâm trí, dù chúng phục vụ những mục đích khác nhau và được hiểu trong các bối cảnh riêng biệt.

So sánh trực giác và khả năng ngoại cảm

Trực giác:

- Được coi là sự hiểu biết hoặc nhận thức tự nhiên mà không cần phân tích có ý thức. Nó giúp bạn ra quyết định nhanh chóng và chính xác dựa trên ***cảm giác bên trong***.

- Thường xuất phát từ khả năng của tiềm thức, nó nhanh chóng phân tích các tín hiệu từ môi trường và các trải nghiệm trong quá khứ. Nó giống như một cơ chế ra quyết định tự động, diễn ra trong chớp nhoáng mà không cần đến sự phân tích có ý thức. Chắc hẳn, ai trong chúng ta cũng từng có những khoảnh khắc đặc biệt, khi một cảm giác đột ngột xuất hiện, dẫn dắt chúng ta đến một quyết định đúng đắn mà chính mình cũng không ngờ tới.

- Có thể được rèn luyện và phát triển qua các phương pháp như chánh niệm và trí tuệ cảm xúc.

Khả năng ngoại cảm:

- Tập trung vào việc phát triển và sử dụng các khả năng nhận thức vượt ra ngoài giác quan thông thường. Nó liên quan đến việc sử dụng các kỹ thuật và bài tập cụ thể để tăng cường khả năng cảm nhận và dự đoán những điều **vượt ngoài tầm với của năm giác quan thông thường.**

- Liên quan đến việc nhận thông tin từ các nguồn hoặc các chiều không gian bên ngoài. Khái niệm này thường gắn với lĩnh vực tâm linh và chưa được khoa học chính thống công nhận rộng rãi.

- Cần được đào tạo và thực hành chuyên nghiệp lẫn chuyên sâu, thường liên quan đến phát triển tâm linh, tâm lý và năng lượng.

Khía cạnh	Tóm tắt sự khác biệt giữa trực giác và khả năng ngoại cảm	
	Trực giác	Khả năng ngoại cảm
Bản chất	Quá trình nội tại khai thác vào bên trong những hiểu biết tiềm thức mà không cần suy luận logic.	Quá trình hướng ra bên ngoài vượt ra ngoài các giác quan vật lý.
Mục đích	Nâng cao khả năng ra quyết định, sáng tạo và giải quyết vấn đề thông qua sự tích lũy kiến thức bên trong.	Thu thập thông tin bên ngoài từ các địa điểm xa hoặc nguồn không thấy được; như quan sát từ xa và chữa lành từ xa.
Kỹ thuật	Thiền định, suy ngẫm, đi vào bên trong và tin tưởng vào những gợi ý từ tiềm thức.	Các kỹ thuật chuyên nghiệp tập trung vào hình dung và thiền định cấp sâu để mở rộng nhận thức vượt qua ranh giới vật lý.
Vận hành	Cải thiện khả năng giải mã các gợi ý tiềm thức để có được cái nhìn sâu sắc và hiểu biết bên trong mỗi cá nhân.	Điều hướng sự chú ý và nhận thức đến các vùng xa hoặc các lĩnh vực phi vật lý để thu thập thông tin hoặc tác động bên ngoài.
Nền tảng	Dựa vào sức mạnh của tiềm thức để chỉ dẫn vượt ra ngoài nhận thức có ý thức.	Sử dụng khả năng của tâm trí để vượt qua ranh giới vật lý và tương tác với môi trường bên ngoài.

| Ứng dụng | Sử dụng trong phát triển cá nhân, nâng cao sự sáng tạo và nhận thức về bản thân. | Áp dụng trong quan sát từ xa, chữa lành từ xa và truy cập vào thông tin không hiện diện vật lý. |

Ví dụ minh họa

Cả Mia và Alex đang cân nhắc việc đầu tư vào InnoTech, một startup công nghệ chuyên cung cấp giải pháp trí tuệ nhân tạo cho ngành y tế.

Mia ngồi xuống và bắt đầu xem bản thuyết trình, mô hình tài chính và các đánh giá từ khách hàng của InnoTech. Cô đã từng gặp hàng trăm startup trong sự nghiệp của mình. Khi lắng nghe các nhà sáng lập trình bày, cô quan sát ngôn ngữ cơ thể của họ, đánh giá tính thực tế trong các dự đoán tài chính và chú ý đến những chi tiết trong câu trả lời của họ.

Sau buổi gặp, cô cảm thấy một điều gì đó mà cô không thể hoàn toàn lý giải được. "Có tiềm năng, nhưng có gì đó không ổn về khả năng sẵn sàng tiếp cận thị trường của họ", cô chia sẻ với nhóm của mình. Trực giác của cô cho rằng sản phẩm của startup này rất tốt nhưng họ có thể gặp khó khăn với chiến lược tiếp cận thị trường.

Sau khi tìm hiểu sâu thêm, Mia phát hiện ra rằng mặc dù công nghệ của InnoTech rất tiên tiến, nhưng startup này chưa thực hiện đủ thử nghiệm với người tiêu dùng để xác nhận nhu cầu thị trường. Quan sát từ trực giác của cô dựa trên nhiều năm kinh nghiệm đã giúp cô đánh giá nhanh mà không cần thông qua con số hoặc logic.

Alex lại chọn một cách tiếp cận khác. Trước buổi họp, anh ngồi yên lặng, hít thở sâu, tập trung sâu và cố gắng "đọc" và "cảm nhận" tình huống dù nó chưa diễn ra. Sau buổi họp, anh thốt lên: "Tôi cảm nhận được một nguồn năng lượng tuyệt vời bao quanh kỹ sư trưởng của InnoTech".

Anh quyết định đầu tư chỉ dựa trên cảm nhận ngoài giác quan này, bỏ qua việc thẩm định thông thường. Điều này thật sự rất rủi ro. Phải thật tinh tường và thông thái trong việc dùng khả năng EPS mới ra được những quyết định quan trọng như vậy.

Đúng là startup này gặp rất nhiều khó khăn trong việc tiếp thị và làm quen với thị trường. Nhưng gần một năm sau, kỹ sư trưởng của InnoTech tạo ra một đột phá trong lập trình trí tuệ nhân tạo, nâng cao giá trị của startup lên rất nhiều lần. Thông tin mà Alex nhận được dựa trên trải nghiệm ngoài giác quan đã dẫn anh đến quyết định đầu tư thành công, mặc dù đó là một quyết định không thể lý giải bằng các phương tiện thông thường và đầy rủi ro.

- *Nguồn:* Quyết định của Mia được ảnh hưởng bởi khả năng phân tích nhiều lớp thông tin dựa trên kinh nghiệm và chuyên môn của cô. Quyết định của Alex, ngược lại, dựa trên thông tin thông qua cảm nhận ngoài giác quan là ESP – hoàn toàn tách biệt khỏi dữ liệu cảm nhận hoặc trải nghiệm trước đó.

- *Kết quả*: Cả hai cách tiếp cận đều dẫn đến những đánh giá chính xác, nhưng chúng bắt nguồn từ những nguồn và cơ chế hoàn toàn khác nhau. Trong khi trực giác của Mia dựa trên những gì có thể thấy và giải thích được, thì ESP của Alex dựa trên những điều không thể giải thích và bí ẩn.

Phát triển và huấn luyện trực giác

Phát triển và huấn luyện khả năng trực giác là một quá trình tinh tế, kết hợp giữa việc khám phá nội tâm và thực hành có chủ đích. Dưới đây là hướng dẫn giúp bạn rèn luyện kỹ năng quý báu này:

Thiền chánh niệm: Dành vài phút mỗi ngày để thiền định tập trung vào việc quan sát suy nghĩ, cảm xúc và phản ứng trực giác mà không phán xét. Điều này giúp bạn nhạy bén hơn với những tín hiệu tinh tế từ bên trong.

Thiền động: Bước vào trạng thái thư giãn sâu, thường được gọi là mức Alpha. Ngồi ở tư thế thoải mái, nhắm mắt và thở sâu, nhịp nhàng. Bắt đầu đếm ngược 3 đến 1 và sau đó là từ 10 đến 1, hình dung mỗi con số trong khi cảm nhận mình đang đi sâu vào thư giãn.

Viết nhật ký: Mỗi khi bạn có một cảm nhận mạnh mẽ từ trực giác, hãy ghi lại vào nhật ký cùng với kết quả xảy ra sau đó. Qua thời gian, bạn sẽ bắt đầu nhận thấy các khuôn mẫu và hiểu rõ hơn về cách trực giác của bạn hoạt động.

Rèn luyện độ nhạy cảm giác

Để khai thác và tận dụng độ nhạy cảm giác trong cuộc sống hằng ngày, bạn có thể thực hiện các phương pháp sau:

Lắng nghe cơ thể: Chú ý đến các tín hiệu mà cơ thể gửi đến, chẳng hạn như cảm giác đói, mệt mỏi hoặc căng thẳng. Ví dụ, nếu bạn cảm thấy đau nhức sau khi làm việc lâu, đó có thể là dấu hiệu cơ thể đang báo hiệu bạn cần di chuyển hoặc thay đổi tư thế.

Thực hành thiền: Thiền giúp tăng cường sự chú ý và nhận thức về các giác quan. Bạn có thể thiền bằng cách tập trung vào hơi thở, lắng nghe âm thanh xung quanh, hoặc cảm nhận điểm tiếp xúc của cơ thể với mặt đất.

Tinh tế trong giao tiếp: Sử dụng độ nhạy cảm giác để phát hiện cảm xúc và ý định của người khác thông qua ngôn ngữ cơ thể, giao tiếp bằng mắt và giọng điệu. Chẳng hạn, bạn có thể nhận ra ai đó không thoải mái nếu họ tránh giao tiếp bằng mắt hoặc có những cử chỉ nhất định.

Thưởng thức món ăn: Khi ăn, chú ý đến hương vị, mùi thơm và kết cấu của món ăn. Điều này không chỉ tăng cường sự thích thú khi ăn mà còn thúc đẩy ăn chậm và tiêu hóa tốt hơn.

Quan sát thiên nhiên: Dành thời gian quan sát thiên nhiên, như cảm nhận mùi của cây cỏ, lắng nghe tiếng gió, tiếng chim, tiếng côn trùng hoặc ngắm nhìn ánh sáng mặt trời thay đổi. Điều này không chỉ tăng cường độ nhạy cảm giác mà còn mang lại cảm giác thư giãn và bình yên.

Nâng cao nhận thức về môi trường: Chú ý đến những thay đổi nhỏ trong môi trường xung quanh, chẳng hạn như thay đổi về nhiệt độ, độ ẩm hoặc ánh sáng. Điều này có thể giúp bạn điều chỉnh hành động hoặc quyết định của mình phù hợp, như mặc ấm hơn khi thời tiết trở nên lạnh hơn.

Nâng cao và sử dụng độ nhạy cảm giác trong cuộc sống hằng ngày không chỉ cải thiện chất lượng cuộc sống mà còn giúp bạn kết nối sâu sắc hơn với thế giới xung quanh và với chính bản thân mình.

Trò chơi trực giác

Hãy thử thách độ nhạy cảm trực giác của bạn bằng cách đoán ai đang gọi trước khi bạn nhấc máy, hoặc đoán xem người bạn thân sẽ mặc gì khi bạn gặp họ. Theo dõi độ chính xác của những dự đoán này.

Thử đưa ra các quyết định không quan trọng một cách nhanh chóng chỉ dựa trên cảm giác trực giác. Ví dụ, chọn một món ăn từ thực đơn mà không suy nghĩ quá nhiều. Sau đó, phản ánh lại xem bạn hài lòng thế nào với lựa chọn của mình.

Sự hướng dẫn và phản hồi

Sau khi đưa ra các quyết định trực giác, hãy tìm kiếm sự phản hồi từ bên ngoài để đánh giá độ chính xác của trực giác của bạn.

Nếu có thể, tìm một người cố vấn có thể hướng dẫn bạn rèn luyện những bài tập chuyên môn để phát triển trực giác. Tham gia các workshop như Phương pháp Siêu Trí tuệ Silva, nơi bạn sẽ được hướng dẫn chuyên nghiệp qua từng bước. Sau đó, kết nối với một nhóm bạn có cùng mối quan tâm và trình độ kỹ năng để thực hành và củng cố kỹ năng cùng nhau.

Bạn nên hiểu rằng trực giác không phải lúc nào cũng chính xác. Sẵn sàng chấp nhận rằng bạn có thể sai và xem đó như một cơ hội để học hỏi. Càng tin tưởng vào trực giác và thấy nó hiệu quả, bạn càng tự tin hơn khi dựa vào nó cho những quyết định lớn hơn.

Huấn luyện trực giác giống như rèn luyện cơ bắp: Càng sử dụng nó một cách có ý thức, nó càng trở nên mạnh mẽ và đáng tin cậy hơn. Theo thời gian và kiên trì thực hành, bạn sẽ thấy khả năng đưa ra các phán đoán trực giác của mình được cải thiện, làm phong phú cả cuộc sống cá nhân và nghề nghiệp của bạn.

Các kỹ thuật chuyên nghiệp để phát triển khả năng ngoại cảm

Trong một lớp huấn luyện Siêu Trí tuệ Silva kéo dài 4 ngày, tôi thường hướng dẫn một bài tập được thiết kế để giúp học viên phát triển khả năng ngoại cảm của họ. Tôi yêu cầu họ ghép cặp, ngồi đối diện với nhau và nhìn sâu vào mắt nhau. Bài tập này nhằm tạo ra một kết nối tâm trí sâu sắc và mở khóa những khả năng ngoại cảm tiềm ẩn trong mỗi chúng ta.

Thật vui mừng khi hơn 75% học viên đã đạt được thành công đáng kể ngay trong lần thử đầu tiên. Một câu chuyện đặc biệt nổi bật và để lại ấn tượng sâu sắc cho tất cả học viên đó là chuyện xảy ra giữa cặp Lana và Kim. Khi họ nhìn vào mắt nhau, Lana bắt đầu nhìn thấy một hình ảnh làm cô vô cùng kinh ngạc. Cô nhìn thấy một bé gái đang khóc, sau đó là hình ảnh của một cô bé lớn hơn, hạnh phúc. Sự rõ ràng và cường độ của hình ảnh khiến Lana vô cùng ngỡ ngàng.

Sau bài tập, vào giờ ăn trưa, Kim đã chia sẻ rằng cô đã từng bị sẩy thai một bé gái nhiều năm trước, một trải nghiệm đau thương đã để lại vết sẹo cảm xúc lâu dài. Tuy nhiên, sau đó cô đã sinh ra một bé gái khỏe mạnh, hiện nay đã hơn chín tuổi và đầy niềm vui.

Những hình ảnh của Lana cảm nhận qua ngoại cảm và những trải nghiệm thật trong cuộc sống của Kim thật sự gây xúc động mạnh. Với kiến thức của tôi, thông qua các công trình nghiên cứu của nhà thôi miên nổi tiếng thế giới Dolores Cannon, thì chuyện của Kim diễn ra theo nguyên tắc hồi sinh. Có thể linh hồn của bé gái bị sẩy thai đã tìm đường trở lại với Kim, tái sinh thành con gái thứ hai khỏe mạnh và hạnh phúc.

Câu chuyện này là một minh chứng mạnh mẽ cho tiềm năng của tâm trí con người và những kết nối sâu sắc và bí ẩn liên kết chúng ta. Khả năng ngoại cảm có thể tiết lộ sự thật và cung cấp những hiểu biết vượt xa sự hiểu biết thông thường của chúng ta về thực tại.

Trong một trường hợp khác, tôi huấn luyện và dẫn dắt học viên đi sâu vào sóng não Alpha để thực hành nhìn xa – một bài tập được thiết kế để phát triển khả năng nhận biết các đối tượng ở xa mà không thể thấy bằng các giác quan bình thường. Trong bài tập này, Annie được ghép đôi với một học viên khác, người cung cấp cho cô ba thông tin cơ bản về một người bạn: tên của người phụ nữ, địa chỉ nhà của cô ấy và tuổi của cô ấy. Đây là ba mảnh thông tin duy nhất mà Annie có để luyện tập kết nối với đối tượng thông qua kỹ thuật nhìn xa.

Khi Annie tập trung vào nhiệm vụ, cô đi vào trạng thái Alpha và bắt đầu mô tả chi tiết sinh động về tình trạng của người phụ nữ. Annie thấy một người phụ nữ trẻ trông rất ốm yếu và đầu không có tóc, và Annie tập trung nhìn vào ngực của người phụ nữ. Cô thấy rằng người phụ nữ này có những đốm đen và khối u không bình thường tại chính nơi này.

Sự chính xác trong mô tả của Annie khiến đối tác của cô vô cùng kinh ngạc và xác nhận rằng mọi chi tiết mà Annie cung cấp đều đúng. Bạn của đối tác đã bị chẩn đoán ung thư vú giai đoạn cuối, vị trí của ung thư và việc điều trị ở Đài Loan đều chính xác. Cả hai bạn vỡ òa trong xúc động và nước mắt tuôn trào. Annie đã thành công trong việc tiếp cận một mức độ nhận thức vượt xa những thông tin ban đầu được cung cấp.

Điều này nhấn mạnh tiềm năng phi thường của tâm trí con người. Nó chứng minh rằng với sự huấn luyện và tập trung đúng đắn, chúng ta có thể truy cập vào thông tin dường như vượt ngoài ranh giới vật lý.

Trải nghiệm của Annie và các học viên là một minh chứng cho hiệu quả của Phương pháp Siêu Trí tuệ Silva trong việc mở khóa những khả năng tiềm ẩn này. Nó củng cố niềm tin rằng tất cả chúng ta đều có khả năng nhận thức vượt ngoài giác quan thông thường, cung cấp một sự hiểu biết sâu sắc hơn về thế giới và những người xung quanh chúng ta.

Để tham gia khóa đào tạo nâng cao của Phương pháp Siêu Trí tuệ Silva, hãy truy cập vào: SilvaMethodVietnam.com/classes

CHƯƠNG 11

ĐÁNH THỨC KHẢ NĂNG THIÊN TÀI BÊN TRONG BẠN

"Không ai sinh ra đã là thiên tài.
Thiên tài tạo thành là nhờ tôi luyện."
— **Simone de Beauvoir**

Quyết định logic hay không logic?

Mẹ tôi là một phụ nữ mạnh mẽ, bà đã một mình vượt qua những khó khăn của cuộc đời để nuôi dưỡng hai chị em tôi trưởng thành. Suốt nhiều năm, mẹ sống độc thân và dồn hết tình yêu thương, sức lực vào việc xây dựng công việc kinh doanh và chăm sóc cho chị em chúng tôi.

Chúng tôi luôn mong ước cho mẹ tìm được hạnh phúc của cuộc đời mình. Và rồi lời cầu nguyện của chị em tôi đã thành hiện thực. Duyên số đã mang đến cho mẹ một tình yêu muộn màng khi mẹ 66 tuổi. Lúc đó, mẹ quyết định đi thêm bước nữa và rời xa chúng tôi, chuyển đến San Diego để sống cùng người bạn đời. Chúng tôi không muốn xa mẹ nhưng hoan hỉ và an tâm vì mẹ đã tìm được bến đỗ mới.

Ba năm trôi qua nhưng cuộc hôn nhân này không mang đến cho mẹ niềm hạnh phúc như mẹ từng mong đợi. Mẹ cảm thấy lạc lõng, không phù hợp với cuộc sống mới, và quyết định quay trở về Atlanta để được gần con cháu, nơi trái tim mẹ luôn hướng về.

Có lẽ linh cảm của người mẹ đã mách bảo rằng, những ngày tháng này là khoảng thời gian cuối cùng mẹ được sống hạnh phúc bên những người yêu thương. Tôi và gia đình đã cùng nhau lên kế hoạch để đưa mẹ đi chơi, để bù đắp những gì mẹ đã phải hy sinh và gánh chịu trong cả cuộc đời này.

Nhưng niềm vui chưa kịp kéo dài, thì vào ngày định mệnh 12/5/2023, mẹ đột ngột khó thở và phải đưa vào bệnh viện, sau đó bác sĩ xác nhận rằng mẹ đã mắc căn bệnh ung thư phổi giai đoạn cuối. Mẹ kiên cường chiến đấu, từng ngày, từng giờ, nhưng rồi thời gian vẫn không chờ đợi ai. Khi tôi đang viết những chương cuối cùng của cuốn sách này, thì mẹ đã rời xa chúng tôi mãi mãi.

Chỉ vài ngày sau khi mẹ qua đời, khi nỗi đau còn quặn thắt trong trái tim hai chị em tôi, thì "người chồng mới" của mẹ đã gửi lời "quan tâm và chia buồn" theo một cách thật đáng thất vọng. Biết rằng tôi là người cứng rắn, nguyên tắc và không dễ bị lung lay, ông ta đã lựa chọn cách tiếp cận riêng em gái tôi – một người dịu dàng, hiền lành – để tìm cách lấy tiền của em tôi bằng cách hù dọa sẽ chiếm đoạt hợp pháp tài sản mà mẹ tôi đã tự thân vất vả xây dựng suốt mấy chục năm qua.

Tôi vẫn không thể tin được rằng chỉ vài ngày sau khi mẹ qua đời, hai chị em tôi lại nhận được sự "an ủi" theo cách này từ một người mà đáng lẽ ra phải hành xử như "bậc cha chú". Trong lúc tang gia bối rối và nỗi đau đột ngột mất mẹ, chúng tôi đã quyết định tìm đến sự tư vấn của luật sư. Chúng tôi đã có nhiều cuộc trò chuyện và các buổi họp với các luật sư. Cuối cùng, luật sư chính của vụ này – có lẽ do bản tính hiền lành của ông ấy – đã khuyên tôi nên dàn xếp, đưa cho người đàn ông kia số tiền mà hắn yêu cầu. Luật sư lý giải rằng xét về mặt logic và tiền bạc, con số đó là nhỏ so với những căng thẳng, đau đầu, chi phí pháp lý cũng với vụ kiện tụng có thể kéo dài nhiều tháng, thậm chí nhiều năm nếu chúng tôi tiếp tục ra tòa. Cho dù chúng tôi thắng hay thua, chi phí vẫn sẽ vượt xa số tiền mà người đàn ông kia yêu cầu.

Lời khuyên của luật sư có vẻ hợp lý để nhanh chóng giải quyết vụ việc. Nhưng sâu thẳm bên trong, tôi luôn cảm thấy có điều gì đó không đúng, có điều gì đó không ổn. Tôi đã yêu cầu luật sư làm theo yêu cầu của tôi: ngừng tất cả các liên lạc với hắn, không phản hồi, và chờ đến khi tôi trở về từ chuyến dạy học ở Việt Nam rồi mới quyết định bước tiếp theo.

Thật sự tôi đã từng băn khoăn không biết phải làm gì, nên quyết định ra sao. Có lúc tôi nghĩ đến việc nghe theo lời khuyên của luật sư, giải quyết mọi thứ một cách logic và nhanh chóng, nhưng cũng có lúc tôi muốn dạy cho kẻ xấu này một bài học về đạo đức và chính trực, dù biết rằng hậu quả tài chính có thể sẽ nặng nề hơn tôi tưởng.

Mỗi đêm trước khi đi ngủ, tôi đi vào trạng thái Alpha, suy ngẫm về tình huống mình đang đối mặt, cầu xin vũ trụ và các đấng bề trên cùng cố vấn dẫn lối để giúp tôi đưa ra quyết định sáng suốt và đúng đắn nhất. Khi tôi bay từ Việt Nam về lại Mỹ, tâm trí tôi không còn lo âu. Tôi cảm thấy tràn đầy sức mạnh và niềm tin rằng mình sẽ chiến thắng.

Trong trạng thái Alpha, tôi suy xét về tình hình vụ kiện của mẹ, xem xét các giấy tờ, điều khoản trong di chúc và cả tính cách, hành vi của người đàn ông này. Tôi hình dung ra những kịch bản khác nhau mà người này có thể thực hiện – tình huống A, tình huống B, hay C – tính toán mục đích, động cơ tiền bạc và cả chi phí luật sư mà ông ta sẽ phải bỏ ra nếu tiếp tục theo đuổi vụ kiện.

Và rồi, tôi trở về với thế giới hiện thực, đối mặt với thử thách trước mắt. Tôi đưa ra chỉ thị ngắn gọn cho luật sư: tuyệt đối không phản hồi, không thương lượng, không đưa cho người đó dù chỉ một đồng. Đó là bước đầu tiên – tôi tin rằng với tính cách của ông ta, sau khi phải trả vài lần chi phí cho luật sư, ông ta sẽ phải tự hỏi liệu có nên đầu tư thêm tiền để theo đuổi vụ kiện này nữa hay không.

Và nếu người đó quyết định tấn công, thì với tâm thế tự tin, tôi đã chuẩn bị sẵn sàng nguồn lực tài chính để đáp trả.

Đến đây thì các bạn có thể đoán được kết thúc của câu chuyện rồi, phải không?

Hắn ta đã lẳng lặng rút lui như một kẻ hèn nhát… và tôi chỉ phải trả một khoản nhỏ cho luật sư đại diện trong vài giờ đồng hồ.

Có lẽ sự kiên định và không nhân nhượng trước những điều trái đạo lý đã được ơn trên đáp lời.

Tôi đã chiến thắng trong danh dự. Chiến thắng này không chỉ là sự khẳng định của công lý, mà cho tôi lòng tin vào vũ trụ bao la, trí tuệ vô tận đã trao cho tôi sức mạnh và sự tinh tường để chiến đấu đến cùng nhằm bảo vệ những giá trị mà tôi tin tưởng.

Đúng vậy các bạn ạ, tôi đã quyết định hoàn toàn phản logic, và tôi được dẫn dắt bởi một trí tuệ vũ trụ phi thường.

Điều gì tạo nên sự khác biệt giữa người xuất chúng và người bình thường?

Suốt cuộc đời mình, José Silva đã dành rất nhiều tiền bạc và công sức để nghiên cứu về sự thành công của hàng ngàn người. Ông tin rằng thành công không phải là một sự may rủi, mà là kết quả của những quy luật và nguyên tắc có thể được đo lường và phân tích. Với niềm đam mê và sự cống hiến, ông đã tiến hành nhiều thí nghiệm và nghiên cứu để khám phá ra điều gì tạo nên sự khác biệt giữa những cá nhân phi thường xuất chúng và những người bình thường.

Một trong những phát hiện quan trọng nhất của José Silva là việc sử dụng máy EEG (điện não đồ) để đo sóng não của con người. Ông phát hiện rằng những người cực kỳ thành công thường suy nghĩ và đưa ra quyết định trong trạng thái sóng não Alpha – một trạng thái liên kết với sự thư giãn, sáng tạo và kết nối sâu với tiềm thức. Trong khi phần lớn mọi người vẫn duy trì ở trạng thái

Beta – một trạng thái tỉnh táo và phân tích logic. Khi ông đặt câu hỏi, chỉ khoảng 10% người tham gia nghiên cứu của ông có khả năng tự nhiên chuyển sang trạng thái Alpha trước khi quay trở lại Beta để trả lời các câu hỏi.

Những người có khả năng này không chỉ trả lời các câu hỏi một cách thông minh hơn mà còn có xu hướng thành công vượt trội hơn so với những người duy trì trạng thái Beta trong suốt quá trình. José Silva nhận ra rằng chính trong trạng thái Alpha, con người có thể truy cập vào một kho thông tin vô hạn, vượt xa khỏi giới hạn của trí tuệ thông thường.

Phát hiện này đã trở thành nền tảng cho phương pháp Siêu Trí tuệ Silva, giúp mọi người học cách điều chỉnh tần số sóng não của mình để khai thác toàn bộ tiềm năng của trí óc và tâm trí. Ông đã mở ra một cánh cửa mới để hiểu và sử dụng sức mạnh của tâm trí, khiến những gì từng được cho là phi thường trở nên có thể đạt được và tiếp cận được với mọi người.

40 ngày đầu tiên để biến đổi tâm trí & đánh thức thiên tài

Steve Jobs từng nói: "Nếu bạn chỉ ngồi yên và quan sát, bạn sẽ thấy tâm trí của mình bồn chồn như thế nào. Nếu bạn cố gắng làm dịu nó, nó chỉ càng trở nên tồi tệ hơn, nhưng theo thời gian nó sẽ bình an. Và khi điều đó xảy ra, bạn có không gian để nhận thấy những điều tinh tế hơn. Đó là khi trực giác của bạn bắt đầu phát triển, bạn bắt đầu nhìn mọi thứ rõ ràng hơn và cảm nhận hiện tại nhiều hơn".

Thú thật là tôi đã từng là một người khá kích động, hay phản ứng hơn là phản hồi, không kiên nhẫn, nhiều cảm xúc và nóng tính. Nhưng khi thực hành và giảng dạy Phương pháp Siêu Trí tuệ Silva, tôi đã tìm thấy một sự thay đổi vi diệu trong cuộc sống của mình.

Nhìn lại những sự kiện không may, những nỗi đau và mất mát ồ ạt ập đến cùng một lúc, tôi vẫn có thể dẫn dắt đội ngũ của mình, vẫn tự tin xuất hiện trước công chúng để truyền cảm hứng, vẫn bình tâm tiếp tục những dự án và tiếp tục viết quyển sách của mình, và vẫn chăm sóc gia đình với tình yêu thương trọn vẹn. Những người xung quanh tôi không hề bị ảnh hưởng bởi những chuyện riêng tư của tôi, và tôi biết rằng, nếu không có sự luyện tập thông qua Phương pháp Silva, tâm trí tôi sẽ không bao giờ đạt được sự bình an và vững vàng như vậy.

Tôi thật sự biết ơn vì đã được chạm đến trí tuệ thiêng liêng này. Phương pháp Silva không chỉ giúp tôi cải thiện những hạn chế của bản thân, mà còn mang lại cho tôi một cuộc sống trọn vẹn hơn, cân bằng và tràn đầy ý nghĩa.

Bạn cũng có thể khai phá khả năng thiên tài bên trong bạn bằng cách bắt đầu chuỗi 40 ngày đầu tiên: mỗi ngày 5 phút vào buổi sáng; 5 phút vào buổi trưa và 5 phút vào buổi tối trước khi đi ngủ. Như vậy là bạn hoàn thành 600 phút tương đương với 10 tiếng đầu tiên để dễ dàng đi vào trạng thái Alpha.

10 ngày đầu đếm ngược từ 100 đến 1.

10 ngày kế tiếp đếm ngược từ 50 đến 1.

10 ngày kế tiếp đếm ngược từ 25 đến 1.

10 ngày còn lại đếm ngược từ 10 đến 1.

Sau 40 ngày này, bạn sẽ tự nhiên dễ dàng đi vào trạng thái Alpha mọi lúc mọi nơi mà chỉ cần dùng phương pháp Silva 3-1 và 10-1. Chúng ta dễ bị chi phối bởi nhiều yếu tố ngoại cảnh và mất kiên nhẫn. Nhưng hãy tin tôi! Nếu tôi làm được thì bạn cũng làm được.

Steve Jobs và yogi Paramahansa Yogananda

Vào năm 1974, khi còn là một thanh niên, Steve Jobs đã thực hiện một cuộc hành trình đầy cảm hứng qua những miền đất huyền bí của Ấn Độ, một cuộc hành trình đã ảnh hưởng sâu đậm đến ông. Và khi cuộc sống của mình sắp kết thúc, Jobs đã lên kế hoạch tỉ mỉ từng chi tiết nhỏ nhất cho lễ tang của chính mình. Khách viếng sẽ nhận được một món quà chia tay tại lễ tang của ông. Đó không phải là một thiết bị công nghệ đột phá hay một sản phẩm Apple, mà là một cuốn sách có ý nghĩa quan trọng trong hành trình tự nhận thức của ông, cuốn sách có tên *Autobiography of a Yogi* (Tự truyện của một yogi) của nhà yogi tâm linh Paramahansa Yogananda.

Steve Jobs không chỉ là một thiên tài công nghệ mà còn là một người có chiều sâu tâm linh, người tin vào sức mạnh tổng hợp của việc cân bằng la bàn bên trong của mỗi con người. Sự thành công của ông trong việc điều hướng những quyết định kinh doanh khó khăn và khả năng đối phó với sự cạnh tranh của thị trường gắn liền với sự tập trung thiền định sâu sắc này. Một trong những thử thách lớn nhất là khi Apple đối mặt với sự cạnh tranh gay gắt từ

Samsung và Android của Google. Lúc này, Apple không còn giữ vị thế thống trị không thể lay chuyển trong thế giới công nghệ nữa. Jobs nhận ra rằng đã đến lúc phải thực hiện một cuộc tìm kiếm sâu thẳm bên trong, giống như những gì ông đã từng trải qua trong hành trình tinh thần của mình.

Tự truyện của một yogi không chỉ là một cuốn sách về những trải nghiệm huyền bí của các yogi tại Himalaya. Nó mở ra một thế giới vượt xa những gì mắt thường có thể thấy, một thế giới mà Jobs dường như đã thấu hiểu hơn bất kỳ ai. Đây là nơi mà những ranh giới của ý thức thông thường bị phá vỡ, cho phép trực giác sâu sắc và sáng tạo bùng nổ.

Nếu bạn từng cảm thấy khó khăn khi đọc quyển sách của Yogananda, thì bạn không đơn độc. Tôi cũng đã từng gặp khó khăn khi đi qua mê cung ngôn từ của quyển sách này. Tuy nhiên, sau khi biết về vai trò quan trọng của cuốn sách trong lễ tang của Steve Jobs và sự ra đi về cõi vĩnh hằng của mẹ, tôi đã quyết định quay lại đọc nó với một trái tim rộng mở hơn. Câu chuyện trở nên sống động và mang một ý nghĩa hoàn toàn mới. Nó không phải là một cuốn sách dễ đọc, nhưng giống như việc giải mã một văn bản thiêng liêng, mỗi từ là một mảnh ghép của một bức tranh lớn hơn.

Vậy điều gì đã thu hút Steve Jobs đến với ánh sáng của yogi Yogananda? Tôi tin rằng cuốn sách đã đóng vai trò như cây cầu đưa ông đến với trạng thái Alpha, nơi mà sự bình yên và sáng tạo không chỉ là những từ ngữ mà là những năng lượng sống động. Đây là một trạng thái tâm trí nơi mà bức tranh vũ trụ của các khả năng mở ra, cung cấp một nguồn ý tưởng vô tận. Một nơi mà Steve Jobs không chỉ tìm thấy chính mình mà còn liên tục tái tạo chính mình ở thế giới hữu hình này và thế giới vô hình bên kia.

José Silva và mười đứa con

Khi bắt đầu nghiên cứu về tiềm năng của trí não con người, José Silva rất hứng thú với khả năng của thôi miên. Ông bắt đầu thử nghiệm với các con của mình để giúp chúng cải thiện trí nhớ và đạt điểm cao hơn ở trường. Ban đầu, thôi miên dường như là một công cụ đầy hứa hẹn giúp cho các con nhớ rõ bài học hơn và có thể nhớ lại thông tin trong các kỳ thi. Tuy nhiên, một điều bất ngờ đã xảy ra.

Khi Silva tiếp tục thử nghiệm với con gái Isabel, ông nhận thấy rằng cô ấy không chỉ nhớ lại thông tin mà còn bắt đầu đoán trước và thậm chí suy đoán những gì ông đang nghĩ trong đầu. Điều này vượt xa những gì mà thôi miên truyền thống có thể làm. Theo ông, thôi miên cho phép chúng ta hoạt động trong trạng thái mà chúng ta có thể trả lời câu hỏi và làm theo gợi ý của người dẫn dắt, nhưng không cho phép chúng ta suy nghĩ một cách có ý thức, tự đặt câu hỏi hoặc tự giải quyết vấn đề.

Ông nhận ra rằng dưới trạng thái thôi miên, tâm trí hoạt động theo cách quy nạp – bạn có thể tiếp nhận và xử lý thông tin, nhưng khả năng phân tích, lý luận hoặc suy luận của bạn bị hạn chế. Ngay khi bạn cố gắng kích hoạt tâm trí phân tích, não bạn sẽ quay trở lại trạng thái Beta, hoạt động ở khoảng 20 chu kỳ mỗi giây (cps), kéo bạn ra khỏi trạng thái thư giãn và dễ tiếp thu của thôi miên.

Hạn chế này của thôi miên dẫn José Silva đến một khám phá quan trọng. Ông nhận ra rằng nếu một người có thể học cách hạ tần số sóng não xuống khoảng 10 cps – còn được gọi là trạng thái Alpha – và sau đó kích hoạt tâm trí mà không quay lại trạng thái Beta, họ có thể khai thác khả năng trí tuệ của mình theo một cách hoàn toàn mới. Đây là bước đầu tiên hình thành nên Phương pháp Siêu Trí tuệ Silva.

José Silva tin rằng mỗi người đều có khả năng tiếp cận những tiềm năng sâu xa của trí tuệ, và ông quyết định dạy con gái mình cách để khai phá khả năng thiên tài tiềm ẩn bên trong. Ông bắt đầu bằng việc hướng dẫn Isabel cách đi vào trạng thái Alpha, một trạng thái sóng não liên quan đến sự thư giãn sâu, sáng tạo và khả năng tiếp cận trực giác.

Ban đầu, José dạy Isabel cách thư giãn cơ thể và sau đó dẫn dắt cô vào trạng thái Alpha thông qua các bài tập đơn giản. Ông khuyến khích cô tưởng tượng ra những hình ảnh sống động và tập trung vào chúng. Qua thời gian, Isabel bắt đầu thể hiện những khả năng mà trước đây cô chưa từng biết tới, bao gồm khả năng học nhanh hơn, nhớ lâu hơn, có trực giác mạnh mẽ hơn và bùng nổ với khả năng ngoại cảm.

Phương pháp Silva đã phát triển một hệ thống dẫn dắt mọi người cách chủ động bước vào trạng thái Alpha, duy trì nó và sử dụng nó để giải quyết vấn đề, cải thiện trí nhớ, phát triển khả năng trực giác và thậm chí phát triển khả năng ngoại cảm – tất cả đều trong trạng thái tâm trí thư giãn nhưng vẫn tỉnh táo. Không giống như thôi miên truyền thống, phương pháp này cho phép người ta hoạt động cả theo cách quy nạp và diễn dịch mà không rời khỏi trạng thái Alpha.

Đây chính là những gì bạn sẽ học trong khóa đào tạo bốn ngày của Phương pháp Siêu Trí tuệ Silva: cách rèn luyện trí não để hạ tần số, duy trì trạng thái Alpha, và sử dụng nó để đạt được mục tiêu và giải quyết vấn đề mà không bị trạng thái Beta chi phối. Và khi bạn thực sự quay lại thế giới Beta, thì bạn đầy tự tin để quyết định và hành động.

Bạn cũng có thể khai phá thiên tài bên trong mình, một khả năng tuyệt vời mà vũ trụ đã trao tặng cho mỗi người chúng ta. Thiên tài không phải là một điều gì đó xa vời hay chỉ dành cho những người đặc biệt. Thực tế, nó tồn tại trong mỗi người, chờ đợi để được đánh thức và bộc lộ.

Để làm được điều này, bạn cần lắng nghe chính mình, tin tưởng vào sức mạnh nội tại và kiên nhẫn rèn luyện. Bạn có thể bắt đầu bằng cách kết nối với nguồn năng lượng vũ trụ, thông qua thiền định, suy ngẫm hoặc đơn giản là sống chậm lại để cảm nhận sâu sắc hơn, bạn có thể mở ra những cánh cửa tiềm ẩn trong tâm trí mình.

Để tiến xa hơn, bạn có thể tham gia những lớp học để được dẫn dắt chuyên nghiệp và chuyên sâu như lớp học 4 ngày của Phương pháp Siêu Trí tuệ Silva.

Hãy nhớ rằng, mỗi chúng ta đều có một tài năng độc đáo, một thiên tài riêng biệt, và khi bạn tin tưởng vào sự chỉ dẫn của vũ trụ, bạn sẽ khám phá ra những tiềm năng vượt xa những gì bạn có thể tưởng tượng. Đây là món quà vô giá mà vũ trụ đã ban tặng, và chính bạn là người quyết định sẽ mở khóa nó như thế nào.

ĐÔI NÉT VỀ TÁC GIẢ

Lan Bercu, một diễn giả quốc tế và tác giả đầy cảm hứng, hiện đang sinh sống tại thành phố Atlanta, bang Georgia, Hoa Kỳ, là một nhân vật tiêu biểu trong giới doanh nghiệp và phát triển cá nhân. Với 15 năm kinh nghiệm, cô đã đào tạo hàng chục ngàn doanh nhân, chủ doanh nghiệp và nhà quản lý, giúp họ nắm bắt các kỹ năng cần thiết để xây dựng và phát triển doanh nghiệp trong kỷ nguyên công nghệ.

Lan Bercu là người sáng lập Lan Bercu University, một trung tâm đào tạo chuyên sâu nâng cao kỹ năng quản lý kinh doanh và xây dựng doanh nghiệp. Ngoài ra, kênh YouTube Lan Bercu TV chuyên về kỹ năng sống và kinh doanh đã ảnh hưởng tích cực và sâu rộng đến hàng triệu người Việt Nam trên toàn cầu.

Cuốn sách đầu tay của cô, *36 Kế trong kinh doanh hiện đại*, đã được Không lực Hoa Kỳ sử dụng làm tài liệu huấn luyện sĩ quan tại San Antonio, Texas. Cuốn sách thứ hai *Nói sao để thành công* giúp độc giả trau dồi kỹ năng giao tiếp trên mọi phương diện song ngữ Anh-Việt.

Tiếp nối sự hưởng ứng của độc giả, Lan Bercu ra mắt tiếp cuốn sách thứ ba với tựa *Giải mã Alpha – Biến đổi cuộc sống, sức khỏe và kinh doanh* sẽ đưa bạn ra khỏi thế giới hữu hạn bình thường và chạm đến những điều phi thường.

Lan Bercu được SILVA International Hoa Kỳ trao quyền giảng dạy The Silva Method – Phương pháp Siêu Trí tuệ Silva. Cô là người Việt đầu tiên được cấp quyền giảng dạy bằng tiếng Việt, mở ra cánh cửa mới cho sự phát triển cá nhân và chuyên môn trong cộng đồng người Việt trên toàn thế giới.

Tốt nghiệp thạc sĩ quản trị kinh doanh từ Đại học Bang Kennesaw và có kinh nghiệm sâu rộng về khoa học não, sóng não, Lan Bercu không chỉ là một người hướng dẫn, mà còn là một người bạn đồng hành giúp bạn khám phá và tối ưu hóa khả năng của bản thân bằng việc vận dụng và điều khiển tư duy - trí não.

TÀI LIỆU THAM KHẢO

Bruce Lipton, PhD., *The Biology Of Belief: Unleashing The Power Of Consciousness, Matter, And Miracles,* Hay House LLC.

Candace B Pert, M.D., *The Molecules of Emotion: The Science Behind Mind-Body Medicine,* Simon & Schuster.

Dr Joe Dispenza, *Becoming Supernatural: How Common People Are Doing the Uncommon,* Hay House UK Ltd.

Dr Joe Dispenza, *You are the Placebo: Making Your Mind Matter,* Hay House Inc.

José Silva, *The Silva Mind Control Method,* Gallery Books.

Mihaly Csikszentmihalyi. Ph.D., *Flow: The Psychology of Optimal Experience,* Harper Perennial Modern Classics.

Peter Attia, M.D., Bill Gifford, *Outlive: the Science & Art of Longevity,* Harmony.

Sara Gottfried, M.D., *Younger: A Breakthrough Program to Reset Your Genes, Reverse Aging,* HarperOne.

Walter Isaacson, *Steve Jobs,* Simon & Schuster.

NHÀ XUẤT BẢN THẾ GIỚI

Trụ sở chính:
Số 46. Trần Hưng Đạo, Hoàn Kiếm, Hà Nội
Tel: 0084.24.38253841

Chi nhánh:
Số 7. Nguyễn Thị Minh Khai, Quận I, TP.HCM
Tel: 0084.28.38220102
Email: thegioi@thegioipublishers.vn
marketing@thegioipublishers.vn
Website: www.thegioipublishers.vn

GIẢI MÃ ALPHA
Biến đổi cuộc sống, sức khỏe và kinh doanh

Chịu trách nhiệm xuất bản
GIÁM ĐỐC – TỔNG BIÊN TẬP
PHẠM TRẦN LONG

Biên tập viên: Bùi Hương Giang
Thiết kế bìa: Nguyên Phúc
Trình bày: Võ Thị Thanh Tuyền
Sửa bản in: Chơn Linh

Đối tác liên kết:
CÔNG TY CỔ PHẦN VĂN HÓA SÁCH SÀI GÒN
Trụ sở: Tầng 7, Tòa nhà Circo, 222 Điện Biên Phủ, Quận 3, TP.HCM
ĐT: (028) 6281.5516 | Website: www.saigonbooks.vn

In 1.500 bản, khổ 14 cm x 20,5 cm
tại Công ty TNHH MTV In Báo Nhân Dân TP.HCM
Địa chỉ: D20/532P, ấp 4, xã Phong Phú, huyện Bình Chánh, TP.HCM
Số xác nhận ĐKXB: 3438-2024/CXBIPH/06-160/ThG cấp ngày 19 tháng 09 năm 2024
Quyết định xuất bản số: 988/QĐ-ThG cấp ngày 20 tháng 09 năm 2024
In xong và nộp lưu chiếu năm 2024
Mã ISBN: 978-604-392-194-6

www.ingramcontent.com/pod-product-compliance
Lightning Source LLC
LaVergne TN
LVHW010309070526
838199LV00065B/5497